D1763488

குமரிக்கண்டமா சுமேரியமா?

தமிழரின் தோற்றமும் பரவலும்

பா. பிரபாகரன் தூத்துக்குடியில் பிறந்தவர். அண்ணா பல்கலையில் பி.இ. மெக்கானிக்கல் என்ஜினியரிங் படித்தவர். 10 ஆண்டுகள் சென்னைத் துறைமுகத்தில் உயர் அதிகாரியாக பணியாற்றியவர். தென் கொரியாவிலும் துபாயிலும் பணியாற்றிய அனுபவம் உண்டு. தற்போது லாஜிஸ்டிக்ஸ் நிறுவனம் ஒன்றை நடத்தி வருகிறார். முன்னதாக, இவர் எழுதிய லாஜிஸ்டிக்ஸ் : ஓர் எளிய அறிமுகம் என்னும் நூல், கிழக்கு பதிப்பகத்தில் வெளிவந்துள்ளது.

2010 செம்மொழி மாநாட்டில், Traces of Mediterranean Origin of Tamils என்ற தலைப்பில் இவர் சமர்ப்பித்த ஆய்வுக் கட்டுரையின் தமிழ் விரிவாக்கமே இந்நூல்.

குமரிக்கண்டமா சுமேரியமா?

பா. பிரபாகரன்

கிழக்கு

குமரிக்கண்டமா சுமேரியமா?
Kumarikandama Sumeriama?
by P. Prabhakaran ©

First Edition: December 2012
176 Pages
Printed in India.

ISBN: 978-81-8493-790-9
Title No. Kizhakku 733

Kizhakku Pathippagam
177/103, First Floor,
Ambal's Building, Lloyds Road,
Royapettah, Chennai 600 014.
Ph: +91-44-4200-9601
Email : support@nhm.in
Website : www.nhm.in

Author's Email: baskaran.prabhakaran@gmail.com

Kizhakku Pathippagam is an imprint of New Horizon Media Private Limited

This book is sold subject to the condition that it shall not, by way of trade or otherwise, be lent, resold, hired out, or otherwise circulated without the publisher's prior written consent in any form of binding or cover other than that in which it is published and without a similar condition including this the rights under copyright reserved above, no part of this publication may be reproduced, stored in or introduced into a retrieval system, or transmitted in any form or by any means (electronic, mechanical, photocopying, recording or otherwise), without the prior written permission of both the copyright owner and the above-mentioned publisher of this book.

| சமர்ப்பணம் |

எல்லாமாகியவரை அருளிய கொற்கை மண்ணுக்கு

உள்ளே

1. தமிழர்கள் யார்? ... 9
2. சுமேரியா ... 47
3. தில்முன் ... 73
4. மினோயன் நாகரிகம் ... 98
5. சிந்துவெளி நாகரிகம் ... 110
6. தமிழகம் குடியமர்த்தப்பட்டது எப்படி? ... 129
7. ஆரிய திராவிடக் கோட்பாடு ... 149
8. முடிவுரை: எனது பூஜை அறையில் சுமேரியா ... 171
   குறிப்புகள் ... 173

1. தமிழர்கள் யார்?

ஆரியம், திராவிடம் என்பவை ஒரு நாணயத்தின் இரு வேறு பக்கங்களா? அல்லது என்றுமே இணைய முடியாத இரு வேறு துருவங்களா? விடை தெரியாத கேள்வி இது. ஆரியர், திராவிடர் என்ற இரு மக்களின் வரலாறுதான் பண்டைய இந்தியாவின் வரலாறு என்ற அடிப்படையில் இந்தியாவின் பண்டைய வரலாற்றை ஆராய்வது ஒரு நிலைப்பாடு. பொதுவான வகையில் பார்க்கும்போது இது சரிதான்.

திராவிடர்கள் என்ற மக்கள் தென் இந்தியாவில் பல அரசுகளை நிறுவியவர்கள். அப்படியானால் திராவிடர்கள் என்பவர் யார்? இவர்கள் எங்கிருந்து வந்தார்கள்? இவர்கள் எப்போது தமிழர்களாக மாறினார்கள்? இந்த மாற்றம் எப்படி நிகழ்ந்தது? ஏன் நிகழ்ந்தது?

வட இந்தியாவில் பஞ்சாபி, குஜராத்தி, போஜ்புரி, பிகாரி, வங்காளம் என்று பல கிளை மொழிகள் இருக்கின்றன. இவை அனைத்துக்கும் சமஸ்கிருதம் என்ற மொழி தாய் மொழியாகப் போற்றப்படுகிறது.

இதே உதாரணத்தை தென் இந்தியாவுக்குக் கொண்டுவந்தால் திராவிடம் என்ற தாய் மொழியிலிருந்து தமிழ், தெலுங்கு, கன்னடம், மலையாளம் ஆகிய கிளை மொழிகள் தோன்றியதாக எடுத்துக்கொள்ளலாமா? அப்படி எடுத்துக்கொண்டால் திராவிடம் என்ற மொழி எங்கே போயிற்று? கல்தோன்றி மண் தோன்றாக் காலத்தே வாளொடு முன்தோன்றிய மூத்த குடி என்பது வெறும் கவிதை வரிகள்தானா? இல்லை, தமிழ்தான் ஆதி

மொழி; அதிலிருந்து பிரிந்தவைதான் மலையாளம், கன்னடம், தெலுங்கு என்று எடுத்துக்கொண்டால் திராவிடம் என்பது ஒரு மொழியைக் குறிக்கும் சொல்லா? அல்லது ஒரு பண்பாட்டைக் குறிக்கும் சொல்லா? அல்லது ஓர் இனத்தைக் குறிக்கக்கூடிய சொல்லா?

குழப்பம் குறையவில்லை. இப்படிச் சுழலாகத் தொடரும் குழப்பங்களுக்கு விடை காணவேண்டும் என்றால் தமிழரின் ஆதி வரலாறு, தோற்றம், பரவல் ஆகிய கூறுகளை 'மெய்ப்பொருள் காண்பது அறிவு' என்றபடி உரசிப் பார்க்க உங்களை அழைக் கிறேன்.

தமிழர்களின் தோற்றத்தைப் பற்றி மூன்று கோட்பாடுகள் இன்று பெருமளவில் பேசப்படுகின்றன.

1. தமிழன் தோன்றியது இன்றைய தமிழ் நாட்டில்தான். அவன் தமிழ் நாட்டின் தொல்குடி.

2. தமிழன் தோன்றியது லெமூரியா என்று அழைக்கப்பட்ட ஒரு பெரும் நிலப்பரப்பில். அதற்கு குமரிக்கண்டம் என்றும் ஒரு பெயர் உண்டு. இது ஆப்பிரிக்காவுக்கும் இந்தியாவுக்கும் இடையில் இருந்தது. இந்நிலப்பரப்பு, கடல் கோளால் அழிந்துவிட்டது. அங்கிருந்து புலம் பெயர்ந்து தமிழர்கள் இன்றைய தமிழகத்துக்கு வந்தனர்.

3. தமிழன் தோன்றியது இன்றைய கன்னியாகுமரிக்குத் தெற்கே இருந்த ஒரு நிலப்பரப்பு. அதுதான் குமரிக் கண்டம். இது கடல் கோளால் அழிந்துவிட்டது. இங் கிருந்து புலம் பெயர்ந்து இன்றையத் தமிழகத்துக்கு தமிழர்கள் வந்தனர்.

மேற்கண்ட இந்த மூன்று கோட்பாடுகளையும் விரிவாக ஆராய்வோம்.

தமிழன் தோன்றியது இன்றைய தமிழகம்?

கைப்புண்ணுக்குக் கண்ணாடி தேவையா? தமிழகத்தின் தொல் குடி தமிழர்கள்தான். இதில் என்ன சந்தேகம் இருக்க முடியும்?

இலக்கியம், கல்வெட்டு, புதைபொருள் அகழ்வாராய்ச்சி என்று பல சான்றுகளை இதற்காகக் காட்ட முடியும்.

இதற்குமுன் வரலாற்றுக் காலங்கள் எப்படி கால அடிப்படையில் வகுக்கப்படுகின்றன என்பதைச் சிறிது காணவேண்டும். எந்த ஒரு மக்கள் கூட்டத்தைப் பற்றிய ஆராய்ச்சியானாலும் அவர்களது வரலாற்றை பண்டைய வரலாறு, இடைக்கால வரலாறு, நவீனகால வரலாறு என்று மூன்றாகப் பிரித்து ஆராய்வது வழக்கம். பண்டைய காலத்துக்கு முற்பட்ட காலத்தை, அதாவது வரலாற்றுக்கு முற்பட்ட காலத்தை, கற்காலம் (Stone Age), செம்புக்காலம் (Bronze Age) மற்றும் இரும்புக்காலம் (Iron Age) என்று பிரிப்பது வழக்கம்.

தமிழக வரலாற்றில் பண்டைய காலத்தை, சங்க காலம் என்றும் சங்கம் மருவிய காலம் என்றும் வகுப்பது ஒரு வகையான நிலைப்பாடு. சங்கம் மருவிய காலம் என்பதை முடி மன்னர்களின் காலம் என்றும் அழைப்பது வழக்கம். அகம், புறம் போன்ற சங்க இலக்கியங்களில் பெயர் இடம் பெற்ற மன்னர்கள், வள்ளல்கள், குடித்தலைவர்கள் போன்றோரின் ஆட்சி நடைபெற்ற காலத்தைச் சங்க காலம் என்றும் அதற்குப்பின் வந்த களப்பிரர், பல்லவர் போன்றோர் காலத்தை முடி மன்னர்களின் காலம் அல்லது பேரரசுகளின் காலம் (Age of Empires) என்றும் நமது பண்டைய வரலாற்றுக் காலத்தை இரண்டாகப் பகுப்பது ஒரு வழக்கம்.

பண்டைய காலம் முடிந்து இடைக்கால வரலாறு தொடங்கும் போதுதான் மீண்டும் சோழப் பேரரசு புகழுக்கு வருகிறது. இது மன்னன் இராஜராஜன் காலத்தில் புகழின் உச்சியைத் தொடுகிறது. இந்த இடைக்காலம் பாளையக்காரர்களது காலம்வரை நீள்கிறது. ஐரோப்பியர்களின் வருகையோடு இந்தக் காலம் முடிந்து நவீனக்காலம் தொடங்குவதாக வரலாற்று ஆசிரியர்கள் உரைக்கின்றனர்.

தமிழன், தமிழ் நாட்டின் தொல்குடிதான் என்பதற்கு இன்று நம்மிடையே என்னென்ன ஆதாரங்கள் உள்ளன? இவை தமிழர்களின் தொன்மையை எத்தனை ஆண்டுகள் பின்நோக்கிக் கொண்டுசெல்கின்றன?

கல்வெட்டுகள்

செயற்கரிய செயல் புரிந்தவர்களின் பீடும் பெயரும் பொறிக்கப்பட்ட நடுகற்களாகவும் நேரிடையாகச் செய்திகளைக் கூறும் கல்வெட்டுகளாகவும், பல்லாயிரக்கணக்கானவை தமிழகத்தில்

கண்டுபிடிக்கப்பட்டுள்ளன. இந்திய தொல்லியல் துறையால் கண்டறியப்பட்ட 55,000 கல்வெட்டுகளில் பாதிக்கும் மேற்பட்டவை (59%) தமிழ் எழுத்துகளால் பொறிக்கப்பட்டவை என்பது ஒரு தனிச்சிறப்பு. இந்தத் தமிழ் எழுத்துகள், பிரமி வடிவில், வட்டெழுத்து வடிவில் அல்லது இன்றைய தமிழ் எழுத்து வடிவில் காணப்படுகின்றன.

இன்றைய தமிழ் நாட்டின் எல்லைக்கு உள்ளாகக் கண்டுபிடிக்கப்பட்ட மிகப் பழமையான கல்வெட்டு மதுரைக்கு அருகே மாங்குளம் என்ற கிராமத்தில் கிடைத்த கல்வெட்டாகும். ஒரு குகையின் சுவரில் பொறிக்கப்பட்ட இந்தக் கல்வெட்டு 1966-ம் ஆண்டில் உறுதிபடப் படிக்கப்பட்டது. இந்தக் கல்வெட்டு, பாண்டியன் நெடுஞ்செழியன் என்ற அரசன் சமணத் துறவிகளுக்கு அளித்த கொடையைப் பற்றிய செய்தியைக் கூறுகிறது. இதன் காலம் பொ.யு.மு.* இரண்டாம் நூற்றாண்டு என்றும் உறுதிபட அறியப்பட்டுள்ளது.[1]

தமிழகத்துக்கு வெளியே, தமிழகம் பற்றிய செய்தியைத் தாங்கிய கல்வெட்டுகளின் ஆதாரம் என்று பார்த்தால் கலிங்க மன்னன் காரவேலனின் 'அதிகும்பா' கல்வெட்டு மிக முக்கியமானதாகும். இதில் பாண்டிய மன்னனிடமிருந்து கப்பமாக வந்த அணிகலன்கள் பற்றியும் யானைகள் பற்றியும் ஒரு குறிப்பு காணப்படுகிறது. அந்தக் கல்வெட்டின் காலத்துக்கு 113 ஆண்டுகளுக்குமுன் தமிழக மன்னர்களின் கூட்டமைப்பு ஒன்று இருந்தது என்ற ஓர் அரிய தகவலும் இந்தக் கல்வெட்டில் காணப்படுகிறது. இந்தக் கல்வெட்டின் காலம் பொ.யு.மு.150 எனக் கணக்கிடப்பட்டுள்ளது.[2] இதோடு 113 ஆண்டுகளைச் சேர்த்தால் தமிழர்களின் தொன்மை பொ.யு.மு. 263 வரை நீள்கிறது. அசோகரின் 2-ம், 13-ம் தூண்களில் பொறிக்கப்பட்டுள்ள குறிப்புகளிலிருந்து அவரது எல்லைக்கு வெளியே சேர, சோழ, பண்டியன் மற்றும் அதியமான் ஆகியோர்களின் ஆட்சி நடைபெற்றது என்ற தகவலை நம்மால் அறிய முடிகிறது. இந்தத் தூண் கல்வெட்டுகளின் காலம் என்பது

---

* இந்தப் புத்தகத்தில் கிறிஸ்துவுக்கு முன் (பொ.யு.மு..) என்பது பொது யுகத்துக்கு முன் (பொ.யு.மு) என்றும் கிறிஸ்துவுக்குப் பின் (பொ.யு. ..) என்பது பொது யுகம் (பொ.யு) என்றும் குறிப்பிடப்படும். தற்கால வரலாற்றாளர்கள் ஆங்கிலத்தில் இவற்றை முறையே Before Common Era (BCE), Common Era (CE) என்று குறிக்கிறார்கள்.

பொ.யு.மு.273 முதல் பொ.யு.மு. 232 வரை என்று கணக்கிடப் படுகிறது. எனவே தமிழர்களின் தொண்மை கல்வெட்டுக் குறிப்புகளின் அடிப்படையில் பொ.யு.மு. மூன்றாம் நூற்றாண்டு வரை நீள்வதாக ஆதாரப்பூர்வமாக எடுத்துக்கொள்ளலாம்.

புதைபொருள் அகழ்வாராய்ச்சி ஆதாரங்கள்

வரலாற்றுக்கு முந்தைய காலத்திலிருந்தே மனிதர்கள் இன்றைய தமிழக நிலப்பரப்புப் பகுதியில் வாழ்ந்து வருகின்றனர்.

சென்னைக்கு 60 கிலோமீட்டர் வடக்கே, அத்திரம்பாக்கம் என்ற சிற்றூரில் திருமதி சாந்தி பாப்பு என்ற அகழ்வாராய்ச்சியாளர் ஆராய்ச்சி செய்தார். 10 ஆண்டு கால ஆராய்ச்சிக்குப் பின், இந்த இடத்தில் 15 லட்சம் ஆண்டுகளுக்கு முன் பயன்படுத்தப்பட்ட கல்லால் ஆன கருவிகள் உள்ளன என்று அறிவித்தார்.[3] இவரது முடிவை பிரான்ஸ் நாட்டில் உள்ள ஒரு தொல்லியல் அமைப்பும் உறுதிசெய்தது. இதனால் தமிழகத்தில் 15 லட்சம் ஆண்டுகளுக்கு முன்பே மனிதர்கள் வாழ்ந்தனர் என்பது உறுதியாகிறது.

அதேபோல தமிழகத்தின் பல இடங்களில் பல ஆயிரம் ஆண்டு களுக்கு முற்பட்ட கற்காலக் கருவிகள், பாறை ஓவியங்கள் ஆகியவை காணக் கிடைக்கின்றன.

பாண்டிச்சேரிக்கு அருகே அமைந்துள்ள அரிக்கமேட்டில் நடை பெற்ற அகழ்வாராய்வின் வாயிலாக பொ.யு.மு. 300-ல் அந்த இடம் ஒரு பெரிய வர்த்தக இடமாக விளங்கியது என்பது தெரிய வருகிறது. பூம்புகாரில் நடத்தப்பட்ட கடல் அகழ்வாய்வின் முடிவில் அதன் காலம் பொ.யு.மு. 300 முதல் பொ.யு. 300 என்று முடிவுசெய்யப்பட்டுள்ளது.[4]

2011-ம் ஆண்டு, புதுச்சேரிப் பல்கலைக்கழகப் பேராசிரியர் முனைவர் க. ராஜன், பழனிக்கு அருகில் பொருந்தல் என்ற சிற்றூரில் நடத்திய அகழ்வாராய்ச்சியில் நெல் மணிகள் சேமித்து வைக்கப்பட்டுள்ள ஒரு மண் கலத்தைக் கண்டுபிடித்தார். இந்த மண் கலத்தைத் தாங்கிய பிரிமணையில் 'வைரமணி' என்ற தமிழ் எழுத்துகள் இருப்பதையும் கண்டுபிடித்தார். இந்திய தொல்லியல் நிறுவனத்துக்கு இந்த நெல்மணிகள் கார்பன் டேட்டிங் காலக்கணிப்புக்காக அனுப்பப்பட்டன. இதுவரை பதில் வரவில்லை. அதனால் அமெரிக்காவுக்கு அனுப்பப் பட்டது. அங்கு ஆக்சிலரேடெட் மாஸ் ஸ்பெக்ரொமெட்ரி

(Accelerated Mass Spectrometry) என்ற முறையில் நடத்தப்பட்ட கார்பன் டேட்டிங் காலக்கணிப்பில் இந்த நெல் மணிகளின் காலம் பொ.யு.மு. 490 என்று கண்டறியப்பட்டது. பொ.யு.மு. 490-க்கு முற்பட்டது என்பதால் அசோகரின் காலத்துக்கு முன்பாகவே தமிழ் எழுத்துகள் வழக்கத்தில் இருந்தன என்று கொள்ளலாம்.[5]

1970-ல், தூத்துக்குடி மாவட்டம் கொற்கையில் நடத்தப்பட்ட அகழ்வாராய்ச்சியின் முடிவாக கொற்கையில் தமிழர்கள் வாழ்ந்த காலம் பொ.யு.மு. 780 என்று கணிக்கப்படுகிறது.[6]

இலக்கிய ஆதாரங்கள்

சங்க கால நூல்களின் தொகுப்பான பத்துப்பாட்டும் எட்டுத் தொகையும் காலத்தால் முற்பட்டவை. பதினென்கீழ்க்கணக்கு நூல்களும் ஐம்பெரும் காப்பியங்களும் காலத்தால் பிற்பட்டவை. சங்க இலக்கியங்கள் படைக்கப்பட்ட காலம் பொ.யு.மு. 600 என்று சில வல்லுநர்கள் கருதுகிறார்கள். சிலரோ, இந்தத் தொகுப்புகளில் முதற் சங்கப் பாடல்கள் சில இடம் பெற்றுள்ளன; எனவே இவற்றின் காலம் பொ.யு.மு. 1500 என்று வாதிடுகிறார்கள். ஆனால் பெரும்பாலான வல்லுநர்கள், சங்க இலக்கியங்களின் காலம் பொ.யு.மு. 300 முதல் பொ.யு. 300வரை என்றுதான் உறுதிசெய்துள்ளார்கள்.[7] சங்க இலக்கியங்கள் பொ.யு. 800-ல் எழுதப்பட்டவை, ஆனால் அவை மிக முற்பட்ட காலத்தில் நடந்தவைபோல் எழுதப்பட்டன என்று கூறும் சில அறிஞர்களும் உண்டு.[8]

வேற்று மொழி இலக்கியங்கள் தரும் ஆதாரங்கள்

இலங்கையில், பாலி மொழியில் எழுதப்பட்டுள்ள 'மகாவம்சம்' என்னும் நூல், விஜயன் என்ற சிங்கள மன்னன் குலசேகர பாண்டியனின் மகளை மணம் முடித்தான் என்ற செய்தியைத் தருகிறது. மன்னன் விஜயனின் காலம் பொ.யு.மு. 543 என்று கணக்கிடப்பட்டுள்ளது.

மகா வம்சத்தில் குறிப்பிடப்படும் மற்றொரு சிங்கள மன்னன், கஜவாகு. இவனைப் பற்றி பதிற்றுப்பத்திலும் சிலப்பதிகாரத் திலும் குறிப்புகள் கிடைத்துள்ளன. இவனது காலம் பொ.யு. 113-135 என்று உறுதிபடக் கணிக்கப்பட்டுள்ளது. இதன் அடிப்படை

யில் பல சேர, சோழ மன்னர்களின் காலம் கணிக்கப்படுவதால், கஜவாகுவின் காலம் முக்கியமாகிறது.

மேலை நாட்டுப் பண்டைய வரலாற்று ஆசிரியர்களாகிய ஸ்டிராபோ, லினி, தாலமி, மெகஸ்தனிஸ் ஆகியோர் தமிழ் நாட்டைப் பற்றியும் அதன் வர்த்தகத்தைப் பற்றியும் விரிவாக எழுதியுள்ளார்கள். இவர்களின் எழுத்துகள் படைக்கப்பட்ட காலம் பொ.யு.மு. 300 முதல் பொ.யு.மு. 200 வரை என்று கணக்கிடப்பட்டுள்ளது.⁹ இந்த இலக்கியங்களாலும் செய்திகளாலும் தமிழர்களின் தொன்மை, கொற்கை அகழ்வாராய்ச்சி சொல்லும் தொன்மையை நீட்டிக்கவில்லை. ஆனால், இந்த அகழ்வாராய்ச்சிகளுக்கு அந்நிய இலக்கியங்கள் வலு சேர்க்கின்றன.

வடமொழி இலக்கியங்கள்

வடமொழி இலக்கியங்களில் தமிழகத்தைப்பற்றி ஏராளமான குறிப்புகள் கிடைக்கின்றன. ஸ்ரீமத் பாகவதத்தில் 10-வது அவதாரமான கல்கி அவதாரம் தோன்றப்போகும் இடம் தாமிரபரணி நதிக்கரை என்று குறிப்பிடப்படுகிறது. மச்ச புராணத்தில் முதல் மனுவான சுயம்புவ மனு வந்து சேர்ந்த இடம் என்று திருநெல்வேலி மாவட்டம் (மலையாள மலைகளுக்கு கிழக்கே) குறிப்பிடப்பட்டுள்ளது. கஜேந்திர மோட்சம் நடை பெற்ற இடமாக முக்கூடலுக்கு அருகே உள்ள அத்தாளநல்லூர் குறிப்பிடப்பட்டுள்ளது.

மலையத்துவஜ பாண்டியனின் மகளை அர்ஜுனன் மணந்ததாக ஒரு கர்ண பரம்பரைக் கதையும் உலவுகிறது.

பாண்டிய மன்னன் பாண்டவர்களுக்கு உதவியாகத் தமது படைகளை அனுப்பியதாக வியாச பாரதம் பேசுகிறது. சேர மன்னன் உதியன் (சில குறிப்புகளில் உதியனன்) மகாபாரதப் போரின்போது இரு படைகளுக்கும் உணவு அளித்ததால் அவனை 'பெருஞ்சோற்று உதியன் சேரலாதன்' என்று புற நானூறு போற்றுகிறது. வால்மீகி இராமயணத்தில் இராவணன் சீதையைக் கடத்திக்கொண்டு போகும்போது என்னென்ன நாடுகளைக் கடந்து அவனது விமானம் போனது என்று கூறும்போது பாண்டிய நாடு குறிப்பிடப்பட்டுள்ளது. இராமன் பூஜை செய்த தலமாக இராமேஸ்வரம் குறிப்பிடப்பட்டுள்ளது.

இதிகாச, புராணங்களின் காலம் பொ.யு.மு. 400 முதல் பொ.யு.மு. 1800 வரை என்று பெரும்பாலான அறிஞர்கள் குறிப்பிடுகிறார்கள்.[10] இதைச் சரி என்று ஒப்புக்கொண்டால் தமிழர்களின் தொன்மை பொ.யு.மு.1800 வரை நீள்கிறது.

15 லட்சம் ஆண்டுகளுக்கு முன்பிருந்தே தமிழக நிலப்பரப்பில் மனிதன் வாழ்ந்துவந்தான் என்பது அத்திரம்பாக்கம் ஆராய்ச்சி யில் தெரிய வருகிறது. 3000 ஆண்டுகளுக்கு முன்பிருந்தே அவன் ஒரு சிறந்த பண்பாட்டுக்கு உரியவனாக விளங்கினான் என்று வடமொழி இதிகாசங்கள் தெரிவிக்கின்றன. பொ.யு.மு. 490-ல் அவனது எழுத்துகள் பொருந்தல் அகழ்வின்மூலம் தெரிய வருகின்றன. பொ.யு.மு. 280-ல் அவன் நகர்ப்புற நாகரிகம் பெற்றான் என்பதை கொற்கை அகழ்வு காண்பிக்கிறது.

எனவே தமிழன் தான் இன்றைய தமிழகத்தின் தொல்குடி என்பது இதிலிருந்து விளங்கவில்லையா?

விளங்கவில்லை என்பது தான் உண்மை.

சாந்தி பாப்பு அத்திரம்பாக்கத்தில் நடத்திய அகழ்வில் தமிழ் நாட்டில் 15 லட்சம் வருடங்களுக்கு முன் கற்கருவிகளைப் பயன்படுத்திய மனிதன் வாழ்ந்தான் என்பது மட்டும்தான் உறுதியாகிறது. எப்போது இந்த மனிதன் தமிழ் மொழியையும் தமிழ்ப் பண்பாட்டுக் கூறுகளையும் பெறத் தொடங்குகிறானோ, அப்போதுதானே அவனைத் தமிழன் என்று கருத முடியும்?

இந்தக் கற்கால மனிதன் படிப்படியாக வளர்ச்சி அடைந்து தமிழனாக நாகரிகம் பெற்றிருக்கக் கூடாதா?

இதற்கும் வாய்ப்பில்லை.

கொற்கையும், பொருந்தலும், பூம்புகாரும் தமிழர்கள் நகர்ப்புற நாகரிகம் பெற்றிருந்ததைத்தான் ஆதாரமாகக் காட்டுகின்றன. தமிழர்கள் மகோன்னதமான பண்பாட்டின் சிகரத்தைத் தொட்டு வாழ்வாங்கு வாழ்ந்தனர் என்பதற்கு ஆதாரமான மாமல்லபுரம் சிற்பங்களும் சோழர்காலக் கோவில்களும் செப்பேடுகளும் பொ.யு. ஆறாம் நூற்றாண்டிலிருந்துதான் காணப்படுகின்றன. பல்லவர் காலத்தை சிம்மவிஷ்ணுவில் தொடங்கி பொ.யு. 555 முதல் என்று எடுத்துக்கொள்கிறார்கள் வரலாற்றாசிரியர்கள்.

அதாவது இந்தக் கற்கால மனிதன் 14,98,600 வருடங்களாக எதுவும் செய்யாமல் இருந்துவிட்டு திடீரென்று பல்லவர் காலத்தில் அதாவது பொ.யு. 600 முதல் (இன்றைக்கு 1400 ஆண்டுகளுக்கு முன்பாக) மகோன்னதமான வரலாற்றுச் சின்னங்களைக் கட்ட ஆரம்பித்தான் என்பது நெருடலாக இருக்கிறது. வேறு விதமாகப் பார்த்தால், 1,400 ஆண்டுகளுக்கு முந்தைய தமிழனின் எந்த வரலாற்றுச் சின்னமும் ஏன் கிடைக்கவில்லை? தஞ்சை பெரிய கோவிலின் கோபுர உச்சியில் 80 டன் கல்லை நிறுத்தும் அளவுக்குத் திறமை வாய்ந்த தமிழன், அதற்கு 1,000 அல்லது 2,000 ஆண்டுகளுக்கு முன் ஒரு சாதாரன வரலாற்றுச் சின்னத்தைக் கூடக் கட்டவில்லை என்பது ஒரு முரண்பாடாகவே தெரிகிறது.

உலக வரலாற்றை ஆராய்ந்து பார்த்தால் பொ.யு.மு. 3000 முதல் 5000 வரை அநேக நாகரிகங்களில் மாபெரும் வரலாற்றுச் சின்னங்கள் உருவாகியிருப்பதைக் காணலாம்.

உதாரணமாக பொ.யு.மு. 5400-ல் சுமேரியர்கள், எரிது (Eridu) என்ற நகரை உருவாக்கி அதனைச் சுற்றி சுற்றுச் சுவரையும் கட்டினர். சிகுராத் (Ziggurat) என்ற கூம்பு வடிவடு கோவில்களையும் கட்டினர். அவற்றை இன்றும் காணலாம். பொ.யு.மு. 2000-ல் எகிப்தியர்கள் பிரமிடுகளைக் கட்டினார்கள். தென் அமெரிக்காவில் இன்கா (Inca) பழங்குடி மக்கள் பொ.யு.மு. 1500-ல் பிரமிடுகளைக் கட்டினார்கள். பொ.யு.மு. 2500-ல் சிந்து சமவெளி மக்கள் கட்டடக் கலையில் மிகச் சிறந்து விளங்கினர். சீனர்கள் பொ.யு.மு. 1000-ல் சீனப் பெருஞ்சுவரைக் கட்டினார்கள். குறைந்தபட்சம் பொ.யு.மு. 500-ல் கட்டப்பட்டது என்றுகூட தமிழகத்தில் ஒன்றும் இல்லை.

படிப்படியாக வளர்ச்சி அடையும் ஒரு சமுதாயம், ஒவ்வொரு காலகட்டத்துக்கும் உரிய வரலாற்றுச் சின்னங்களை விட்டுச் சென்றிருக்கவேண்டாமா? கிறிஸ்துவுக்கு முற்பட்ட காலத்தில் தமிழன் மாபெரும் கட்டடங்களைக் கட்டத் தவறிவிட்டானா? அல்லது கட்டியவற்றை விட்டுவிட்டு எங்கிருந்தோ கிளம்பி இங்கே வரவேண்டிய நிர்பந்தம் ஏற்பட்டதா?

தமிழர்களின் இலக்கியங்களை எடுத்துக்கொண்டாலும், இதே போன்ற முரண்பாடு தெரிகிறது. பிரமி எழுத்துக்கள் தமிழகத்தில் பொ.யு.மு.விலிருந்தே காணக் கிடைக்கின்றன. சிலரது கருத்து, இவை தமிழகத்தில் தோன்றி, பின் வட இந்தியாவுக்குச் சென்றது

என்பது. வேறு சிலர், இந்த எழுத்துகள் அசோகர் காலத்தில் வட இந்தியாவில் தோன்றி, மாற்றம் செய்யப்பட்டு தமிழகத்துக்கு தமிழை எழுத என்று வந்தது என்பது.

தமிழில் மிகப் பழமை வாய்ந்த நூல் என்றால் அது தொல் காப்பியம் என்றே பலர் கருதுகின்றனர். இது இடைச் சங்க கால நூல் எனப்படுகிறது. அதன்படி, இன்று நாம் பத்துப்பாட்டு, எட்டுத்தொகை என்று வகுத்து வைத்துள்ள சங்க இலக்கியம் அனைத்தும் தொல்காப்பியத்துக்குப் பிற்பட்ட காலம் என்று ஆகிறது. ஆனால், தொல்காப்பியத்தின் காலத்தை ஐராவதம் மகாதேவன், பொ.யு. 7-ம் நூற்றாண்டு என்கிறார். தொல்காப்பி யத்தில் காணப்படும் ஒலிக் குறிப்புகள் கல்வெட்டுகளில் பொ.யு. 7-ம் நூற்றாண்டுக்குமுன் காணப்படுவதில்லை என்பது அவர் கருத்து. அறிஞர் வையாபுரிப் பிள்ளை, தொல்காப்பியத்தின் காலத்தை பொ.யு. 5-ம் நூற்றாண்டு என்கிறார். பிஷப் கால்டு வெல், தொல்காப்பியம் பொ.யு. 10-ம் நூற்றாண்டுக்குமுன் இருந்திருக்க முடியாது என்கிறார். T.A.சேஷய்யங்கார் தமது Dravidian India என்ற நூலில் தொல்காப்பியத்தின் காலம் பொ.யு.மு. 100 முதல் 200 வரை இருக்கலாம் என்கிறார். பி.வெல்டு என்னும் செக் நாட்டு அறிஞர் இதை ஒப்புக் கொள்கிறார். முனைவர் கிஃப்ட் சிரோன்மணி, ஆனைமலை கல்வெட்டின் அடிப்படையில் தொல்காப்பியத்தின் காலம் அசோகனின் கல்வெட்டுக் காலத்துக்கு இணையான காலம் என்கிறார்.

இவை அனைத்தையும் வைத்துப் பார்த்தால், தொல்காப்பி யத்தின் காலம் பொ.யு.மு. 3-ம் நூற்றாண்டுக்கு முந்தையதாக இருக்க முடியாது என்று ஊகிக்கலாம்.

இதே வீச்சில் வட மொழி இலக்கியங்களைப் பார்ப்போம்.

வேத காலம், அதுவும் முக்கியமாக ரிக் வேதத்தின் காலம் பொ.யு.மு. 1500 முதல் பொ.யு.மு. 500 வரை என்று மேக்ஸ் முல்லர் கூறுகிறார். ரோமிலா தாப்பர், ஏ.எல்.பஷாம் போன் றோர் இதை ஒப்புக்கொள்கின்றனர் . ஜார்க் ஃபாவர்ஸ்டீன், சுபாஷ் காக், டேவிட் ஃபிராலி ஆகியோர் எழுதிய 'பண்பாட்டின் தொட்டிலைத்தேடி' என்ற நூலில், ரிக் வேத காலம்பொ.யு.மு. 1900-க்கு முற்பட்டது என்கின்றனர். மறைந்துபோன சரஸ்வதி நதி, ரிக் வேதத்தில் குறிப்பிடப்பட்டுள்ளது. இந்த நதி மறைந்தது

பொ.யு.மு. 1900 ஆண்டுகளுக்குமுன்பு என்று இவர்கள் அனுமானம் செய்து அதன் அடிப்படையில் இவ்வாறு கணிக்கின்றனர். ரிக் வேதத்தின் செய்யுள்கள் ஒரே காலகட்டத்தில் எழுதப்படவில்லை என்றும் இவை பொ.யு.மு. 1100 முதல் பொ.யு.மு. 1700 வரையிலான காலகட்டத்தில் எழுதப்பட்டிருக்கலாம் என்றும் சிலர் சொல்கிறார்கள்.

எப்படிப் பார்த்தாலும் வடமொழி இலக்கியங்கள் குறைந்த பட்சம் பொ.யு.மு. 600-க்கு முன்னதாகவே இருந்துள்ளன.

தொல்காப்பிய காலத்தையும் ரிக் வேத காலத்தையும் ஒப்பிட்டுப் பார்த்தால், இரண்டுக்கும் இடையில் குறைந்தபட்சம் 500 வருடங்களாவது உள்ளன. கிறிஸ்துவுக்கு முற்பட்ட காலத்தில் ஏன் தமிழ் இலக்கியங்கள் படைக்கப்படவில்லை?

கால முரண்பாடு ஒரு புறம் இருக்க, அளவிலும் முரண்பாடு தெரிகிறது. சங்க இலக்கியம் என்று இன்று நம்மிடம் இருப்பவற்றைத் தொகுத்து அச்சிட்டால் 5,000 பக்கங்களைத் தாண்டாது. கிறிஸ்துவுக்கு முற்பட்ட காலத்தில் படைக்கபட்ட வடமொழி இலக்கியத்தை மட்டும் தொகுத்தால்கூடக் குறைந்தது 1,00,000 பக்கங்கள் வேண்டும்.

தமிழன் எழுதியது குறைவா? அல்லது எடுத்துவந்ததில் குறைவா?

அடுத்தபடியாக, தமிழர்களின் உடல் அமைப்பை விஞ்ஞான ரீதியாக ஆராய்ந்தால் ஒரு சில முரண்பாடுகள் இருப்பதை அறியலாம் .19-ம் நூற்றாண்டின் பிற்பகுதியில் விஞ்ஞான அடிப்படையில் உலக மாந்தர் இனங்களைப் பாகுபடுத்தும் போது, நீக்ராய்டு எனப்படும் கருப்பின மக்கள், காகேசியர்கள் எனப்படும் வெள்ளையின மக்கள். மங்கோலாய்டு எனப்படும் மஞ்சள் நிற மக்கள் என்று மூன்று பெரும் பிரிவுகளாக பிரித்தார்கள். இதன் அடிப்படையில் எட்கர் தர்ஸ்டன், தென் இந்திய மக்களை நீக்ராய்டு வகையை சேர்ந்தவர்கள் என்றார். ஆனால் கருப்பின மக்களைப்போல் தென் இந்திய மக்களுக்குச் சுருள் முடியும் தடித்த உதடுகளும் கிடையாது. எனவே நீக்ராய்டு என்ற பெரும் பிரிவில் ஓர் உட்பிரிவாக ஆஸ்ட்ரலாய்டு என்று ஒன்றை உருவாக்கி ஆஸ்திரேலியப் பழங்குடி மக்களையும் தென் இந்திய மக்களையும் ஒப்பிட்டு தர்ஸ்டன் வகைப்படுத்தினார்.

1889-ல் ரெட்ரிச் ராசல் என்பவர் தென் இந்திய மக்கள் நீக்ராய்டு வகையைச் சேர்ந்தவர்கள் அல்லர் என்றார். இவர்கள் திபெத்திய மக்களைப் போல உடல் அமைப்பு கொண்ட மங்கோலாய்டு பிரிவைச் சேர்ந்தவர்கள் என்றார் இவர். ஜோசப் கெனிகென் என்ற அறிஞர் தென் இந்திய மக்களை இந்தோனேசிய மற்றும் ஆஸ்திரேலியப் பழங்குடி மக்களோடு ஒப்பிட்டு, இவர்கள் ஒரு கலவையான புதிய இனப்பிரிவைச் சேர்ந்தவர்கள்; எனவே ஒரு புதிய இனப்பிரிவை உருவாக்கினால்தான் இந்த மக்களை வகைப்படுத்த முடியும் என்று கூறினார். சுருள் முடி உடைய நீக்ராய்டு மக்கள், சுருள் முடி அல்லாத நீக்ராய்டு மக்கள் என இரண்டு பிரிவுகளை ஏற்படுத்த வேண்டும் என்றார் இவர்.

ஆனால் மண்டை ஓட்டின் அடிப்படையில் இந்த இரண்டு உட்பிரிவுகளுக்குள்ளும் தமிழர்களை வகைப்படுத்த முடிய வில்லை. எனவே 1939-ல் டார்ல்டன் ஸ்டூன் என்பவர் தென் இந்திய மக்கள் காகேசியர்களின் ஒரு கிளைப்பிரிவாகத்தான் இருக்கவேண்டும் என்று வெளியிட்டார். தென் இந்திய மக்களைப் போலவே வேறு சில மக்களின் உடல் அமைப்பும் ஒரு வரையறைக்குள் அடங்காமல் இருந்தது. குறிப்பாக இத்தாலி யர்கள், எகிப்தியர்கள், அரேபியர்கள் முதலியோர் காகேசியர்கள் போன்ற நிறமும் அதே சமயம் நீக்ராய்டு பிரிவுகளைப் போன்ற உதடு, மூக்கு, முடி அமைப்பு ஆகியவற்றையும் உடையவர் களாக, ஒரு கலவையாக இருந்தார்கள்.

1876-ல் தாமஸ் ஹக்ஸ்லி, ஐந்தோக்ராய்டு என்ற ஒரு பிரிவை உருவாக்கி உலக மக்களை ஐந்தோக்ராய்டு, மங்கோலாய்டு, காகேசாய்டு, நீக்ராய்டு என்று நான்காகப் பிரித்தார். இந்த முதல் பிரிவான ஐந்தோக்ராய்டின் உட்பிரிவாக அதிவெள்ளை நிறம் கொண்ட மக்களை ஃபேர் ஒயிட் (Fair White) என்றும் கருப்பு வெள்ளை மக்களை டார்க் ஒயிட் (Dark White) என்றும் இரு பிரிவுகளை ஏற்படுத்தினார். இந்த கருப்பு வெள்ளைப் பிரிவுக்கு மெலனோ க்ராய்க் என்று பெயரிட்டார். அவருக்குப் பின் வந்த வில்லியம் ரிப்ளி, இதற்கு மத்தியத் தரைக் கடல் பிரிவு (Mediterranean race) என்றும் அதி வெள்ளைப்பிரிவைச் சேர்ந்த மக்களுக்கு நார்டிக் பிரிவு (Nordic race) என்றும் பெயரிட்டார்.

இந்த மத்தியத் தரைக்கடல் பிரிவு எனப்படும் வகையில், தெற்கு இத்தாலியர்கள், ஸ்பெயின் நாட்டவர், ஜெர்மானியர்கள், இரானியர்கள், லெபனான் நாட்டவர், கிரேக்கர்கள், தெற்கு

ஸ்லாவ் மக்கள், ஜார்ஜியா நாட்டவர், எகிப்தியர்கள், அரேபியர் கள், தென் இந்தியர்கள் ஆகிய அனைவரையும் ரிப்ளி வகைப் படுத்தினார். ரிப்ளியின் இந்தக் கோட்பாடுதான் இப்போது பெரும்பாலான அறிஞர்களால் ஏற்றுக்கொள்ளப்படும் ஒன்றாக உள்ளது.

இந்தக் கோட்பாட்டின் அடிப்படையில் பார்த்தால் தமிழர்கள் தமிழ்நாட்டின் தொல்குடி என்றால், அவர்கள் மத்தியத் தரைக் கடலைச் சுற்றி வாழும் மக்களைப் போன்ற உடல் அமைப்பை பெற்றிருக்கக் காரணம் என்ன? இந்த உடல் அமைப்பு எப்படி வாய்த்தது? இலக்கியமும், அகழ்வாராய்ச்சியும், இனங்களைப் பற்றிய விஞ்ஞான ஆராய்ச்சியும் தமிழனைத் தமிழ் நாட்டின் தொல்குடி அல்லன் என்பதைத்தான் உறுதி செய்கின்றன.

அப்படியானால் தமிழகம் அல்லாத ஒரு தாய் நாடு தமிழனுக்கு இருந்தது என்பது உண்மையா?

தமிழகம் அல்லாத ஒரு தாய் நாடு.

தமிழன் வேறு ஒரு நிலப்பகுதியில் தோன்றி ஏதோ ஒரு காரணத்துக்காகப் புலம் பெயர்ந்து தமிழ் நாட்டுக்கு வந்திருக்கக் கூடுமா? இதற்கு என்ன ஆதாரம் உள்ளது?

நமது இலக்கியங்களே முதன்மையான ஆதாரமாக அமைந் துள்ளன.

தமிழ் மொழி மறுமலர்ச்சிக்கு வித்திட்ட உ.வே.சாமிநாத ஐயர் தான் தமிழனின் வரலாற்று ஆராய்ச்சிக்கும் பிள்ளையார் சுழி போடுகிறார். இவரது காலத்துக்குமுன், ஐம்பெரும் காப்பியங் களில் முதன்மைக் காப்பியத்தின் பெயர் ‘சிறப்பு அதிகாரமா’ அல்லது ‘சிலப்பதிகாரமா’ என்றுகூட ஒரு சர்ச்சை இருந்தது. இத்தகைய நூற்றாண்டுக்கால இருளை விலக்க, இராமசாமி முதலியார் என்ற தமிழ் அன்பர் உ.வே.சாமிநாத ஐயருக்கு ஓர் அகழ் விளக்கைத் தந்தார். அது சிலப்பதிகாரம் அடங்கிய ஓலைச் சுவடிக் கட்டு. மிகுந்த போராட்டங்களுக்கு பிறகு உ.வே. சாமி நாத ஐயர் 1892-ல் சிலப்பதிகாரத்தை அச்சேற்றினார்.

இலக்கிய நோக்கில் மட்டுமே படிக்கப்பட்ட சிலப்பதிகாரத்தை ஆராய்ச்சி நோக்குடன் பார்த்தவர் ஈழத் தமிழறிஞர் ப.கனகசபை என்பவர். இவர் 1904-ம் ஆண்டு, ‘1800 ஆண்டுகளுக்கு முன்

தமிழர்கள்' என்ற ஆராய்ச்சி நூலை வெளியிட்டார். பல சங்க இலக்கியங்களில் விரவிக் கிடந்த செய்திகளைத் தொகுத்து, 'தமிழர்களுக்கு தமிழகம் அல்லாத ஒரு தாய்நாடு இருந்தது. அது கடல் கொள்ளப்பட்டதால் அவர்கள் புலம் பெயர்ந்து இன்றைய தமிழகத்துக்கு வந்தனர். மறைந்த நிலப்பகுதிக்கு குமரிக்கண்டம் என்று பெயர்' என்ற செய்தியை முதல் முதலில் அறிவித்தவர் கனகசபைதான். குமரிக்கண்டம் பற்றிய ஆராய்ச்சிக்கு கனகசபைதான் பிதாமகர். அதன் பின்னர் அப்பாதுரையார், தேவநேயப் பாவாணர் முதலிய அறிஞர்கள் மேலும் பல இலக்கியச் சான்றுகளைத் திரட்டினர்கள்.

இலக்கியங்கள் தரும் செய்தி

பஃறுளி ஆற்றுடன் பண்மலை அடுக்கத்து
குமரிக்கோடும் கொடுங் கடல் கொள்ள
வடதிசை கங்கையும் இமயமும் கொண்டு
தென்திசை ஆண்ட தென்னவன் வாழி

(சிலம்பு 11: 17-23)

என்று சிலப்பதிகாரம் பேசுகிறது. இதன் வாயிலாக, மறைந்து போன குமரிக்கண்டத்தில் பஃறுளி என்ற ஓர் ஆறும் குமரி என்ற ஒரு மலைத்தொடரும் இருந்தது என்ற செய்தி நமக்குத் தெரிகிறது. சிலப்பதிகாரத்துக்கு உரை எழுதிய அடியார்க்கு நல்லார், மேலும் பல தகவல்களை நமக்குத் தருகிறார். பஃறுளி ஆற்றுக்கும் குமரி ஆற்றுக்கும் இடைப்பட்ட பகுதி, 49 நாடு களாகப் பிரிக்கப்பட்டிருந்தது. அவையாவன: ஏழு கங்கை நாடு, ஏழு மதுரை நாடு, ஏழு முன் பாலை நாடு, ஏழு பின் பாலை நாடு, ஏழு குறும்பனை நாடு, ஏழு குள்ள நாடு, ஏழு குனக்கரை நாடு. இவ்வாறு 49 நாடுகளின் பெயர்களையும், முதல் முறையாக குமரி ஆறு என்ற ஒரு பெயரையும் அடியார்க்கு நல்லார் நமக்கு வழங்குகிறார். கடல் கொண்ட தாய் நாட்டைப்பற்றி கலித் தொகையும் பேசுகிறது.

மலித்திரை ஒருங்க தன்மண் கடல் வவ்வின்
மெலிவின்றி மேற்சென்று மேவார் நாடு இடம்பட
புலியொடு வில்நீக்கி புகழ் பொரித்த கிளர் கெண்டை
வலியினால் வனக்கிய வாடாசீர்த் தென்னவன்

(கலி 104)

தனது நிலத்தைக் கடல் கொண்டதனால் பாண்டியன், சேர, சோழர்களை வென்று அவர்களது நிலங்களைச் சேர்த்துக் கொண்டான் என்கிறது கலித்தொகையின் இந்தப் பாடல்.

இறையனார் அகப்பொருள் உரை

கடல் கொண்ட குமரிக்கண்டத்தைப் பற்றிப் பல இலக்கியங்கள் பேசினாலும் இறையனார் அகப்பொருள் உரை எனவும் இறை யனார் களவியல் உரை எனவும் வழங்கப்படும் நூலுக்கு ஒரு தனி இடம் உண்டு.

இந்த நூலின் செய்யுள் பகுதியை இறையனாரே, அதாவது கடவுளே, எழுதியதாகவும் அதற்கு மதுரை கணக்காயனார் மகன் நக்கீரனார் என்பவர் உரை எழுதியதாகவும் இந்த நூலில் செய்தி காணப்படுகிறது. இந்த நூல் தோன்றிய வரலாறு என்று இந்த நூலிலேயே ஒரு பகுதி இருக்கிறது. அதில் பின் வரும் வரலாற்றுச் செய்தி தொகுத்துக் கொடுக்கப்பட்டுள்ளது.[11]

> முதற் சங்கம், இடைச் சங்கம் ஆகிய காலங்கள் கடந்த பின்னர் கடைச் சங்க காலத்தில் பாண்டிய நாடு 12 ஆண்டுகள் கடும் பஞ்சத்தால் பரிதவித்தது. அப்போது அரசன் வல்லுநர்களையும், அறிஞர்பெருமக்களையும், சான்றோர்களையும் அழைத்து, 'என்னால் உங்களைப் போற்றி ஆதரவளிக்க முடியாது. ஆதலால் நீங்கள் உங்க ளுக்குத் தக்கவாறு வேறு இடங்களில் போய் வாழ்ந்து கொண்டிருங்கள். நாடு நாடானபிறகு நீங்கள் அனைவரும் திரும்பி வாருங்கள்' என்று வேண்டிக்கொண்டான். மன்னனது வேண்டுகோளை ஏற்று அறிஞர்கள் பல திசைகளில் சென்றுவிட்டார்கள். 12 ஆண்டுகளுக்குப் பிறகு பஞ்சம் போயிற்று, மழை பொழிந்தது, நாடு செழித்தது. வாக்களித்தபடியே மன்னன் அனைத்து அறிஞர்களையும் அழைத்து மீண்டும் சங்கத்தை நிறுவினான். இப்போது வல்லுநர்கள் எழுத்ததிகாரமும் சொல்லதிகாரமும் வகுத்துக்கொடுத்தார்கள். ஆனால் பொருளதிகாரம் வகுத்துக் கொடுக்கக்கூடிய வல்லமை உடைய அறிஞர்கள் எங்கும் காணப்படவில்லை. எழுத்தும் சொல்லும் ஆராய்வது பொருளதிகாரத்தின் பொருட்டே அன்றோ. பொருளியல் பொருளதிகாரம் பெறவில்லை என்றால் இவை பெற்றும் என்ன பயன் என மன்னன் வருந்தினான்.

எனவே அவன் மதுரை ஆலவாயில் கடவுளாக விளங்கும் சிவ பெருமானைத் தக்கதோர் நூலை வழங்கும்படி வேண்டித் தவம் கிடந்தான். மன்னன் வேண்டுகோளுக்கு மனம் இரங்கிய இறைவன் மூன்று செப்பேடுகளில் ஒரு நூலை வகுத்துத் தனது பீடத்தின்மேல் இருக்கும்படியாகச் செய்தான். இந்தச் செப்பேடுகளை இறைவனுக்குத் திருத்தொண்டாற்றும் அந்தணர் கண்டுபிடித்து மன்னனிடம் ஒப்படைத்தார்.

இறைவன் வழங்கிய களவியலுக்கு உரை வகுக்கும் வண்ணம் பாண்டியன் சங்கப் புலவர்களைக் கேட்டுக் கொண்டான். புலவர்களும் உரை எழுத உடன்பட்டனர். ஆனால் ஒவ்வொருவரும் தாம் எழுதிய உரையே சிறந்தது என்று கூறினர். நல்ல உரையைத் தேர்தெடுக்க, காரணிகன் அதாவது காரணத்தினால் ஆராய்பவன் ஒருவனைத் தரல் வேண்டும் என மன்னன் இறைவனிடம் வேண்டினான். இறைவனும், 'இவ்வூரில் உப்புரிக்கிழார் என்பவருடைய மகன் உருத்துரசிம்மன் என்ற ஓர் ஊமைப் பையன் இருக்கிறான். அவனைக் காரணிகனாக வைத்துக்கொண்டு உரை சொல்லுங்கள்' என்று அசரீரியாக மன்னனுக்கு உரைத்தார். உருத்துரசிம்மனைத் தலைமைப்படுத்தி புலவர்கள் யாவரும் தத்தம் உரையைக் கூறினர். எல்லோரும் முறையே பொருளுரைக்கக் கேட்டு வாளாய் இருந்து மதுரை மருதநில நாகனார் உரைத்தவிடத்து ஒரே விடத்துக் கண்ணீர் வார்த்து மெய்மையிர் நிறுத்தி பின்னர் கணக்காயனார் மகனார் நக்கீரனார் உரைத்த விடத்துப் பதம் தோறும் தண்ணீர் வார்த்து மெய்மயிர் சிலிர்ப்ப இருந்தான். 'இருப்ப ஆறப்படுத்து மெய்யுரை பெற்றோம் இந்நூற்கு' என்று இந்த நூலிலேயே குறிப்பு காணப் படுகிறது.

இன்று காணப்படும் உரை நக்கீரர் உரை என்று கூறப்பட்டாலும் நேரே அவர் எழுதியது அன்று; அவர் உரை வாய் மொழியாகப் பல தலைமுறைக்கு வழங்கி வந்து பின் ஒன்பதாம் தலை முறையைச் சார்ந்த நீலகண்டனாரால் ஏட்டில் எழுதிவைக்கப் பெற்றது என்ற குறிப்பும் இந்த நூலிலேயே காணப்படுகிறது.

அதை மதுரை கணக்காயனார் மகனார் நக்கீரனார் தம் மகனார் கீரன் கொன்றனாருக்கு உரைத்தார், அவர் தேனூர்

கிழார்க்கும் உரைத்தார், அவர் பழையங் கொற்றனாருக்கு உரைத்தார், அவர் செல்வத்தாசிரியர் பெருஞ்சுவனார்க்கு உரைத்தார், அவர் மணலூர் ஆசிரியர் புலியங்காய் பெருஞ் சேந்தனாருக்கு உரைத்தார், அவர் செல்லூர் ஆசிரியர் அண்டைப்பெரும்குமரனார்க்கு உரைத்தார், அவர் திருகுண்றத்தாசிரியர்க்கு உரைத்தார், அவர் மாதவனார் இளநாகனார்க்கு உரைத்தார், அவர் முசிறி ஆசிரியர் நீலகண்டனார்க்கு உரைத்தார்.[12]

பல தலைமுறையாக வாய்மொழியாகவே சொல்லி வந்து ஒன்பதாம் தலைமுறையில் எழுதிவைக்கப்பட்டது என்பதனால் எவ்வளவோ மாற்றங்கள் ஏற்பட்டிருக்கும் என்பது உறுதியாகும். எவ்வளவோ தொடர்கள், கருத்துகள் விட்டுப்போயிருக்கும் . புதிதாகப் பல தொடர்கள், கருத்துகள் சேர்க்கப்பட்டிருக்கும். பத்துப்பாட்டில் திருமுருகாற்றுப்படையும் நெடுநல்வாடையும் பாடிய நக்கீரனார் இந்நூலின் ஆசிரியரா என்பது ஐயத்துக்கு இடமாகிறது. உரையில் எட்டுத்தொகை நூல்கள் குறிப்பிடப் படுகின்றன. திருக்குறளிலிருந்தும் சிலப்பதிகாரத்திலிருந்தும் பல மேற்கோள்கள் எடுத்தாளப்பட்டுள்ளன. பாண்டிக்கோவை யிலிருந்து 326 பாடல்கள் மேற்கோள்களாகக் காட்டப் பட்டுள்ளன. பாண்டிக்கோவை பாராட்டும் பாண்டிய மன்னனின் காலம் பொ.யு. 640 முதல் 670 ஆகும்.[13] அப்பாண்டிய மன்னன்மீது பாடப்பட்ட கோவை தோன்றியது பொ.யு. 7-ம் நூற்றாண்டாகும்.

இறையனார் அகப்பொருள், தமிழ்ச் சங்கங்களைப் பற்றிப் பின்வரும் செய்திகளைக் கூறுகிறது. இந்த நூலில்தான் முதல் முறையாகத் தமிழ்ச் சங்கங்கள் பற்றிய செய்தி விரிவாகப் பேசப்படுகிறது.

தலைச்சங்கம், இடைச்சங்கம், கடைச்சங்கம் என மூவகைப்பட்ட சங்கம் இரீஇயினார் பாண்டியர்கள். அவருள் தலைச்சங்கம் இருந்தார் அகத்தியனாரும் , திரிபுரம் எரித்த விரிசடைக் கடவுளும், குன்றறிந்த முருகவேலும், முறிஞ்சியூர் முடிநாகராயரும், நிதியென் கிழவனும் என இத்தொடக்கத்தார் 549-ன்மர் என்ப. அவருள்ளிட்டு 4449-ன்மர் பாடினார் என்ப. அவர்களால் பாடப்பட்டன எத்துனையோ பரிபாடலும் , முது நாரை யும், முது குருகும், கலியாவிரையும் களறியாவிரையும் என இத்தொடக்கத்தன. அவர் 4440 ஆண்டு சங்கமிருந்தார்

என்ப. அவர்களைச் சங்கம் இரீஇயினார், காச்சினவழுதி முதல் கடுங்கோண் ஈறாக 89-ன்மர் என்ப. அவருள் கவியரங்கேறினார் எழுவர் பாண்டியர் என்ப. அவர் சங்கமிருந்து தமிழ் ஆராய்ந்து கடல் கொள்ளப்பட்ட மதுரை என்ப. அவருக்கு நூல் அகத்தியம்.

இனி இடைச்சங்கம் இருந்தார் அகத்தியனாரும், தொல் காப்பியனாரும், இருந்தையூர் கருங்கோழியும், மோசியும், வெல்லூர் காப்பியனும், திருபாண்டரங்கனும், திரையென் மாற்றனும், மதுரையென்மாறனும், துவரைக்கோனும், கீரந்தையும் என இத்தொடக்கத்தார் 59-ன்மர் என்ப. அவருள்ளிட்டு 3700-ற்றுவர் பாடினர் என்ப. அவர்களால் பாடப்பட்டன கலியும், குருகும், வெண்டாளியும், வியாழமாலை அகவலும் என இத்தொடக்கத்தன என்ப. அவருக்கு நூல் அகத்தியமும், தொல்காப்பியமும், மாபுராணமும், இசைநுணுக்கமும், பூதபுராணமும் என இவை என்ப. அவர் 3200-ற்று ஆண்டு சங்கமிருந்தார் என்ப. அவரை சங்கம் இரீஇயினார், வெண்டேர்ச்செழியன் முதலாக முடதிருமாறன் ஈராக 59-ன்மர் என்ப. அவருள் கவியரங்கேறினார் ஐவர் பாண்டியன் என்ப. அவர் சங்கமிருந்து தமிழ் ஆராய்ந்தது கபாடபுரத்தென்ப. அக்காலத்துப்போலும் பாண்டிய நாட்டைக் கடல் கொண்டது.

கடைச் சங்கம் இருந்து தமிழ் ஆராய்ந்தார் சிறுமேதாவி யரும், சேந்தம்பூதனாரும், அறிவுடையாரும், பெருங் குன்றுக் கிழாரும், இளந்திருமாறனும், மதுரை ஆசிரியர் நல்லத்துவனாரும் , மருதநில நாகனாரும், கணக்காயனார் மகனார் நக்கீரனாரும் என இத்தொடக்கத்தார் 49-ன்மர் என்ப. அவருள்ளிட்டு 449-ன்மர் பாடினார் என்ப. அவர்களால் பாடப்பட்ட நெடுந்தொகை நானூறும், குறுந் தொகை நானூறும், நற்றிணை நானூறும், புறநானூறும், ஐங்குறுநூறும், பதிற்றுப்பத்தும், நூற்றைம்பது கலியும், எழுபது பரிபாடலும் , கூத்தும், வரியும், சிற்றிசையும், பேரிசையும் என்று இத்தொடக்கத்தன. அவர்க்கு நூல் அகத்தியமும் தொல்காப்பியமும் என்ப. அவர் சங்கம் இருந்து தமிழ் ஆராய்ந்தது 1950-ற்று ஆண்டு என்ப. அவர்களைச் சங்கம் இரீஇயினார் கடல் கொள்ளப்பட்டு

வந்திருந்த முடத்திருமாறன் முதலாக உக்கிரபெருவழுதி ஈறாக 49-ன்மர் என்ப. அவருள் கவியரங்கேறினார் மூவர் பாண்டியர் என்ப. அவர் சங்கம் இருந்து தமிழ் ஆராய்ந்தது உத்திரை மதுரை என்ப.

இதுவரை இலக்கியங்களில் கடல்கோள் பற்றியும் வேறு பகுதியில் முதல் இரண்டு சங்கங்கள் இருந்தது பற்றியும் நேரிடையான செய்திகளைக் கண்டோம். இவை அல்லாமல் ஊகித்து அறிய வேண்டிய சில செய்திகளும் இலக்கியங்களில் மறைந்துள்ளன. உதாரணமாக தொல்காப்பியத்தில் மரபியல் பகுதியில் விலங்குகளின் இளமைக்காலப் பெயர்கள் பற்றி ஒரு சூத்திரம் வருகிறது.

யாரும் குதிரையும் நல்லியும் உழையும்
ஓடும் புல் வாய் உளப்பட மறியே

(தொல். 1502)

நாயே பன்றி புலி முயல் நான்கும்
ஆயும் காலை குருணை என்ப

(தொல். 1490)

யானையும் குதிரையும் கழுதையும் கடமையும்
மமாதேடு ஐந்தும் கன்னெறை கென்ப

(தொல் 1505)

ஒட்டகம் அவற்றொடு ஒருவழி நிலையும்

(தொல் 1508)

அதில் குதிரை, ஒட்டகம் ஆகியவற்றின் இளமைக் காலப் பெயர்கள் குறிப்பிடப்பட்டுள்ளது. இந்த விலங்குகள் தமிழகத்தைப் பிறப்பிடமாகக் கொண்ட விலங்குகள் அல்ல. பின் எப்படி இவை தொல்காப்பியத்தில் இடம் பிடித்தன? இதையே சற்று மாற்றிச் சொன்னால் தொல்காப்பியம் இயற்றப்பட்ட நிலப்பகுதியில் இவ்விலங்குகளும் காணப்பட்டிருந்தால், அந்த நிலப்பகு தி கண்டிப்பாக இன்றைய தமிழகம் இல்லை என்பது தானே முடிவு.

ஆக, தமிழகத்தில் கிறிஸ்துவுக்கு முற்பட்ட காலத்தில் வரலாற்றுச் சின்னங்கள் இல்லாமையாலும், தமிழர்கள் மத்திய தரைக்கடல் இனப்பிரிவைச் சேர்ந்தவர்கள் என்ற விஞ்ஞானக் கூற்றின்

அடிப்படையிலும், இலக்கியங்கள் காட்டும் ஆதாரங்களின் அடிப்படையிலும் தமிழன் தமிழ் நாட்டின் தொல்குடி அல்லன், அவனுக்கு வேறு ஒரு தாய்நாடு இருந்தது என்ற கோட்பாட்டுக்கு ஓர் அடிப்படை ஆதாரம் இருப்பதுபோல் தெரிகிறது. அப்படி யானால் இந்த நிலப்பகுதி எங்கே இருந்திருக்க முடியும் என்பது பற்றிச் சிந்திப்போம்.

லெமூரியா

19-ம் நூற்றாண்டின் மிகப்பெரிய அறிவியல் கண்டுபிடிப்புகளில் ஒன்று டார்வினின் பரிணாம வளர்ச்சிக் கொள்கை. டார்வினின் இந்தக் கொள்கை வெளியானபிறகு விலங்கியல் துறை ஒரு புத்துணர்ச்சி பெற்றது. உயிரினங்களை வகைப்படுத்திப் பாகு பாடு செய்யும்போது மனிதனையும் குரங்குகளையும் ஒரே விலங்கியல் குடும்பத்தின்கீழ் கொண்டுவந்து அதற்கு Primate (முதன்மை என்ற பொருள்) என்று ஒரு பெயர் அளித்து ஆராய்ச்சிகள் மேற்கொள்ளப்பட்டன. மனிதனும் குரங்கும் ஏதோ ஒரு பொதுவான விலங்கிலிருந்து தான் தோன்றியிருக்க வேண்டும் என்ற ஒரு கொள்கை முன்வைக்கப்பட்டது. இந்த ஏதோ ஒரு விலங்குக்கு missing link, அதாவது 'விடுபட்ட இணைப்பு' என்று பெயர் அளிக்கப்பட்டது.

இதே காலக்கட்டத்தில் ஆப்பிரிக்காவுக்கு மிக அருகில் உள்ள தீவான மடகாஸ்கரில் லெமூர் என்ற ஒருவகை விலங்குகள் இருப்பது கண்டுபிடிக்கப்பட்டது. தொலைந்துபோன தொடர்புக் குரிய விலங்கு லெமூராக இருக்கலாம் என்று பல விஞ்ஞானி களும் ஆராய்ச்சியாளர்களும் கருதியதால் அதனைப் பற்றிய ஆராய்ச்சி தீவிரம் அடைந்தது.

இந்த லெமூர் வகை விலங்குகள் இன்று மடகாஸ்கர் தீவில் மட்டுமே காணப்படுகின்றன. உலகில் வேறு எங்கும் காணப் படுவதில்லை. இந்தியாவுக்குத் தெற்கே இலங்கை இருப்பது போல் ஆப்பிரிக்காவுக்கு மிக அருகில் தென் கிழக்கில் உள்ளது இந்த தீவு. இந்தோனேசியாவிலும் மலேசியாவிலும் பறக்கும் லெமூர் என்று அழைக்கப்படும் சுண்டா (Sunda) என்ற வகை லெமூர்கள் காணப்படுகின்றன. ஆனால் இது உண்மையான லெமூர் அல்ல. லெமூரை ஒத்த ஒரு விலங்குதான்.

லெமூர்

லெமூர் என்பது உண்மையிலேயே ஆச்சரியத்தையும் வியப்பையும் அளிக்கக்கூடிய விலங்கு. இது பார்ப்பதற்கு, 50% குரங்கு, 25% மனிதன், 10% பூனை, 15% அணில் என்று ஒரு கலவையாகக் காணப்படும். இன்று மடகாஸ்கரில் நூற்றுக்கணக்கான லெமூர் வகைகள் காணப்படுகின்றன. Indri எனப்படும் பாடும் லெமூர்கள் முதல் Saffat எனப்படும் நடனமாடும் லெமூர் வரை பல வகைகள் அங்கு காணப்படுகின்றன. ஆனால் Eulemur எனப்படும் பிரிவுதான் மிகத்தூய்மையான மரபியல் கூறுகளைக் கொண்ட உண்மையான லெமூர் ஆகும். இதில் 11 வகைகள் மட்டுமே காணப்படுகின்றன. இந்த வகையில் Eulemur (Flavis Forns) எனப்படும் ஒரு வகையின் படிமம் நீலகிரி மலையிலும், அதே படிமம் மடகாஸ்கரிலும் காணப்பட்டது.

பிலிப் ஷ்லாட்டர் (Philip Schlatter) என்ற ஒரு விலங்கியல் ஆராய்ச்சியாளர் இருந்தார். அவர் 1864-ம் ஆண்டு The Quaterly Journal of Science என்ற பத்திரிக்கையில் 'மடகாஸ்கர் பாலூட்டிகள்' என்ற தலைப்பில் ஒரு கட்டுரை எழுதினார். இன்றளவும் லெமூர்களில் 11 வகைகள்தான் கண்டுபிடிக்கப் பட்டுள்ளன. இதில் பழங்காலத்தில் வாழ்ந்து அழிந்துபோன

Eulemur Flavis Forns என்ற இனத்தின் படிமம் மடகாஸ்கரில் கண்டுபிடிக்கப்பட்டது. அதே வகையில் இன்னொரு படிமம் தமிழ்நாட்டில் உள்ள உதகையில் கண்டுபிடிக்கப்பட்டது. இந்த வகை லெமூர்கள் ஆப்பிரிக்காவில் காணப்படவில்லை. 100 மைல் தூரத்தில் உள்ள ஆப்பிரிக்காவில் காணப்படாத ஒரு விலங்கு 5,000 மைல் தூரத்தில் உள்ள தென் இந்திய மலைகளில் காணப்பட்ட காரணம் என்னவாக இருக்கும் என்று அவர் சிந்தித்தார். மடகாஸ்கரையும் தென் இந்தியாவையும் இணைக்கும் வகையில் ஒரு நிலப்பகுதி இருந்திருக்கவேண்டும் என்று அவர் முடிவு செய்தார். இந்த நிலப்பகுதிக்கு லெமூரியா என்று பெயர் வைத்தார்.[14]

விஞ்ஞானிகள் பலரும் இதை வரவேற்றது ஆச்சர்யம்தான். ஏர்னஸ்ட் ஹேக்கல் (Ernst Haeckel) என்ற ஜெர்மானிய அறிவியலாளரும் இப்படி ஒரு நிலப்பகுதி இருக்கச் சாத்தியம் உண்டு என்று ஏற்கெனவே கூறியிருந்தார். அதற்கு லெமூரியா என்று பெயர் வைத்தது ஷ்லாட்டர்தான்.

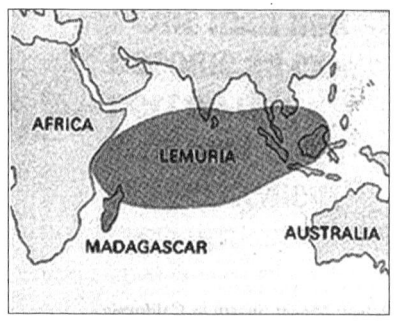

லெமூரியா

இலங்கையிலிருந்து வெளிவந்துகொண்டிருந்த சித்தாந்த தீபிகை என்ற இதழின் ஆசிரியரான நல்லசிவம் பிள்ளை என்பவர் 1906-ம் ஆண்டு அந்த இதழில் ஒரு தலையங்கத்தில், ஷ்லாட்டர் கூறிய லெமூரியா தான் இரண்டாண்டுகளுக்குமுன் கனகசபை வெளியிட்ட கடல் கொண்ட குமரி என்ற நிலப்பகுதி என்று எழுதினார். தமிழ் ஆர்வலர்களும் வரலாற்று அறிஞர்களும் லெமூரியாதான் கடல் கொண்ட குமரிக் கண்டம் என்பதை விருப்பமுடன் ஏற்றுக் கொண்டு அதைப் பற்றி ஏராளமான நூல்களை எழுதினார்கள்.

அதுவரை கனவாகவும் கற்பனையாகவும் இருந்த குமரிக் கண்டம் விஞ்ஞானத்தின் வெளிச்சத்துக்குள் வருவதுபோல் தோன்றியது.

இதே காலக்கட்டத்தில் அடையாற்றில் அமைந்திருந்த பிரம்ம ஞான சபை என்கிற தியசாபிக்கல் சொசைட்டியைச் சேர்ந்த மேடம் பிலாவட்ஸ்கி, ஆயிரக்கணக்கான வருடங்களாக உயிரோடு வாழ்ந்துகொண்டிருக்கும் பல மகான்கள் மனித குலத்தை வழிநடத்தும் பொருட்டுத் தமக்குப் பல தகவல்களைத் தந்துகொண்டிருப்பதாகவும் அந்த மகான்கள் வாழும் இடம் லெமூரியா தான் என்றும் ஒரு கருத்தை வெளியிட்டார்.[15] ஏற்கெனவே எதிர்ப்பில்லாமல் உலா வந்துகொண்டிருந்த ஷ்லாட்டரின் கொள்கைக்கு இது மேலும் வலு சேர்ப்பதுபோல் அமைந்தது.

ஷ்லாட்டரின் இந்தக் கொள்கையை விலங்கியல் நிபுணர்கள் வரவேற்றாலும் புவியியல் வல்லுநர்கள் ஏற்றுக்கொள்ள வில்லை. ஷ்லாட்டர், லெமூர் என்ற ஒரு விலங்கை மட்டும் வைத்துக்கொண்டு மடகாஸ்கருக்கும் தென்னிந்தியாவுக்கும் இடைப்பட்டதாக ஒரு நிலப்பகுதி இருக்கவேண்டும் என்று முன்மொழிந்தார். ஆனால் புவியியல் வல்லுநர்கள் தென் அமெரிக்காவிலும் ஆப்பிரிக்காவிலும் நூற்றுக்கணக்கான தாவர வகைகள் ஒரே மாதிரி இருப்பதைக் கண்டுபிடித்தனர். ஷ்லாட்டரின் கொள்கையை அப்படியே கடைப்பிடித்தால் தென் அமெரிக்காவுக்கும் ஆப்பிரிக்காவுக்கும் இடையிலும் ஒரு நிலப்பகுதி இருந்திருக்கவேண்டும்.

இதே காலகட்டத்தில் புவி என்பது ஒரு ஒற்றை திடப்பொருள் அல்ல, அது பல தகடுகளைக் கொண்ட ஓர் அமைப்பு என்ற கோட்பாடு வலுப்பெற்றது. இந்தக் கோட்பாட்டின்படி, நாம் அறியும் புவியின் மேற்பரப்பு ஏழு பெரிய தகடுகளாலும் எழு சிறிய தகடுகளாலும் மூடப்பட்டுள்ளது. இந்தத் தகடு என்பது மிக பிரம்மாண்டமானது. உதாரணமாக ஒரு புவி தகட்டின் கனம் 100 முதல் 140 கிலோமீட்டர்; அதன் நீள கலங்கள் பல ஆயிரம் கிலோமீட்டர் என்பதிலிருந்து அதன் பிரம்மாண்டத்தை நாம் ஊகித்தறியலாம். இந்தத் தகட்டின் மீதுதான் இமயமலையும் அமைந்துள்ளது, பசிபிக் பெருங்கடலும் அமைந்துள்ளது. உங்களது கன்னம்தான் ஒரு புவித்தகடு என்றால் அதில் உள்ள ஒரு

பரு இமயமலை. நீங்கள் சிரிக்கும்போது உங்கள் கன்னத்தின் விழும் குழி, பசிபிக் பெருங்கடல். தகடு என்பது அவ்வளவு பிரம்மாண்டமான ஓர் அமைப்பாகும்.

இந்தப் புவித் தகடுகளுக்குக் கீழே பூமியின் மையப்பகுதி, கற்பனைக்கு எட்டாத வெப்பத்துடன் எரிமலைக் குழம்பாகக் கனன்றுகொண்டிருக்கிறது. இந்தத் தகடுகளுக்கு இடையே ஒரு சிறிய இடைவெளி ஏற்பட்டாலும், உருகிய இந்தக் குழம்பு, அதன் வழியாக வெளியேறி மேற்பரப்பை வந்தடையும். இதைத் தான் நாம் எரிமலைகள் என்கிறோம். இந்நிலையில் ஒரு புவித் தகடு கீழேபோவது என்பது நடக்கமுடியாத ஒரு செயலாகும். எனவே பிலிப் ஷ்லாட்டர் கூறியதுபோல் லெமூரியா என்ற ஒரு மாபெரும் நிலப்பரப்பு மூழ்கி இருக்க முடியாது என்பது மட்டுமல்ல, இருந்திருக்கவே முடியாது என்பதுதான் உண்மை. இது உண்மையானால் ஒரு அற்ப லெமூர் எப்படி 5000 மைல் அலைகடலைத் தாண்டி அனுமனைப் போல நீலகிரிக்கு வந்தது என்ற கேள்வியும் எழுகிறது.

இதற்கு விடை கண்டவர் ஒரு ஜெர்மன் விஞ்ஞானி.

1915-ம் ஆண்டு ஆல்ஃப்ரட் வெகெனர் என்ற ஜெர்மன் விஞ்ஞானி ஒரு புரட்சிகரமான கருத்தை வெளியிட்டார். கோடிக்கணக்கான ஆண்டுகளுக்குமுன் இன்று ஏழு கண்டங்களாகப் பிரிந்துகிடக்கும் நிலப்பகுதிகள் முழுமையும் ஒரே நிலப்பரப்பாக அமைந் திருந்தது. அதற்கு பான்ஜியா (Pangea) என்று பெயர். பின்னர் டைனோசர்கள் வாழ்ந்த ஜுராசிக் காலத்தில் இந்த பான்ஜியா இரண்டாகப் பிளவுபட்டது. ஒன்றின் பெயர் லாரேசியா, மற்றொன்றின் பெயர் கோண்டுவானா. அதன்பின்னர் கிரிட்டேசியஸ் எனப்படும் காலத்தில் இந்த இரண்டு பிரம் மாண்டமான கண்டங்கள் சிறு சிறு துண்டுகளாக உடைந்து இப்போது நாம் மேலே கூறிய 14 புவித்தகடுகளாக மாறின.[16] உடைந்த துண்டுகள் இன்றளவும் நகர்ந்தவண்ணம் உள்ளன என்பது வெகெனரின் கோட்பாடு.

வெகெனரின் இந்தக் கோட்பாட்டைப் புரிந்துகொள்ளவேண்டும் என்றால் உலக வரைபடத்தைப் பாருங்கள். தென் அமெரிக்கா வின் கிழக்குக் கரையும் ஆப்பிரிக்காவின் மேற்குக் கரையும் சரியாகப் பொருந்துவது தெரியும்.

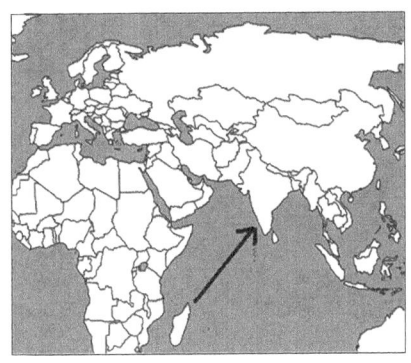

மடகாஸ்கரும் இந்தியாவும்

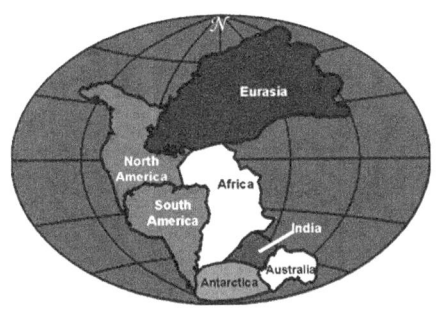

பான்ஜியா - கண்டங்கள் நகர்வதற்கு முன்

இந்தக் கோட்பாட்டின்படி சுமார் 64 மில்லியன் ஆண்டுகளுக்கு முன் இந்தியா ஆப்பிரிக்காவோடு இணைந்திருந்தது. இரண்டுக்கும் இடையே இப்போது உள்ள மடகாஸ்கரும் இந்தியாவோடு ஒட்டுக்கொண்டு நடுவில் இருந்தது. இந்தியா உடைந்து ஆப்பிரிக்காவைவிட்டு 64 மில்லியன் ஆண்டுகளுக்குமுன் கொஞ்சம் கொஞ்சமாக நகர ஆரம்பித்தது. இடையில் சுமார் 30-40 மில்லியன் ஆண்டுகளுக்குமுன் மடகாஸ்கர் இந்தியாவிலிருந்து உடைத்துக்கொண்டது. நகர்ந்த இந்தியா, ஆசியா கண்டத்தோடு மோதி இப்போது இருக்கும் நிலையை அடைந்தது. எனவே, மடகாஸ்கரிலும் தென் இந்தியாவின் நீலகிரியிலும் ஒரே மாதிரியான விலங்குகள், தாவரங்கள் இருப்பது சாத்தியமானதுதான் என்று வெகெனர் முடித்தார்.

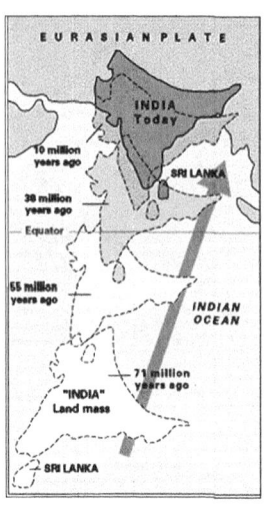

இந்தியா நகர்ந்தது எப்படி?

இதனால் லெமூரியாக் கண்டம் என்பது விஞ்ஞானத்தைப் பொருத்தவரை அவசியம் இல்லாத ஒன்றாகிவிட்டது. ஒரு முக்கியமான விஷயத்தைக் கவனிக்கவேண்டும். இந்தியா நகர்ந்து ஆசியாவோடு மோதுவதற்குமுன் இந்தியாவுக்கும் ஆசியாவுக்கும் இடையே என்ன இருந்திருக்கும்? கடல்தான். அதற்கு தெத்தீஸ் கடல் (Thethys Sea) என்று பெயர். இந்தியாவின் நான்கு புறமும் கடல் சூழ்ந்திருக்கும். எனவே தமிழில் இதனை நால்வலம் தீவு என்று கூறினார்கள். பிற்காலத்தில் நால்வலம் தீவு மருவி நாவலந் தீவு ஆனது. நாவலந் தீவு வடமொழியில் ஜம்பூத்வீபம் என்று அழைக்கப்பட்டது (நாவல் பழ மரத்துக்கு வடமொழியில் ஜம்பு என்று பெயர்!).

ஆசியாவோடு மோதியபின் கடல் மறைந்தது. மோதல் ஏற்பட்ட பகுதியின் ஓரங்கள் மேல்நோக்கி மடிந்தன. இவ்வாறு மடிந்த பகுதிதான் இன்று நாம் காணும் இமயமலைத் தொடர். வருடத்திற்கு 16 செ.மீ. என்ற அளவுக்கு இமயமலை வளர்ந்த தாம். அப்படியானால் இன்றைய இமயமலையின் உயரத்தை அடைய எத்தனை வருடங்கள் ஆகியிருக்கும் என்று எண்ணிப் பாருங்கள்!

லெமூரியா இல்லை என்று ஆனபிறகு ஒரு சிலர் குமரிக்கண்டம் என்பது லெமூரியா அல்ல; அது கன்னியாகுமரிக்குத் தெற்கே

இருந்த ஒரு நிலப்பகுதி; அதுதான் கடலில் மூழ்கியது என்று கூற ஆரம்பித்தார்கள். இதைப்பற்றியும் சற்று விரிவாகக் காண்போம்.

குமரிக் கண்டம்

குமரிக் கண்டம் என்பது கன்னியாகுமரிக்குத் தெற்கே இருந்த ஒரு நிலப் பகுதி என்று ஒரு சிலர் எழுதியுள்ளனர். இவர்கள் பெரும்பாலும் இலக்கியத்தை ஆதாரமாகக் கொண்டு இந்த முடிவுக்கு வருகிறார்கள். தேவநேயப் பாவாணரும் அப்பாத் துரையாரும் இந்தக் கருத்தை ஒட்டி நிறைய எழுதியுள்ளனர்.

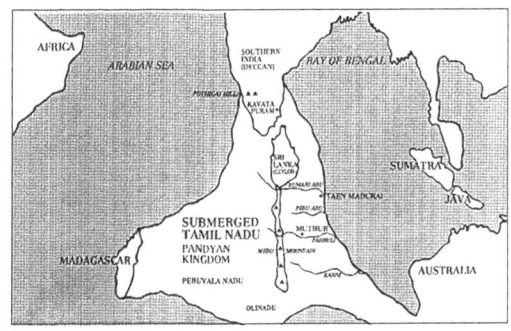

குமரிக்கண்டம்

'தென்புலத்தார் தெய்வம் விருந்தொக்கல்' என்ற திருக்குறளை முன்னிறுத்தி இத்தகைய வாதங்கள் அமைக்கப்படுகின்றன. வேறு சிலர், 'தென்புலத்தார்' என்பதற்கு இறந்துபோன முன்னோர்கள் என்ற பொருள் கொண்டு உரை எழுதியுள்ளார்கள். தென் திசையை 'எம திக்கு' என்று கூறுவதனால் தென்புலத்தார் என்பதற்கு நீத்தார் என்று பொருள் கொள்கின்றனர்.

இதில் பாவாணரின் கருத்தைச் சற்று ஆராய்வோம். 'தமிழர் வரலாறு' என்னும் தமது நூலில் குமரிக் கண்டம் என்பது, இன்றைய கன்னியாகுமரி முனைக்குத் தெற்கே அமைந்திருந்த ஒரு நிலப் பகுதி என்றும், தமிழ் தோன்றியது குமரிக் கண்டத்தில் தான் என்றும் பாவாணர் கூறுகிறார். குமரிக் கண்டம் என்பதை ஏற்றுக்கொள்ளும் எவரும், தமிழ் தோன்றியது அங்குதான் என்பதை மறுக்கப் போவதில்லை. தமது வாதத்துக்கு வலு சேர்க்கும் விதமாக பாவாணர் 15 சான்றுகளை முன்வைக்கிறார்.

தமிழ் தோன்றிய இடமே தமிழன் பிறந்தகமாகும். அது தென் வாரியில் மூழ்கிப் போன குமரி நாடே. அதற்குச் சான்று.

1. தமிழும் அதனோடு தொடர்புள்ள திராவிட மொழிகளும் நாவலத் தேயத்திற்குள்ளேயே வழங்குதலும் தென்மொழி வடக்கே செல்லச் செல்லத் திரிந்தும் குறுகியும் மற்றும் இடையீடு பட்டும் தெற்கே வரவர திருந்தியும் விரிந்தும் இலக்கிய முற்றும் செறிந்தும் இருத்தலும்.

2. நாவலந் தேயத்திற்கு வெளியே திராவிட மொழி இன்மையும் மேலை மொழிகளில் உள்ள தென் சொற்கட்கெல்லாம் தமிழிலேயே வேரிருத்தலும்.

3. முழுத் தூய்மையுள்ள தமிழ் தென்னாட்டில் தென் கோடியில் வழங்குதல்.

4. தமிழ் நாட்டுள்ளும் தமிழ் தெற்கே செல்லச் செல்லத் திருந்தி இருத்தல். ('திருத்தக் கல்லிற்கு தெற்கிட்டு பிறந்தவன்' எனும் வழக்கு இதை உணர்த்தும்.)

5. வட நாட்டு மொழிகளிலும், தெலுங்கு முதலிய திராவிட மொழிகளிலும் வல்லொலிகள் தமிழிலின்மையும் எட்டும் பத்தும் பன்னிரெண்டுமாக மெய்யொலிகள் கொண்ட மொழிகள் ஆத்திரேலியாவிலும் அதனை அடுத்த தீவுகளிலும் வழங்குதலும்.

6. தமிழ் முழு வளர்ச்சியடைந்து முத்தமிழ் ஆன பிறகு ஏற்பட்ட தலைக் கழகம், குமரிக் கண்டத்தின் தென் கோடி பஃறுளி ஆற்றங்கரை மதுரையில் இருந்தமையும், குமரிக் கண்டத் தோற்றத்தின் எண்ணிற்கு மெட்டாத் தன்மையும்.

7. தென்னை மரம் ஆஸ்திரேலியா தீவுகளினின்றே பிற தென் கிழக்குத் தீவுகளுக்குக் கொண்டுவரப்பட்டதாகச் சொல்வதும், குமரிக் கண்டத்தில் ஏழ்தெங்க நாடிருந்தமையும், தென் எனும் சொல் தென்னை மரத்தையும் தெற்குத் திசையையும் குறித்தலும்.

8. பண்டைத் தமிழ்ச் செய்யுள்களில் கூறப்பட்டுள்ள நீர் நாயும், உரையாசிரியர்களால் கூறப்பட்டுள்ள காரோ தீபமும் (காரண்ணம், ஆத்திரேலியாவுக்கு தெற்குள்ள தாசுமேனியத் தீவில் இன்றும் இருத்தல்).

9. வணிகத்தால் வந்த இரண்டோர் அயல் நாட்டு விலங்குகளும், நிலைத் திணை உயிர்களும் தவிர மற்றல்லாக் கருப் பொருள்களும் கால வகைகளும் நில வகைகளுமாகிய முதற் பொருளும், தென்னாட்டிற்குச் சிறப்பாக உரியவையே என பண்டைத் தமிழ் இலக்கியத்தில் கூறப்பட்டிருத்தல்.

10. மக்களின் நாகரிகத் தொடக்கத்தை உணர்த்தும் ஐந்திணை மக்கட் பாகுபாடும், குறிஞ்சி மகளிர் தழை யுடையும், நாட்டாட்சிக்கு முற்பட்ட ஊராட்சியும், அகப் பொருட் செய்யுள்களில் புலனெறி வழக்கமாக கூறப்பட்டிருத்தலும், ஐந்திணை நிலப் பாகுபாடு தமிழ் நாட்டிற்போல் வேறெங்கும் அடுத்தடுத்து அமைந்திராமையும்.

11. தமிழ் மக்கள் பழங்காலத்திலிருந்து தென்னாட்டிலேயே வாழ்ந்து வந்திருத்தலும், அவர்க்கு வந்தேறிக் கருத்தின்மையும்.

12. தமிழர் பிற நாட்டினின்று வந்தார் என்பதற்குப் பண்டைத் தமிழ் இலக்கியத்தில் ஒரு சான்றுமின்மை.

13. தென்னாடு, தென்னர், தென் மொழி, தென்றமிழ், தென்னவன், தென்கலை எனும் பெயர்கள் தொன்று தொட்டு வழங்கி வந்தமை.

14. பண்டைத் தமிழர் தம் முன்னோர்களைத் தென்புலத்தார் என்றழைத்தலும், இறந்த முன்னோரிடம் தென்புலம், தென்னுலகு என்றும், கூற்றுவன் தென்றிசைக் கிழவன் என்றும், தென்றிசை முதல்வன் மற்றும் தென்புலக் கோன் என்றும் பெயர் பெற்றிருத்தலும்.

15. தெற்கு வடக்கு தெரியாதவன், தெற்கும் வடக்குமாய்த் திரிகின்றவன், தென்வடல், தென்பல்லி, வடபல்லி முதலிய வழக்குகளில் தென்றிசை முற்குறிக்கப் பெறுதல்.[17]

பாவாணரின் இந்தச் சான்றுகளை ஒவ்வொன்றாக ஆராய்வோம். ஒவ்வொரு கருத்துக்கும் எண் வாரியாக எனது கருத்தைப் பதிவு செய்கிறேன்.

1. இதே வாதத்தை வடமொழி அறிஞர்களும் முன் வைக்கலாம். வடமொழி நாவலத்தேயத்தில் மட்டும் வழங்குகிறது. தெற்கே செல்லச் செல்ல சிதைகிறது என்று அவர்கள் இதே கருத்தை மாற்றிச் சொல்லலாம். எனவே, இது ஒரு வலுவான சான்றாகாது.

2. அரிசி, துகி போன்ற சொற்களை மனதில் கொண்டு பாவாணர் இந்த வாதத்தை முன் வைக்கிறார் என்று கருதுகிறேன். இதற்குக் காரணம் வாணிபம்.

3 + 4. தமிழ் நாட்டில் திருநெல்வேலி மாவட்டத்தில்தான் தமிழ், முழுத் தூய்மையாகவும் செழுமையாகவும் காணப்படுகிறது. அங்கிருந்து தெற்கு நோக்கி கன்னியாகுமரி, நாகர் கோவில் பகுதிகளுக்குச் சென்றாலும் வடக்கு நோக்கி வந்தாலும் அதன் தூய்மை மாசுபடுகிறது. எனவே, தென் கோடியில் தமிழ் தூய்மையாக உள்ளது என்னும் கருத்து சரியல்ல.

5. எட்டும், பத்தும், பன்னிரெண்டுமாக ஒலிகள் கொண்ட மொழிகள் மேற்காசிய நாடுகள் பலவற்றிலும் உள்ளன. உதாரணமாக, சுமேரியத்தில், ஐ, ஔ நீங்கலாக பத்து உயிர் ஒலிகள் உள்ளன. வரி வடிவில் எழுத்து என்று வரும் போது, குறில், நெடில் பேதம் கிடையாது. எனவே ஐந்து எழுத்துகள் மட்டுமே உள்ளன.

அடுத்தபடியாக, தமிழர்கள் வடக்கே, அது இந்தியாவுக்கு உள்ளிருந்தோ வெளியிலிருந்தோ வந்தவர்கள் என்ற கூற்றை வெறுத்து ஒதுக்கும் பாவாணர், தமிழர்கள் ஆஸ்திரேலிய தீவுப் பகுதியிலிருந்து இங்கு குடிபெயர்ந்தவர்கள் என்ற கருத்து தொனிக்கும் வகையில் எழுதியிருப்பது ஆச்சர்யத்தை அளிக்கிறது. மேலும் ஆஸ்திரேலியாவிலிருந்து தமிழும், தமிழனும் வந்திருக்கக் கூடும் என்றால், குமரிக்குத் தெற்கேயிருந்து வந்தோம் என்ற வாதம் அடிபட்டுப்போகிறது.

6. இது தமிழரின் பெருமையை உணர்த்தும் ஒரு செய்தி. நாம் எடுத்துக்கொள்ளும் வாதத்துக்கு எந்த வகையிலும் சான்றாகாது.

7. தென்னை மரம் ஆஸ்திரேலியாவில் தோன்றியது என்பது தவறு. ட்ராபிக்கல் கிளைமேட் என்று சொல்லப்படும், அதிக மழையும், சூரிய வெப்பமும் உடைய அனைத்துப் பகுதிகளிலும் உலகமெங்கும் தென்னை மரம் காணப்படு கின்றது. தென்னை மரம் இந்தியாவில் தோன்றியிருக் கலாம்[18] என்கிறார்கள் சில ஆராய்ச்சியாளர்கள்.

தென் என்ற சொல் திசையையும் காயையும் குறிக்கப் பயன்படுகிறது என்ற செய்தி எந்த வகையில் சான்றாக அமையும்? கீழ் என்ற சொல்கூடக் கிழக்கு என்ற திசையை யும், அடியில் உள்ள என்ற பொருளிலும் கையாளப் படுகிறது. ஏற்கெனவே நாம் கண்டது போல, ஆஸ்தி ரேலியாவைத் துணைக்கு அழைத்தால், குமரி முனைக்குத் தெற்கே என்ற கருத்து அடிபடுகிறது.

8. நாய் என்பது ஓநாய் குடும்பத்தைச் சேர்ந்தது. பாவாணர் குறிப்பிடும் நீர் நாய், தாஸ்மேனியாவில் உள்ள ஆட்டர் (Otter) என்று ஆங்கிலத்தில் குறிப்பிடப்படும் விலங்கு என்று நினைக்கிறேன். காரண்ணம் ஐரோப்பா முழுவதும் காணப்படும் ஒரு பறவை. மேலும், ஆஸ்திரேலியாவைத் துணைக்கு அழைத்தால், குமரி முனையைக் கைவிட வேண்டியதுதான்.

9.+10. இதுவும் தமிழரின் பண்பாட்டுக் கூறுகளைப் பெருமைப் படுத்தும் செய்தியே தவிர, எடுத்துக் கொண்ட வாதத் துக்குச் சான்றாகாது.

11. தமிழருக்கு வந்தேறிகள் என்ற கருத்து கிடையாது. அவர்கள் தென் நாட்டிலேயே தோன்றி வளர்ந்தவர்கள் என்கிறார் பாவாணர். அப்படியானால் நமது சங்க இலக் கியங்கள் பெரும்பாலும் தொகை நூல்களாக இருக்கக் காரணம் என்ன? பொ.யு.மு. 3000 முதல் பொ.யு.மு. 2500க்குள் சுமேரியர்களும், எகிப்தியர்களும், மாயன்களும் பிரமிடு முதலிய மாபெரும் கலைக் கூடங்களை நிர் மாணித்த காலத்தில் தமிழர்கள் ஏன் இவற்றைப் போல

இந்தக் காலகட்டத்தில் கட்டவில்லை? தமிழர்களின் கோவில்கள் எல்லாம் பொ.யு.வுக்குப் பிறகுதான் கட்டப் படுகின்றன; ஏன்?

12. குமரிக் கண்டம் இந்தியாவோடு ஒட்டி இருந்ததா, எட்டி இருந்ததா என்பதை மறந்துவிட்டு இலக்கியங்களை ஆராய்ந்தால் தமிழர் குமரிக் கண்டத்திலிருந்து புலம் பெயர்ந்து இன்றைய தமிழகத்துக்கு வந்தவர்கள் என்று தான் நமது இலக்கியங்கள் கூறுகின்றன. இறையனார் களவியல் உரையில் கூறப்படும் மூன்று சங்கங்கள் பற்றிய செய்திக்கு அடிநாதமே இரண்டு சங்கங்களும் கடல் கோளினால் அழிந்தன, அதன்பின் மூன்றாம் சங்கம் மதுரையில் நிறுவப்பட்டது என்னும் செய்திதான். தமிழர் வெளியிலிருந்து வந்தனர் என்பதற்கு இலக்கிய ஆதாரம் இல்லை என்று பாவாணர் கூறுவது வியப்பை அளிக்கிறது.

13+14+15: இந்த மூன்று கருத்துகளின் சாரமாக பாவாணர் எடுத்துக்கொள்வது 'தென்' என்ற சொல்லைத்தான். இது தமிழருக்கு ஒரு சிறப்பு அடைமொழி என்று கூறும் அளவுக்கு முக்கியத்துவம் வாயந்தது என்று கூறுகிறார் அவர்.

இதனை இப்படிப் பார்ப்போம். தில்லியில் ஒரு விடுதியில் இரண்டு சர்தார்ஜிகளும் ஒரு தமிழனும் நண்பர்களாக இருக்கி றார்கள். சர்தாஜிகள் தங்களுக்கும் பேசிக் கொள்ளும்போது, 'நம்ப மதராஸியைப் பார்த்தாயா?' என்று கேட்பது இயல்பு. மூன்று பேருமே தமிழர்களாக இருந்தால் 'நம்ப மதராஸியைப் பார்த்தாயா?' என்று பேசவேண்டிய அவசியம் வருமா? எனவே, தென் என்ற சொல்லை யார் அதிகம் பயன்படுத்துவார்கள். வடக்கே உள்ளவர்கள்தாம். வடக்கே ஒரு தமிழர் கூட்டம் இருந்து அவர்கள் தெற்கே உள்ள தமிழர்களைக் குறிப்பிடும் போதுதான் தென்னவன், தென் மதுரை, தென் தமிழகம் என்கிறார்கள்.

எனவே, பாவாணரின் 15 கருத்துகளும் குமரிக் கண்டம் குமரி முனைக்குத் தெற்கே அமைந்திருந்தது என்பதற்கு எந்த வகை யிலும் வலு சேர்ப்பதாக இல்லை.

'தமிழரின் முழுமையான வரலாறு' என்ற நூலாசிரியர் நா.ரா. பண்டரிநாதன், குமரிக் கண்டம் பற்றிய செய்திக்கு அப்பாத் துரையாரை மேற்கோள் காட்டுகிறார்.

1. இன்றைய இந்தியாவின் தென் முனை குமரிக்கு அப்பால் தமிழர்களின் தாயகம் நெடுந்தொலைவுக்குப் பரந்திருந்தது என்றும், அந்தப் பரப்புதான் தமிழகத்தின் தாயகம் என்றும் தமிழறிஞர்களுள் சிலர் உறுதியுடன் குறிப்பிடுகிறார்கள்.

2. இப்படிக் குறிப்பிடும் அறிஞர் பெருமக்களுள் ஒருவராக திரு கா. அப்பாத்துரை அவர்கள், 'இலெமுரியா அல்லது குமரிக் கண்டம்' என்னும் தலைப்பில் ஒரு நூல் எழுதியுள்ளார். அந்நூல் 1941-ம் ஆண்டில் திருநெல்வேலி சைவ சித்தாந்த நூற் பதிப்புக் கழகத்தால் வெளியிடப்பட்டது.

3. அந்நூலில் அவர் குறிப்பிடுகிறார்: இன்றைய தமிழ் நாடு திருவேங்கடம் முதல் கன்னியாகுமரி வரை பரந்து கிடக்கின்றது. இதில் இன்றைய அரசியல் பிரிவு முறைப்படி ஏறக்குறைய பத்துக் கோட்டங்கள் (மாவட்டம்) அடங்கியுள்ளன. ஆனால், முன்னாட்களில் தமிழ்நாட்டின் பரப்பு இதனினும் பன்மடங்கு மிகுதியாய் இருந்ததென்று கொள்ளச் சான்றுகள் பல உள்ளன.

4. தமிழ் நூல்களில் மூன்று கடல் கோள்கள் பற்றிய தெளிவான குறிப்புகள் காணப்படுகின்றன.

5. இக்கடல் கோள் நிகழ்ந்த காலத்தில் இருந்த பாண்டியனே நெடியோன் என்று புறநானூற்றிலும் நிலந் திருவிற் பாண்டியன் என்று தொல்காப்பியப் பாயிரச் செய்யுளிலும் உள்ளது.

6. இக்கடற்கோள்கள் மூன்றும் எப்போது நிகழ்ந்தன என்பதை அறிவோம்.

    1. முதற் கடற்கோள் - பொ.யு.மு. 2387.
    2. இரண்டாம் கடற்கோள் - பொ.யு.மு. 504
    3. மூன்றாம் கடற்கோள் - பொ.யு.மு. 306

    இம்மூன்று கடற்கோள்கள் மூலம் தலைச் சங்கம் இருந்த காலகட்டத்தையும், இடைச் சங்கம் இருந்த காலகட்டத்தையும் ஊகித்தறிவது சிரமமற்றது.

7. தலைச் சங்கம் எப்போது இருந்தது என்பதை அறிந்து கொள்ள களப்பிரர் காலத்து உருவான 'இறையனார் அகப் பொருளுரை' என்னும் இலக்கண நூல் பயன் படுகிறது. தலைச் சங்க காலத்தில் ஆட்சி நடத்திய பாண்டியர்கள் எண்ணிக்கை 89 என அந்நூல் கூறுகிறது.

8. முதல் சங்கத்தை நிறுவிய பாண்டிய மன்னன்தான் தமிழ் அரசர்களில் முன்னவன் என்றும், மூத்தவன் என்றும் நம்பப்படுகிறது. குமரிக் கண்ட அரச பரம்பரை பற்றிக் குறிப்பிடும்போது சேரர்கள், சோழர்கள் குறித்து ஆதாரபூர்வமான செய்தி எதுவுமில்லை.

9. கடைச் சங்கத்தின் கடைசி நாட்களில் உருவான இரட்டைக் காப்பியங்களில் முதலாவதாக வைக்கப் படும் சிலப்பதிகாரத்திற்கு உரை எழுதிய அடியார்க்கு நல்லார், தலைச் சங்க காலத்து மன்னர்கள் குறித்தும் அவர்களின் நாடுகள் பற்றியும் கூறியுள்ளார்.

10. வடமொழிக் காவியமான வால்மீகி இராமயணத்தில் இடைச் சங்கத்தின் முதல் தலைநகரான கவாடபுரம் குறிப்பிடப்பட்டிருக்கிறது. மற்றொரு காப்பியமான வியாச பாரதத்தில் இடைச் சங்கத்தின் இரண்டாவது தலைநகரான மணவூரும் குறிப்பிடப்படுகிறது.

அப்பாத்துரையார் கூறியவை பெரும்பாலும் நாம் ஏற்கெனவே அலசியவைதாம். புதிதாகக் கூறுவதற்கு ஏதுமில்லை.

குமரி முனைக்குத் தெற்கே ஒரு பெரும் நிலப் பரப்பு இருந்ததற் கான வலுவான இலக்கியச் சான்றுகளோ வரலாற்றுச் சான்று களோ இல்லை.

மாறாக, குமரி முனைதான் தமிழகத்தின் தென் கோடியாக எப்போதும் விளங்கியது என்பதற்கு தொல்காப்பியமே சான்று. வட வேங்கடம், தென்குமரி இவற்றுக்கிடையே அமைந்துள்ளது தான் தமிழ் கூறும் நல்லுலகு என்று தொல்காப்பியர் தெளிவாகக் கூறுகிறார். தொல்காப்பியம் இடைச் சங்க நூல். முதல் கடல் கோள் நிகழ்ந்தபின் எழுதப்பட்ட நூல். இதிலிருந்து நாம் அறிவது என்ன? பின்னிரண்டு கடல் கோள்களுக்கு முற்பட்ட காலத் திலேயே குமரி முனைதான் நமது தென்கோடி எல்லையாக

இருந்துள்ளது என்பது தெளிவாகிறது. தென் குமரி என்று தொல்காப்பியர் குறிப்பிடுவது ஏன் குமரிக் கண்டமாக இருக்கக் கூடாது என்று உங்களில் சிலருக்குச் சந்தேகம் வரலாம்.

இந்தியாவின் மேற்கு எல்லை பாகிஸ்தான் என்றால் அது வேறு நாடு என்பதுதானே பொருள். எனவே, தமிழ் கூறும் நல்லுலகின் தெற்கு எல்லை குமரிக் கண்டம் என்று குறிப்பிட்டால் அது நமக்குத் தொடர்பில்லாத வேறு பகுதி என்றல்லவா பொருளாகி விடும்? தமிழ் கூறும் நல்லுலகு வேறு, குமரிக் கண்டம் வேறு என்றல்லவா ஆகிவிடும். எனவே, தென் குமரி என்று தொல் காப்பியர் குறிப்பிடுவது இன்றைய கன்னியாகுமரியைத்தான் என்பது தெளிவு.

இந்தப் பாடல் தொல்காப்பியரால் எழுதப்படவில்லை, உரை யாசிரியர் இளம்பூரணரின் இடைச் செருகல் என்று கூறுவோரும் உண்டு. ஆனால், பாவாணரின் கூற்றுப்படி, இளம்பூரணர் தொல்காப்பியரின் உடன் மாணாக்கர்தான்.[19] இளம்பூரணரே இதை எழுதி இருக்கிறார் என்று வைத்துக்கொண்டாலும், இடைச் சங்க காலத்தில் கன்னியாகுமரி முனைதான் தென்கோடி என்ற கருத்து உறுதியாகிறது.

இவை மட்டுமல்லாமல், இந்தியப் புவித்தகடு என்பது வடக்கே இமயமலைத் தொடர், மேற்கே அரபிக் கடல் முழுவதையும் உள்ளடக்கி, கிழக்கே வங்காள விரிகுடா, இந்தோனேசிய தீவு வரையிலான பகுதியையும் கொண்டு தெற்கே தென்துருவம் வரை நீள்கிறது. இப்படிப்பட்ட ஒரு மாபெரும் நிலப்பரப்பு மூழ்குவது என்பது நடக்க முடியாத ஒரு நிகழ்வு.

அப்படியானால் துவாரகை, பூம்புகார் போன்றவை கடலுள் மூழ்கி இருக்கிறதே, அது எப்படி?

நிலம் மூழ்குமா ?

நம்மில் பலருக்குக் கற்பனை வளம் அதிகம். குமரிக் கண்டம் பற்றிய ஒரு சில இணைய வலைப்பதிவுகளில், உலகில் ஒரு பகுதி மேலே வந்தால் அதனை ஈடு செய்யும் விதமாக இன்னொரு பகுதி உள்ளே போய் விடும் என்பது போல் பல கருத்துகள் இடம் பெற்றுள்ளன.

இது உண்மையா?

நாசாவின் புவி பௌதிக ஆராய்ச்சி மையத்தின் (NASA Geophysical Laboratory) *இணையத்தளத்திலிருந்தும் பிரிட்டானியா கலைக் களஞ்சியத்திலிருந்தும் சில செய்திகளைத் திரட்டித் தருகிறேன்.*

நிலப் பகுதி கடலுக்குள் போவதற்கு இரண்டு முக்கியக் காரணங்கள் உள்ளன. அவை (1) கடல் அரிப்பு, (2) தீவுகளின் அமிழ்தல் (island subsidence).

கடலுக்கு இரண்டு குணாதிசயங்கள் உண்டு. ஒன்று அரித்தல், மற்றொன்று மண்டுதல். இவை இரண்டும் இடைவிடாமல் இயல்பாக நடந்துகொண்டுதான் இருக்கின்றன. நீங்கள் கடலலைகளில் விளையாடியது ஞாபகம் இருக்கிறதா? அலை பின்வாங்கும்போது உங்கள் காலடியில் உள்ள மணலைத் தோண்டி எடுத்துக்கொண்டு போகும். நீங்கள் பயந்துபோய் துள்ளிக் குதிப்பீர்கள். இதுதான் கடல் அரிப்பு. அதே சமயம் உடைகளோடு கடலில் குளித்துப் பாருங்கள். உள்ளாடை களுக்குள் எல்லாம் மணல் வந்துவிடும். சட்டைப் பை, பேண்ட் பாக்கெட் எல்லாம் மணலாக இருக்கும். இது மண்டுதல்.

கடல் அரிக்குமா, மண்டுமா என்பது அலையின் போக்கில் உள்ள தரைப் பகுதியின் சாய்மானத்தைப் பொருத்தது. கடல் அலை, அதன் வீரியத்தை இழக்கும் இடத்தில் ஒரு தடையை ஏற்படுத்தினால் அங்கே மணல் மண்டும். வீரியம் குறையாத இடத்தில் தடை ஏற்பட்டால் அதனை அரிக்கும். ஒரு கட்டத்தில் தானாகவே ஒரு சமநிலை ஏற்பட்டுவிடும். பொதுவாக இவை இரண்டும் சம அளவில் நடப்பதால்தான் கடற்கரை நிலையாக இருக்கிறது.

ஒரு சில ஊர்கள் கடலுள் மறைந்து போவதும், புதிய நிலப் பரப்பு தோன்றுவதும் இயற்கை நிகழ்ச்சிகளே. இதில் கவனிக்க வேண்டிய முக்கிய விஷயம், அரிப்பும் மண்டுதலும் மிக மெது வாக நடைபெறும் நிகழ்ச்சிகள் என்பதே. இதனால் பேரழிவு என்பது கிடையாது. தப்பித்துச் செல்வதற்குத் தகுந்த கால அவகாசம் இருக்கும். சுனாமி, புயல் போன்ற திடீர் நிகழ்வுகள் தாம் பேரழிவை உண்டாக்கும். இவை அடங்கிய பின்னரும் நிலப் பகுதி அப்படியேதான் இருக்கும். மூழ்குவதில்லை.

அடுத்ததாக நாம் காணவேண்டியது தீவுகளைப் பற்றி. மூன்று வகையான தீவுகள் உள்ளன. பெருநிலப் பகுதி சார்ந்த தீவுகள் (Continental islands), எரிமலைத் தீவுகள் (Volcanic islands), மலைத் தொடர் தீவுகள் (Mountain range islands).

முந்தைய பகுதியில் கண்டங்கள் நகருவதைப் பற்றிப் பார்த்தோம். ஆப்பிரிக்காவிலிருந்து இந்தியா விடுபட்டு நகர்ந்தபோது, இன்றைய கேரளக் கடற்கரை ஓரமாக ஒட்டிக்கொண்டிருந்த ஒரு பகுதி உடைந்தது. அதுதான் மடகாஸ்கர் தீவு. இந்த நிகழ்ச்சியைத்தான் பரசுராமர் கோடரியால் வெட்டி கேரளக் கடற்கரையை உருவாக்கினார் என்று புராணங்கள் உருவகப்படுத்திக் கூறுகின்றன என்று எடுத்துக்கொள்ளலாம். அடுத்தபடியாக இலங்கை இந்தியாவிலிருந்து விடுபட்டது. இவைதான் பெரு நிலப் பகுதியோடு சேர்ந்த தீவுகள். ஜாவா, சுமத்ரா, போர்னியோ போன்றவையெல்லாம் இப்படி உருவானவைதாம்.

அடுத்ததாக நாம் காண வேண்டியது அந்தமான் தீவுகளை. பர்மாவில் இருக்கும் ஐராவதி மலைத் தொடரின் தொடர்ச்சிதான் அந்தமான் தீவுகள். இடையில் உள்ள முகடுகளின் உயரம் குறைவாக உள்ளதால் அவை கடல் மட்டத்துக்குக் கீழே உள்ளன. மூழ்கவில்லை. இந்த முகடுகளும் கடல் மட்டத்துக்கு மேலே காணப்பட்டிருந்தால் பர்மாவிலிருந்து அந்தமான் வரை நிலம் வழியாகவே பயணம் செய்ய முடியும். அந்தமானும் தீவு போல் தோற்றம் அளித்திருக்காது. இந்த முகடுகளின் உயரம் குறைவாக இருப்பதால் பர்மாவுக்கும் அந்தமானுக்கும் இடையே கடல் காணப்படுகிறது. அதனால்தான் அந்தமான், தீவாகத் தோன்றுகிறது.

இத்தகைய முகடுகளின்மீது பவளப் பாறைகள் வளர்வதாலும் மணல் மண்டுவதாலும், ஏதோ ஒரு காலகட்டத்தில் அப்பகுதி கடல் நீர் மட்டத்துக்கு மேலே வரலாம். அப்போது ஒரு தீவு புதிதாகத் தோன்றியதாகக் கருதப்படும்.

எரிமலைத் தீவகள் மூன்றாவது வகை. நடுக் கடலுள் எரிமலை வெடிக்கும்போது அதன் குழம்பு ஒரு கூம்பு வடிவமாக உறைந்து உருவாகும். இவற்றுள் சில கடல் மட்டத்துக்கு மேலே தெரியும்படியாக உயரமாக இருக்கும். இதன் வாய்ப் பகுதி வட்ட வடிவமாக இருக்கும். எரிமலையின் சீற்றம் மறைந்தபிறகு வாய்ப் பகுதி மணலாலும் பாறைகளாலும் மூடப்படும். கடல் அரிப்பாலும் அலைகளின் சீற்றத்தாலும், வட்ட வடிவமான வாய்ப் பகுதி உடைந்து பிறை வடிவிலே பெரும்பாலும் ஒரு வளைந்து நெளிந்த கோடு போல இருக்கும். பறவைகளாலும், காற்றாலும் அலையாலும் கொண்டுவரப்படும் விதைகளால் செடி கொடிகள்,

மரங்கள் வளர்ந்த ஒரு தீவாக இந்த இடம் மாறும். இவற்றில் காலப் போக்கில் மனிதர்கள் வசிக்கத் தொடங்குவார்கள்.

லட்சத் தீவு கூட்டம் முழுவதும் இவ்வாறு உருவாகியதுதான். இந்தியாவுக்கும் ஆப்பிரிக்காவுக்கும் இடைப்பட்ட கடற் பகுதியில் இம்மாதிரியான தீவுகள் ஆயிரக்கணக்கில் உள்ளன. பசிபிக் பெருங்கடலில் பல்லாயிரக்கணக்கில் உள்ளன. இத் தகைய தீவுகளில் ஒரு பெரும் ஆபத்து உள்ளது. கூம்பு போன்ற அடிப் பாகம் உறுதியற்றது. உள்ளே கூடுபோல இருப்பது. அதனால் எப்போது வேண்டுமானாலும் கூம்பு உடைந்து, தீவு என்று நாம் கருதும் வாய்ப் பகுதி ஒரே வாரத்தில் காணாமல் போய் விடலாம். இதற்கு, தீவுகள் அமிழ்தல் என்று பெயர்.

குமரிக் கண்டம் இத்தகைய ஒரு தீவாக இருந்திருக்கக் கூடுமா? முடியாது. இத்தகைய தீவுகள் பெரும்பாலும் 100 முதல் 300 சதுர கிலோ மீட்டர் பரப்பளவு கொண்ட மிகச் சிறிய பகுதிகளாகத் தான் இருக்கும். மேலும், மலைகள், ஆறுகள் போன்ற இயற்கை அமைபபுகள் இந்தத் தீவுகளில் இருக்காது. குமரிக் கண்டத்தில் இரண்டு பெரிய நதிகளும் பல முகடுகளைக் கொண்ட மலை களும் இருந்ததாகக் கூறப்பட்டுள்ளது.

நிலம் தேய்ந்து மறைவதற்கு பனி ஆறுகளின் இயக்கமும் ஒரு முக்கியக் காரணம். நாம் இதுவரை 14 பனி யுகங்களைச் சந்தித் திருப்பதாக விஞ்ஞானம் கூறுகிறது. ஒவவொரு பனி யுகம் முடியும்போதும் பனி உருகி ஆறாக ஓடும். அப்போது பாறை களையும் இழுத்துச் செல்லும். இது, தான் கடந்து செல்லும் நிலப் பகுதியை ஓர் உப்புத் தாளைக் கொண்டு தேய்ப்பது போலத் தேய்த்து எடுத்துவிடும். இப்படி உருவான தீவுகள்தாம் இந்தோனேசியாவில் உள்ள ஜாவா, சுமத்ரா, போர்னியோ முதலியவை. இதுவும் மெதுவாக நடைபெறும் ஒரு நிகழ்ச்சி. எனவே திடீர் அழிவுக்கு வாய்ப்பில்லை.

இந்த மூன்று வழிகளால்தாம் நிலப் பகுதி உருவாகவும் மறைய வும் முடியும். ஒரு பட்டனை அழுத்தியதும், லிஃப்ட் மேலேயும் கீழேயும் வருவது போல் நிலப் பகுதி மேலேயும் கீழேயும் போய் வர முடியாது.

2. சுமேரியா

இப்போது நாம் ஒரு சிக்கலான கட்டத்துக்கு வந்திருக்கிறோம். தமிழர்கள் தமிழ்நாட்டின் தொல்குடி அல்லர் என்பதற்கான சில சான்றுகளைக் கண்டோம். அதே சமயம் அவர்கள் புலம் பெயர்ந்து வந்த அந்தத் தாய்நாடு என்று இதுவரை நாம் நம்பி வந்த லெமூரியாவும் (அதாவது ஆப்பிரிக்காவுக்கும் இந்தியா வுக்கும் இடைப்பட்ட லெமூரியா) கன்னியாகுமரிக்குத் தெற்கே இருந்ததாகச் சொல்லப்படும் குமரிக்கண்டமும் விஞ்ஞானத்தின் வெளிச்சத்தில் சாத்தியம் இல்லை என்பதையும் கண்டோம்.

பெரிய நிலப்பகுதி கடலில் மூழ்கிப் போவதற்கு வாய்ப்பே இல்லை என்றானபிறகு அது லெமூரியாவாக இருந்தாலும் சரி, கன்னியாகுமரிக்குத் தெற்கே அமைந்த குமரிக்கண்டமாக இருந் தாலும் சரி, அது சாத்தியமே இல்லை என்பதற்கான ஆதாரங்கள் தான் அதிகமாகத் தென்படுகின்றன.

அப்படியானால் தமிழர்களின் தாய்நாடு எது? அவர்கள் தோன்றிய இடம் எது? இந்தக் காலகட்டம் வரை நம்மால் விடை சொல்ல முடியவில்லை. மீண்டும் முன்னேறிச்செல்ல முடியாத ஒரு வழிப்பாதையில் வந்ததைப்போல் உணர்கிறோம். இதற்குக் காரணம் என்ன?

இதுவரை நிகழ்ந்த அனைத்துக் குளறுபடிகளுக்கும் காரணம் தமிழரின் தாய்நாடு கடலில் மூழ்கியதாக நாம் நம்பியதுதான். கடல் சீற்றத்தால் நிகழ்ந்த ஒரு பேரழிவை நமது இலக்கியங்கள் கடல் கொண்டது என்று உயர்வு நவிற்சியாகக் குறிப்பிடுகின்றன. இவ்வாறு அல்லாமல் தமிழர்களின் தாய்நாடு என்பது கடலுள்

மூழ்கவில்லை, மாறாக எதோ ஒரு காரணத்துக்காக மக்களால் கைவிடப்பட்ட ஓர் இடம் என்று வைத்துக்கொண்டு ஆராய்ந்தால் ஒரு ஒளிக் கீற்று தென்படுகிறது.

இதன் அடிப்படையில் தமிழர்களின் பிறப்பிடத்தைக் கண்டு பிடிக்க முடியும் என்று நான் நம்புகிறேன். இந்தத் தேடலில் என்னோடு பங்குபெற உங்களையும் அழைக்கிறேன்.

பண்பாட்டின் உச்சத்தைத் தொட்ட ஒரு மக்கள் கூட்டம் திடீ ரென்று அவர்கள் வாழ்ந்த இடத்தை விடுத்து புலம் பெயர்ந்ததற் கான வரலாற்று ஆதாரங்கள் உள்ளனவா?

மூன்று பொருத்தமான ஆதாரங்கள் உள்ளன. சிந்துசமவெளி நாகரிகம், சுமேரிய நகரிகம், மினோயன் நாகரிகம் ஆகியவை.

இந்த மூன்றில் ஏதேனும் ஒன்றைத் தெரிவுசெய்து நமது ஆராய்ச்சியைத் தொடரலாம். இதில் சுமேரியத்தை நான் தேர்வு செய்கிறேன். இதற்குக் காரணம், நமது இலக்கியங்களில் இரண்டு நதிகள் குறிப்பிடப்பட்டுள்ளன. இரண்டு நதிகள் இந்த நிலப்பகுதியில் ஓடுகின்றன. சிந்து வெளியில் ஐந்து நதிகளும், மினோயன் நாகரிகம் நடைபெற்ற கிரேக்கத் தீவில் ஜீவநதிகள் இல்லாமையும் இதற்குக் காரணம்.

சுமேரியம் கண்டுபிடிக்கப்பட்ட கதை

19-ம் நூற்றாண்டின் முற்பகுதி, ஐரோப்பிய காலனிய ஆட்சியின் பொற்காலமாகும். அந்தக் காலகட்டத்தில் பைபிளின் பழைய ஏற்பாட்டில் குறிப்பிடப்பட்டுள்ள ஊர் (Ur), ஜெரிக்கோ (Jerricho) ஆகிய பண்டைய நகரங்களைக் கண்டுபிடிக்கவேண்டும் என்ற ஆர்வம் பலருக்கும் எழுந்தது. இதற்கு ஐரோப்பிய அரசுகளும் ஆர்வமுள்ள செல்வந்தர்களும் ஊக்கமும் பொருள் உதவியும் செய்தனர். எனவே அமெரிக்கர்கள், ஆங்கிலேயர்கள், டச்சுக் காரர்கள், ஜெர்மானியர்கள் எனப் பல குழுக்கள் மத்திய ஆசியா வில் அமைந்துள்ள பல இடங்களில் அகழ்வாராய்ச்சியை மேற்கொண்டார்கள்.

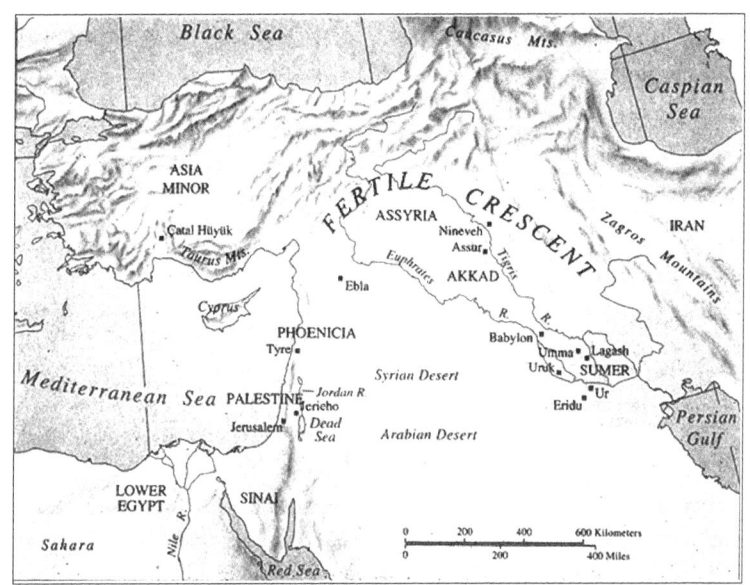

சுமேரிய நாகரிகம் பரவிய பகுதி

இன்றைக்கு இரான், ஈராக் என்று அழைக்கப்படும் பகுதி பைபிள் காலத்தில் பாபிலோனியா என்று அழைக்கப்பட்டது. அதற்கு முற்பட்ட காலத்தில் மெசபட்டோமியா என்று அழைக்கப் பட்டது. அதற்கும் முற்பட்ட காலத்தில் சுமேரியா என்று அழைக்கப்பட்டது. ஈராக்கில் ஆராய்ச்சியை மேற்கொண்ட போது ஆராய்ச்சியாளர்கள் சிறு சிறு களிமண் ஓடுகளில் ஆப்பு வடிவ எழுத்துகளைக் கண்டுபிடித்தார்கள். ஆரம்பத்தில் நூற்றுக்கணக்கில் கிடைத்த ஓடுகள், தோண்டத் தோண்ட ஆயிரக்கணக்கில் கிடைத்தன.

இது என்ன வகையான எழுத்து, இதை எப்படி வாசிப்பது என்ற ஆர்வம் தீவிரம் அடைந்தது. மலை முகடுகளிலும் , கோவில் சுவர் களிலும், பாறைகளிலும்கூட இத்தகைய ஆப்பு வடிவ எழுத்து கள் தென்பட்டன. ஈரானின் கெர்மன்ஷா என்ற மாகாணத்தில் பெஹிஸ்டுன் என்ற இடத்தில் கண்டுபிடிக்கப்பட்ட கல்வெட்டு மிகவும் புகழ்பெற்றது. இந்த இடத்தை பிஸ்டுன் என்றும் அழைப்பதுண்டு. இது மலைத் தொடரின் முகப்பில் பொறிக்கப் பட்டுள்ளது. இது தரையிலிருந்து 250 அடி உயரத்தில் மலை முகட்டில் மிகப்பெரிய எழுத்துகளால் - ஒவ்வோர் எழுத்தும்

அரை அடி முதல் முக்கால் அடி உயரம் வரை இருக்கக்கூடிய மாதிரி பொறிக்கப்பட்ட கல்வெட்டாகும்.

இந்தக் கல்வெட்டு மூன்று பகுதிகளாகப் பிரிக்கப்பட்டிருந்தது. இந்தக் கல்வெட்டைப் பொறித்த மன்னன், தரையிலிருந்து யாரும் ஏறிச்செல்ல முடியாதபடிக்கு அந்த மலையை உட்புறம் சாய்வாகச் செதுக்கியிருந்தான். இதனால் கீழே இருந்து யாரும் ஏறிச் சென்று இந்த எழுத்துகளைப் படிக்க முடியாத ஒரு நிலை இருந்தது. அப்போது பாரசீகத்துக்கான பிரிட்டிஷ் தூதரகத்தின் இரண்டாம் நிலை அதிகாரியாக புதிதாக ஒருவர் பதவி ஏற்றிருந்தார். அவருடைய பெயர் ஹென்றி ராலின்சன்.

இவர் ஏற்கெனவே இந்தியாவில் பணியாற்றியவர். சமஸ்கிருத மும், பழைய பாரசீக மொழியும், கிரேக்கமும், லத்தீனும் மிக நன்றாக அறிந்தவர். பாரசீக மொழியில் இரண்டு வகை உண்டு. பழைய பாரசீகம் என்பது ஜோராஸ்ட்ரிய வேதமொழி ஆகும். அந்த மொழியில்தான் அவர்களுடைய புனித நூலான ஜெண்ட் அவெஸ்தா எழுதப்பட்டுள்ளது. புதிய பாரசீகம் என்பது இஸ்லாமியப் பேரரசுகள் ஏற்பட்ட காலத்தில் பேசப்பட்ட மொழி யாகும். ராலின்சனுக்கு இரண்டு மொழிகளும் நன்றாகத் தெரியும்.

பதவி ஏற்ற சில நாட்களிலேயே ராலின்சன் இந்த பெகிஸ்டுன் கல்வெட்டுகளைப் படிக்கும் முயற்சியில் இறங்கினார். கீழே இருந்து ஏற முடியாது என்பதனால் மலை உச்சியிலிருந்து தன்னை ஒரு கயிற்றால் கட்டிக்கொண்டு தொங்கிய நிலையில், மிகவும் ஆபத்தான முறையில் அந்த எழுத்துக்களின்மீது ஈரமான காகிதங்களை ஒட்டினார். காகிதம் காய்ந்தபிறகு அதனை உரிக்கும்போது, பாறையில் உள்ள எழுத்துகள் இதில் வலம் இடமாக மாறி நெகட்டிவ் போல் பதிந்திருக்கும். பின்னர் இதனை அவர் ஓய்வு நேரத்தில் சரியான முறையில் எழுதிக் குறிப் பெடுத்து வைத்துக்கொள்வார். இவ்வாறாக இந்தக் கல்வெட்டு முழுவதையும் அவர் படியெடுத்து நேராக எழுதிக்கொள்வதற்கு மட்டும் 10 ஆண்டுகள் பிடித்தன.

மூன்று பகுதிகளாக அமைந்திருந்த இந்தக் கல்வெட்டில் முதல் பகுதியில் 450 எழுத்துகளும் அடுத்த பகுதியில் 700 வார்த்தை களும் மூன்றாவது பகுதியில் வெறும் 60 எழுத்துக்களும் இருப் பதை ராலின்சன் கண்டுபிடித்தார். இந்த 60 எழுத்துகள் கொண்ட

பகுதி பழைய பாரசீக மொழியில் எழுதப்பட்டிருந்தது. ராலின்ச னுக்குப் பழைய பாரசீகமொழி தெரியும் என்பதனால் இதனைப் படிப்பதில் பெரிய சிரமம் ஏற்படவில்லை. அதில் பல மன்னர் களின் பெயர்கள் மீண்டும் மீண்டும் வருவதை ராலின்சன் கண்டார். முதல் பகுதியான பாபிலோனிய மொழியில் எழுதப் பட்ட பகுதியிலும் இதேபோல் சில குறியீடுகள் மீண்டும் மீண்டும் வருவதனால் இந்த மூன்று பகுதிகளுமே ஒரே செய்தியைத்தான் வேறு வேறு மொழியில் கூறுகின்றன என்பதை அவர் அனுமானித்தார்.

பாரசீகத்தில் தமக்கு இருந்த புலமையை வைத்துக்கொண்டு பாபிலோனிய மொழியில் உள்ள எழுத்துகளை எப்படி உச்சரிப்பது, அதற்கு என்ன பொருள் என்பதை ராலின்சன் மெல்ல மெல்லக் கண்டுபிடிக்க ஆரம்பித்தார். முதலில் மன்னர் களின் பெயர்கள், பின்பு அவர்கள் வெற்றி பெற்ற இடங்களின் பெயர்கள் என்ற ரீதியில் ஆரம்பித்த அவரது ஆராய்ச்சியில், 20 ஆண்டுகளுக்கு பிறகு பாபிலோனிய மொழி எழுதப்பட்ட ஆப்பு வடிவ எழுத்துகளைத் தன்னால் வாசிக்க முடியும் என அவர் திட்டவட்டமாக அறிவித்தார். நடுவில் அமைந்திருந்த பகுதி இலாமைட் என்ற மொழியில் எழுதப்பட்டிருந்தது. அதை அவரால் வாசித்து அறிய முடியவில்லை.

இந்தக் காலகட்டத்தில் பாபிலோனிய மொழியில் எழுதப்பட்ட ஓர் அகராதி அவருக்குக் கிடைத்தது. இதில் ஒரு புறம் பாபிலோனியச் சொல்லும் மறுபுறம் அதற்கு அருகில் அதற்கு இணையான சுமேரியச் சொல்லும் எழுதப்பட்டிருந்தன. பாபி லோனிய மொழி இப்போது நன்றாக வாசித்து அறியப்பட்டு விட்டதால் அதன் பொருள் என்ன என்பது ராலின்சனுக்கு உடனடியாக விளங்கிற்று. எனவே சுமேரிய மொழியின் எழுத்து கள் என்ன பொருளைக் குறிக்கின்றன என்பதைக் கண்டுக் கொள்ள முடிந்தது. ஆனால் அதன் உச்சரிப்பைக் கண்டுகொள் வதற்கு மிக நீண்ட காலம் பிடித்தது. இந்த அகராதி கண்டு பிடிக்கப்பட்டு ஏறக்குறைய 30 ஆண்டுகள் கழித்து சுமேரியத்தை முழுமையாக வாசிக்கமுடியும் என்ற நிலை ஏற்பட்டது.

இருப்பினும் இன்றளவும் சுமேரியத்தைப் பொருத்தவரை சரி யான உச்சரிப்பு எது என்பது சர்ச்சைக்கு இடமான ஒரு விஷய மாகவே அமைந்துள்ளது. மன்னர்களின் பெயர்கள், இடங்களின் பெயர்கள் மற்றும் சில சுட்டுப் பெயர்கள் பல மொழிகளிலும்

காணப்படுவதால் அவற்றை வைத்துக்கொண்டுதான் மற்ற வார்த்தைகளுக்கான உச்சரிப்பையும் எழுத்துகளின் சேர்க்கையால் உண்டாகும் புதிய ஒலிக்குறிப்பையும் ஊகித்து அறிய முடிகிறதே ஒழிய திட்டவட்டமாக இதுதான் முடிவான உச்சரிப்பு என்று இன்றளவும் யாராலும் கூறமுடியவில்லை.

சுமேரிய நாகரிகம்

காட்டுமிராண்டிகளாகத் திரிந்த மனித சமுதாயம், இன்றைய நிலையை அடைவதற்கு நான்கு பெரும் புரட்சிகள் காரணமாக இருந்தன. பத்தொன்பதாம் நூற்றாண்டின் தொடக்கத்தில் தொழில் புரட்சி நிகழ்ந்தது. இது இரண்டாவது புரட்சி. இதற்கு அடிப்படையாக இருந்தது நீராவி இயந்திரம்.

மூன்றாவதாக நிகழ்ந்தது, இருபதாம் நூற்றாண்டின் மின்னணுப் புரட்சி. இதன் முக்கியக் காரணி செமிகண்டக்டர் என்று சொல்லப்படும் சிலிகான் சில்லுகள்.

நான்காவதாக, இப்போது நடந்துகொண்டிருக்கும் தகவல் தொழில்நுட்பப் புரட்சி. இதை ஏற்படுத்தியது, கம்ப்யூட்டர் எனப்படும் கணினி.

அப்படியென்றால் முதல் புரட்சி எது? அதன் முக்கியக் காரணி என்ன? இந்தக் கேள்விக்கு விடை, விவசாயம்! ஆம், மனித சமுதாயத்தை உருவாக்கிய முதல் புரட்சி, விவசாயம். இதன் முக்கியக் காரணி பசு. இந்தியாவைப் பொருத்தவரை பசு, காளைகள் இல்லாமல் விவசாயத்தைப் பற்றி நினைத்துப் பார்க்கக்கூட முடியாது. அதனால்தான் மாட்டுப் பொங்கல் என்று விழா எடுத்து நமது நன்றியைத் தெரிவிக்கிறோம். காளையை நமது தேவர்களுக்கெல்லாம் தேவனாகிய மகாதேவனான சிவனுக்கு வாகனமாகக் கற்பித்து சிறப்பு செய்கிறோம். பசுவை, காமதேனு என்னும் அதிதேவதையாகப் போற்றி வணங்குகிறோம்.

விவசாயத்தைப் புரட்சி என்று ஏன் சொல்வானேன்? விவசாயம் தோன்றுவதற்கு முன்புவரை, வேட்டையாடியும் உணவைத் தேடியும் மனிதன் நாள் முழுவதையும் கழித்து வந்தான். ஓய்வு என்பதே கிடையாது. காலையில் எழுந்து உணவு தேடச் சென்றால் மாலை வரை தேடியாகவேண்டும். சாப்பிட்டுவிட்டுப் படுத்தால் மறுநாள் காலை அதே சக்கர வாழ்க்கை.

ஏறக்குறைய ஐம்பதாயிரம் வருடங்கள் விதிவிலக்கில்லாமல் இதுதான் நடந்தது. எதிலும் நிலை கொள்ளாத ஓர் உறுதியற்ற வாழ்க்கை. விலங்குக்கும் நமக்கும் பெரிய வித்தியாசம் இல்லை. இந்த மீளாச் சூழற்சியில் இருந்த மனிதனை மீட்டது விவசாயம். விவசாயத்தில் ஒரு படி நெல்லை விதைத்தால் ஐம்பது மடங்கு பலன் கிட்டியது. எனவே முதன் முறையாக உடலுழைப்புக்கு மீறி அதிகமாகப் பலன் கிட்டியது.

விதைத்ததை அறுக்கவேண்டும் என்பதால் விவசாயம் மனிதனை ஒரே இடத்தில் கட்டிப்போட்டது. நாடோடியாகத் திரிந்த மனிதன், ஊர்களிலும் நகரங்களிலும் குடியேறினான். இரண்டு பேர் பாடுபட்டால் மேலும் பத்து பேருக்கு வேண்டிய உணவை உற்பத்தி செய்ய முடிந்தது. எனவே, இந்தப் பத்து பேரும் வேறு துறைகளில் ஈடுபட முடிந்தது.

கலை பிறந்தது. காவியம் பிறந்தது. விற்பனை வந்தது. வியா பாரிகளும் வந்தனர். கூடவே களவும் வந்தது, எனவே காவலர் வந்தனர். கொல்லன், கருமான், கொத்தன், தச்சன் எனத் தொழில் கள் பிறந்தன. குடி புறம் காத்தோம்பி குற்றங்கடிய மன்னன் வந்தான். இதுவரை நிகழ்ந்த புரட்சிகளிலேயே மகோன்னதமான புரட்சி விவசாயம்தான். மிக நீண்ட காலம் கோலோச்சிய புரட்சியும் இதுவே. சுற்றுச்சூழலை மாசு படுத்தாமல் நடந்த ஒரே புரட்சி விவசாயம்.

இப்படிப்பட்ட விவசாயப் புரட்சி பொ.யு.மு. 8000 வாக்கில் சுமேரியாவில் நிகழ்ந்ததாக வரலாற்று அறிஞர்கள் கருது கிறார்கள். நெல், கோதுமை, ஓட்ஸ், சோளம், கம்பு, மக்காச் சோளம், பார்லி ஆகியவை நமது உடலுக்குத் தேவையான சத்துகளைத் தரக்கூடிய புல் வகைகள். இதில் ஓட்ஸ், பார்லி, சோளம் முதலியன சுமேரியாவில் பொ.யு.மு. 8000 வாக்கில் புழக்கத்தில் வந்தன.[1]

விவசாயம் செய்யத் தேவைப்படுவது செழிப்பான மண். வண்டல் மண் என்பது சாதாரண மணல் துகளைவிட ஐம்பது மடங்கு சிறியது. தண்ணீரில் மிதக்கும். பாறைகளையும் படுகை களையும் அரித்தபடி வரும் நதிகளில் வண்டல் மண்ணும் சேர்ந்து வரும். நதி வேகமாகப் பாயும்போது வண்டலும் அடித்துச் செல்லப்படும். வேகம் எங்கு குறைகிறதோ அங்கு வண்டல் மண் கீழே படியும். அதனால்தான், பெரும்பாலும் ஆறு, கடலில்

கலக்கும் இடத்தில் அதிக அளவில் வண்டல் மண் காணப்
படுகிறது.

சுமேரியாவில் பாயும் யூபிரிடீஸ் நதி மிக மெதுவாகப் பாய்வதால்
அதன் வழி நெடுக வளம் கொழிக்கும் வண்டல் மணல்
காணப்படுகிறது. அதற்கு மாறாக, அருகில் ஓடும் டைகிரீஸ் நதி
மிக வேகமாகப் பாய்வதால் செழிப்பும் குறைவுதான். எனவே,
சுமேரியர்கள் யூபிரிடீஸ் நதியின் கரை ஓரமாகவே மாபெரும்
ராஜ்ஜியங்களை அமைத்தார்கள்.

விவசாயத்துக்கு மற்றொரு தேவை, சூரிய வெளிச்சம்.
சுமேரியாவில் வருடத்துக்கு இருநூறு நாட்கள் அதிகமான சூரிய
வெப்பம் கிடைத்தது.

இவை அனைத்தும் சேர்ந்து செய்த மாயாஜாலம்தான், அதுவரை
உலகம் கண்டிராத சுமேரிய நாகரிகம்.

உணவுக்குப் பஞ்சமில்லை. அடுத்த தேவை உறையுள். சுமேரியா
வில் பாறைகளோ, கற்களோ கிடையாது. ஆனால், களிமண்
நிறையக் கிடைத்தது. எனவே அவர்கள் சுட்ட களிமண்ணால்
செங்கல்லை உருவாக்கினார்கள். சுமேரியா என்பது இன்றைய
இராக் அமைந்திருக்கும் பாரசீக வளைகுடா. இன்று எண்ணெய்
வளம் நிறைந்த பகுதி இது. முற்காலத்தில் எண்ணெய் இயற்கை
யாக மேலே கசிந்து வரும். கசிந்த எண்ணெய் ஆக்சிஜனோடு
சேர்ந்து தாராக மாறும். இந்த இயற்கையான தாரைப்
பயன்படுத்தி செங்கல்லை ஒன்றோடு ஒன்றாக ஒட்ட வைத்துக்
கட்டடங்களைக் கட்டினார்கள்.

இவர்கள் படகுகள் தயாரித்தபோது, மரக்கட்டையை நெருக்கி
இடைவெளி இல்லாமல் பொருத்திய பின்னர், இதே தாரை
வைத்து மெழுகி தண்ணீர் புகாமல் செய்தார்கள். இந்த வசதி மற்ற
மக்களுக்கு இல்லை. எனவேதான் சுமேரியக் கப்பல்கள் பெரி
தாகவும், நீண்ட தூரம் பயணம் செய்வதற்கு ஏற்ற வகையிலும்
இருந்தன.[2]

சுமேரியர்கள் சுட்ட செங்கல்லால் கட்டடம் கட்டினார்கள் என்று
கண்டோம். அவை அசாதாரணமானவை. பத்தாயிரம் பேர்
வசிக்கும் எரிது நகரைக் கட்டினார்கள். நகரம் முழுவதையும்
சுற்றி வளைத்து ஒரு கோட்டைச் சுவரைக் கட்டினார்கள். 200
அடிக்கு 200 அடி கீழ்ப்பகுதியும், 70 அடி உயரமும் கொண்ட

சிகரத்தைக் கட்டினார்கள். கோயில் கட்டினார்கள். குளம் வெட்டி னார்கள். 7500 வருடங்கள் கழித்தும், இன்றும் ஜிகுராத்துகள் கம்பீரமாக நிலைத்திருக்கின்றன.

இதில் முக்கியமான விஷயம் என்னவென்றால் இத்தனை சாதனைகளையும் நிகழ்த்தியபோதும் உலோகம் என்பதையே அவர்கள் அறிந்திருக்கவில்லை. பொ.யு.மு. 3500-ல் தான் செம்பையும் தகரத்தையும் உருக்கி வெண்கலத்தை உருவாக்கக் கற்றுக்கொண்டார்கள். இதே காலகட்டத்தில்தான் எழுதும் முறையையும் அவர்கள் கண்டுபிடித்தார்கள்.

சுமேரியர்களின் கட்டடக் கலையை ஏனைய மக்களும் பின்பற்றி னார்கள். சுமேரிய ஜிகுராத்தைச் சற்றே மாற்றி எகிப்தியர்கள் பிரமிடைக் கட்டினார்கள். சிகுராத்தின் சிகரம், தளமாக இருக்கும். பிரமிடில் அது கூம்பாக இருக்கும். எகிப்தில் முதல் பிரமிட் சக்காரா (Saqqara) என்ற இடத்தில் கட்டப்பட்டது. எகிப்தில் பாறைகளுக்கும் கருங்கல்லுக்கும் பஞ்சமில்லை. இருந்தாலும் எகிப்தியர்கள், கருங்கல்லை, சுமேரிய செங் கல்லைப் போன்ற அளவில் வெட்டி, அதனை வைத்துத்தான் பிரமிடைக் கட்டினார்கள்.

எதற்காகப் பெரிய கல்லைச் சிறிய துண்டுகளாக வெட்டிக் கட்ட வேண்டும், நேரிடையாகவே பெரிய கல்லைப் பயன்படுத்த லாமே என்று 500 வருடங்கள் கழித்துத்தான் அவர்கள் யோசித் தார்கள். அதன் பின் கட்டப்பட்ட பிரமிடுகளில் பெரிய கற்களைப் பயன்படுத்தினார்கள். இதிலிருந்து மற்ற சமூக மக்களிடம் சுமேரியப் பண்பாட்டின் தாக்கத்தைப் புரிந்துகொள்ளலாம்.

மெசபடோமியா என்று கிரேக்கர்களால் அழைக்கப்பட்ட பகுதியை சுமேரியர்கள், சுமர் என்று அழைத்தார்கள். 'ஒளி படைத்தவர்களின் உன்னத நாடு' என்பது இதன் பொருள். இங்கு பாயும் யூபிரிடீஸ், டைகிரீஸ் ஆகிய நதிகள் பாஸ்ரா என்னு மிடத்தில் ஒன்றாகச் சேருகின்றன.

ஒன்றாகப் பாயும்போது இதன் பெயர் ஷத்-அல்-அராப் (ShattalArab). யுபிரிடீஸ் மெதுவாகப் பாயும் ஒரு நதி. எனவே அதிக அளவில் வண்டல் மண்ணைக் கரையோரமாக ஒதுக்கும். இதனால் இந்த நதியின் கரை முழுவதும் மிக செழிப்பான விவசாய நிலங்கள் நிறைந்திருக்கும்.

சுமேரியாவில் உருவான நகரங்கள்

தங்களை என்கி (Enki) என்ற தெய்வம் இங்கு அழைத்துவந்ததாக அவர்கள் நம்பினார்கள். யூபிரிடீஸ் நதியின் தென் பகுதியில் எரிது (Eridu) என்கிற நகரத்தை ஏற்படுத்தி அதற்கு அலுலிம் (Alulim) என்பவரை மன்னராக அந்த தெய்வம் முடி சூட்டினாராம். ஆகவே எரிது என்பது உலகின் முதல் நாடு. அலுலிம், உலகின் முதல் மன்னன். எரிது கட்டப்பட்டது பொ.யு.மு. 5400-ல் என்று கணக்கிடப்பட்டுள்ளது.

முதல் நகரத்தை நிர்மாணிக்க எரிது இருந்த இடத்தை அம்மக்கள் ஏன் தெரிவு செய்தார்கள்? அங்கிருந்து கடல் மிக அருகில் உள்ளதுதான் காரணம். சுமேரியர்கள் மிகச் சிறந்த மாலுமிகள். அவர்களுடைய கப்பல்கள் போகாத நாடுகளே இல்லை என்று சொல்லலாம். இரண்டு நதிகளுமே வடக்கிலிருந்து தெற்காகப் பாய்கின்றன. தென்புறமாக இருந்தால்தான் கடலுக்குள் எளிதாகச் செல்ல முடியும். பின்னர் மாரி (Mari), சிப்பூர் (Sippur), நிப்பூர் (Nippur), சுருப்பாக் (Shuruppak), ஊருக் (Uruk), ஊர் (Ur) என்ற நகரங்களை அவர்கள் நிர்மாணித்தார்கள். இவை அனைத்துமே யூபிரிடீஸ் நதியின் கரையில் அமைந்துள்ளன. இதில் மாரி வடகோடியிலும், எரிது தென் கோடியிலும், ஏனைய நகரங்கள் இவை இரண்டுக்கும் இடையிலும் அமைந்திருந்தன. ஒவ்வொன்றும் ஒரு நாடு. ஒவ்வொன்றுக்கும் ஒரு மன்னன். மன்னர்களுக்கிடையே போர் எல்லாம் உண்டு.

எழுதும் முறையைக் கண்டுபிடித்ததாலோ என்னவோ, சுமேரியர்கள் எழுதித் தள்ளினார்கள். ஈரமான களிமண்ணில் ஒரு கோலினால் குறியீடு செய்து பின்னர் அதனைச் சுட்டு, ஓடுபோல் ஆக்கினார்கள். எட்டாயிரம் வருடங்கள் கழித்து இன்றும் நம்மால் அவற்றை வாசிக்க முடிகிறது என்பது அவர்களது அறிவின் ஆழத்துக்கு ஒரு சோற்றுப் பதம்.

உலகின் முதல் நெடுங்கதையாகக் கருதப்படும் கில்காமேஷின் காவியத்தை எழுதினார்கள். பைபிளில் வரும் உலகின் படைப்பு, சிங்காரத் தோட்டம், நோவாவின் கதை மற்றும் ஏனைய கதைகளுக்கும் மூலம் இவர்கள்தாம். இதுவரை சுமார் ஐந்து லட்சம் (5,00,000) ஓடுகள்[3] கிடைத்துள்ளன என்றால் அவர்களது எழுத்து தாகத்தை என்னவென்று சொல்லுவது. எழுதும் முறையிலும் சுமேரியர்களின் தாக்கம் மிகப் பெரிது.

சுமேரியர்களுக்குக் கிழக்கே அக்கேடியர்கள் (பாபிலோனியர்கள்) வாழ்ந்தனர். வடக்கே, அசிரியர்களும், மேற்கே பொனிசியர்களும் வாழ்ந்தனர். சற்று தூரத்தில் ஹீரியன்கள், ஹிட்டைட்டுகள், யூதர்கள் என்று பல மக்கள் வாழ்ந்து வந்தனர். இவர்கள் வெவ்வேறு மொழி பேசினர். ஆனால் தங்களது மொழியை எழுதுவதற்கு இவர்கள் அனைவருமே சுமேரிய எழுத்துகளையே பயன்படுத்தினர். இதிலிருந்து சுமேரியா ஒரு பண்பாட்டு வல்லரசாக விளங்கியது என்பது புலனாகிறது.

சிகுராத்துகள் (Ziggurats)

உயரமான இடங்களின்மீது சுமேரியர்களுக்கு அலாதியான காதல் இருந்தது. யூபிரிடீஸ் சமவெளி ஒரு பேப்பரைப் போல் மேடு பள்ளம் இல்லாதது. உயர்ந்த மரங்கள்கூடக் கிடையாது. ஆனாலும் நிலம் என்ற வார்த்தையை 'மலை' என்றே இவர்கள் எழுதினார்கள். இதனால் இவர்களது பூர்வீகம் மலையும் மலை சார்ந்த ஓர் இடமாகவும் இருக்கலாம் என்று கருத இடமுண்டு.

சிகுராத்

சுமேரியாவில் மலைகளோ, குன்றுகளோ இல்லாததால், அவற்றைச் செயற்கையாக உருவாக்கினார்கள். இவற்றுக்கு சிகுராத் என்று பெயர். இது பிரமிடைப் போல அடிப்பகுதியில் அகலமாகவும், மேலே போகப் போக சிறியதாகவும் இருக்கும். ஐந்து அல்லது ஏழு தளங்களை உடையதாகவும், மேலே செல்வதற்குப் படிகளும் இருக்கும். உச்சியில் ஏதேனும் ஒரு தெய்வத்துக்குக் கோவிலும் இருக்கும்.

கில்காமேஷின் காவியம்

சுமேரியர்களைப் பற்றி எழுதும்போது அவர்களது புகழ் பெற்ற நெடுங்கதையையும் எழுதுவது அவசியம். கில்காமேஷின் காவியம், உலகின் முதல் நெடுங்கதை, முதல் இதிகாசம், முதல் நாவல் என்ற அனைத்துப் பெருமைகளுக்கும் உரியது. இக் காவியம் 14 களிமண் ஓடுகளில் (ஏடுகளில்) எழுதப்பட்டுள்ளது.

மன்னர்களுக்கெல்லாம் மன்னன். வீரர்களுக்கெல்லாம் வீரன். தோல்வி என்பதே தெரியாதவன். தனது வீரர்களுக்கு அரண் போன்றவன். பகைவர்களுக்கு எதிர்கொள்ள முடியாத காட்டாறு போன்றவன். மன்னன் லுகல் பாண்டாவின் புதல்வன். தேவதை நின்சனின் செல்ல மகன். முக்கால் பங்கு தெய்வாம்சம் பொருந்தியவன். இவன் தான் கில்காமேஷ். ஒப்பற்ற அழகு கொண்டவன். நிகரற்ற ஆற்றல் உடையவன். ஊரக் என்ற நாட்டின் அரசன்.

ஆனால் சாமானிய மக்களைப் பற்றிக் கவலைப்படாதவன். தாயிடமிருந்து மகளைப் பிரித்து மகிழ்பவன். தந்தையிடமிருந்து மகனைப் பிரித்துப் போருக்கு அனுப்புபவன். இடிப்பார் இல்லா மல் இறுமாந்திருந்தான். மக்கள் இறைவனிடம் முறையிட்டனர்.

தெய்வங்களின் தலைவன் அனு, மக்கள்மீது இரக்கம் கொண் டார். படைக்கும் தெய்வமான அரூறா என்ற தேவதையை அழைத்து, கில்காமேஷுக்கு இணையாக மற்றொரு வீரனைப் படைக்கவேண்டும் என்று கட்டளையிட்டார். அத்தேவதை என்கிடு என்ற வீரனைப் படைத்தாள்.

அவனும் வீரத்தில் நிகரற்றவன். ஆனால் நாகரிகமற்றவன். காட்டில் வாழ்பவன். புதிதாக ஒரு வீரன் காட்டில் வசித்துவந்தது கில்காமேஷின் காதுகளுக்கு எட்டியது. அவன், இஷ்டார் என்னும் கோவிலில் பணிபுரியும் ஷமா என்ற தேவதாசியை அழைத்து என்கிடுவை மயக்கி அழைத்து வரும்படிக் கட்டளை யிட்டான்.

ஷமா, என்கிடுவை மயக்கித் தன் வசப்படுத்தினாள். மனிதர்களின் பாஷையைக் கற்றுக்கொடுத்தாள். தன்னோடு ஊரக்குக்கு வரும் படி அவனை அழைத்தாள். கில்காமேஷின் கொடுமைகளைப் பற்றிக் கூறினாள். உடனே என்கிடு, மக்களை கில்காமேஷின்

கொடுமையிலிருந்து காப்பாற்ற முடிவு செய்து அவளோடு புறப்பட்டான்.

தலைநகரில் ஒரு திருமணம் நடந்தது. அங்கு கில்காமேஷும் என்கிடுவும் சந்தித்தார்கள். இருவருக்கும் பெரும் சீற்றத்துடன் துவந்த யுத்தம் நடந்தது. இறுதியில் அந்தச் சண்டையில் கில்காமேஷ் வெற்றி பெற்றான். இருந்தாலும், என்கிடுவின் வீரத்தின் பொருட்டு இருவரும் சிறந்த நண்பர்கள் ஆனார்கள்.

கில்காமேஷும் என்கிடுவும்

காலம் பறந்தது. ஒரு நாள், கில்காமேஷ் என்கிடுவை அழைத்து, 'கொன்றை மரங்கள் நிறைந்த வனத்தில் ஹம்பாபா என்ற அரக்கன் ஒருவன் இருக்கிறான். அவனை அழிக்கவேண்டும், புறப்படு' என்று கூறினான். 'கூடாது. மக்கள் மரங்களை வெட்டிக் காடுகளை அழிக்கக் கூடாது என்பதற்காகத்தான் என்வில் என்ற புயல் தெய்வம் ஹம்பாபாவைக் காவலுக்கு நியமித்துள்ளது. எனவே அவனைக் கொல்வதும் மரங்களை வெட்டுவதும் தவறு' என்று என்கிடு பதில் அளித்தான்.

இறுதியில், கில்காமேஷின் வேண்டுகோளுக்கு இணங்கி இருவரும் காட்டுக்குள் சென்றனர். சாமானியர்களுக்கு ஆறு வாரங்கள் ஆகும் தூரத்தை இருவரும் மூன்றே நாளில் கடந்தனர். காட்டுக்குள் சென்று மரங்களை வெட்டத் தொடங்கினர். உடனே

ஹம்பாபா யுத்தத்துக்கு வந்தான். இருவரும் சேர்ந்து ஹம்பாபாவைக் கொன்று, ஏராளமான மரங்களை வெட்டி, அவற்றை யூபிரிடீஸ் நதியில் மிதக்கவிட்டு தங்களது நாட்டுக்குக் கொண்டு வந்தனர். வெற்றிக்கு அடையாளமாக, அந்த மரங்களால் தமது கோட்டை வாயிலுக்குப் புதிதாக கதவு செய்து போட்டனர்.

ஆனால் அதன் பிறகு, என்கிடு நோய்வாய்ப்பட்டு இறந்து போனான்.

கில்காமேஷால் நண்பனின் பிரிவைத் தாங்க முடியவில்லை. இறப்பு என்பதன் ரகசியம் என்ன என்று இரவு பகலாகப் பித்துப் பிடித்தவன்போல் அலைந்தான். தனது முன்னோர்களில் ஒருவர் சாகா வரம் பெற்று, தொலை தூர தேசத்தில் வாழ்வதாகக் கேள்விப்பட்டான்.

அவரைக் காணும்பொருட்டு ஒரு பயணத்தை மேற்கொண்டான். எத்தனையோ இன்னல்களுக்குப் பிறகு உர்ஷனபி என்ற படகோட்டியைச் சந்தித்தான். உர்ஷனபி, கில்காமேஷை சாகாவரம் பெற்ற உத்தனபிஷ்டர் என்பவர் வாழும் தில்முன் என்ற இடத்துக்கு அழைத்துச் செல்ல ஒப்புக்கொண்டான். நீண்ட கடல் பயணத்துக்குப்பின் படகு, தில்முன் வந்தடைந்தது.

உத்தனபிஷ்டர் அவர்களை அன்போடு வரவேற்றார். சாகா வரத்தையும், வெள்ளத்தால் நலிந்துபோன பண்பாட்டையும், கோவில் வழிபாட்டையும், நெறிப்படுத்தும் வழிமுறைகளை யும் கற்றுத் தரவேண்டும் என்று கில்காமேஷ் அவரிடம் வேண்டி னான். மற்ற எல்லாவற்றையும் கற்றுத் தரத் தயார், ஆனால் சாகா வரத்தைப் பற்றிக் கூற முடியாது என்று உத்தனபிஷ்டர் மறுத்து விட்டார்.

இருந்தாலும், கில்காமேஷின் பிடிவாதத்துக்கு இணங்கி, ‘நீ ஆறு நாட்களும் ஏழு இரவுகளும் தூங்காமல் விழித்திருந்தால், சாகாக் கலை பற்றிய ஞானத்தை உனக்கு அருளுவேன்’ என்று உத்தனபிஷ்டர் கூறினார்.

சரி என்று ஒப்புக்கொண்ட கில்காமேஷுக்கு உடனே தூக்கம் கண்ணைச் சுழற்றியது. அஞ்ஞான இருளில் மூழ்கி இருப்பவனின் சிறுமையை உணர்த்தும் பொருட்டு தனது மனைவியை ஆறு நாட்களுக்கு ஒவ்வொன்றாக ஆறு அப்பங்களைச் சுட்டு வைக்கச்

சொன்னார் உத்தனபிஷ்டர். ஏழாம் நாள் கண்விழித்த கில்காமேஷ், தான் ஒரு நிமிடம் மட்டுமே கண் அயர்ந்ததாக வாதாடினான். உத்தனபிஷ்டர் அப்பங்ளைப் காட்டினார். ஒவ்வொன்றும், சுட்டு வைத்த நாளுக்கு ஏற்ற அளவில் கெட்டுப் போயிருந்தது.

கில்காமேஷுக்கு ஆறுதல் கூறும் விதத்தில் உத்தனபிஷ்டர், தானும் தன்னைச் சேர்ந்தவர்களும் ஒரு மாபெரும் பிரளயத்திலிருந்து இறையருளால் தப்பித்து தில்முன் என்ற புதிய நிலப் பகுதிக்கு வந்த கதையைக் கூறினார். இதன்மூலம், நிலையாமை என்பதன் சாரத்தையும், எவ்வளவு பேராற்றல் பெற்றிருந்தாலும், பூரண ஞானம் கிடைக்கப்பெறாத வரையில் சாவைக் கண்டு பயந்துதான் ஆகவேண்டும் என்பதையும், அந்த ஞானமும் இறைவனின் கருணையால் மட்டுமே கிட்டுவது என்பதையும் அவர் அவனுக்கு உபதேசித்தார்.

கில்காமேஷ் அங்கேயே தங்க விரும்பினான். அதற்கு உத்தனபிஷ்டர், 'உனது நாட்டில் பிரளயத்துக்குப் பிறகு, பண்பாடும் பக்தியும் குலைந்து கிடக்கிறது. ஆகையால் திரும்பிப் போய் அதனைச் சரி செய்யவேண்டும்' என்று அறிவுறுத்தினார். சாகா வரப் பெற தனக்கு மீண்டும் ஒரு வாய்ப்பு தரவேண்டும் என்று கில்காமேஷ் கேட்க, நடுக்கடலில் ஓரிடத்தைக் குறிப்பிட்டு அங்கு கடலுக்குள் மூழ்கினால் ஓர் அற்புதச் செடி கிடைக்கும் என்றும், அதனைக் கொண்டு மரணத்தை வெல்லலாம் என்றும் உத்தனபிஷ்டர் கூறினார்.

அந்தத் தீவுக்குச் சென்று, செடியை எடுத்துக்கொண்டு கரைக்கு வந்த கில்காமேஷுக்கு மீண்டும் தூக்கம் வந்துவிட்டது. அவன் கண் விழித்துப் பார்த்தபோது, அந்த அற்புதச் செடியை ஒரு பாம்பு தின்பதையும், உடனே அது புத்துயிர் பெற்று, தனது சட்டையை உரித்துவிட்டுச் செல்வதையும் கண்டான். தனது விதியை நொந்தபடி மிக நீண்ட பயணம் செய்து தனது நாடான ஊரக்கை கில்காமேஷ் அடைந்தான். படகு வந்து சேர்ந்த பிறகு, அவனுக்கு ஞானம் பிறந்தது. மனிதன் சாகாமல் இருக்க முடியாது; ஆனால் அவனது சாதனைகள் மண்ணில் நிலைத்திருக்கும்படிச் செய்யலாம் என்பதை உணர்ந்து, சிறந்த மன்னனாக அவன் விளங்கினான்.

இதுதான் கதை.

இந்தக் கதையின் சாயல் சிறு சிறு கதைகளாக நமது புராணங்களில் காணப்படுகிறது. உதாரணமாக, என்கிடுவை மயக்க ஷமாவை அனுப்புவது, ரிஷ்யசிருங்கர் கதையை ஒட்டி வருகிறது. கில்காமேஷ் மரங்களுக்காக காட்டை அழிப்பது, இந்திரப் பிரஸ்தத்தை நிறுவ, பாண்டவர்கள் காண்டீவ வனத்தை அழிக்கும்போது நடக்கும் நிகழ்ச்சியை ஒட்டி வருகிறது.

சாவைப் பற்றிய கேள்விகளுக்கு விடை தேடி கில்காமேஷ் அலைவது, எமனிடம் சென்று நசிகேதஸ் சாவைப் பற்றி கேட்கும் கதையின் சாயலில் உள்ளது. உத்தனபிஷ்டர், தெய்வங்களின் உதவியோடு கப்பலில் தப்பித்து வருவது, பாண்டிய மன்னன் சத்திய விரதன், மகாவிஷ்ணுவின் உதவியோடு தமிழகம் வந்து சேர்ந்து மனு என்று பெயர் பெறும் மச்சபுராணத்தை நினைவு படுத்துகிறது. கடலுக்கு அடியில் இளமையை அளிக்கும் செடியைக் கண்டுபிடிப்பது, பீமன் கடலுக்கு அடியில் நாக லோகம் சென்று உடலை வலிமையாக்கும் அமிர்தத்தைப் பெற்ற கதையை நினைவுபடுத்துகிறது.

மனிதனின் நிலையாமையைப் பற்றி உத்தனபிஷ்டர் கூறுவது இன்றும் பொருத்தமானதாகத் தோன்றுகிறது. அவர் கில்காமேஷை நோக்கிக் கேட்கிறார்: 'உனது பேராற்றலால் மாபெரும் சாதனைகளை நிகழ்த்திய நீ, இறப்பைத் தாங்கிக் கொள்ளாமல் எல்லையில்லாத வைராக்கியத்துடன் உலகமெங்கும் சுற்றி அலைந்து கண்ட பலன் என்ன? சாவை நோக்கி இன்னும் ஒரு நாள் முன்னேறி இருக்கிறாய். அவ்வளவுதான்.'

இதைப் பற்றி பேசாத பக்தி இலக்கியம் தமிழில் உண்டா? இதே கருத்தைத்தானே 'நாளென ஒன்றுபோற் காட்டி உயிரீரும் வாளது உணர்வார்ப் பெறின்' என்று வள்ளுவரும் கூறுகிறார்? இறுதியாக அறிவுரை கூறும்போது, இறைவனின் கருணையைத் தவிர வேறு எதுவும் ஞானத்தைத் தராது என்கிறார் அவர்.

ஜீவகாருண்ய ஒழுக்கம் என்ற வசன பாகத்தில் வள்ளலாரும் இதையே கூறுகிறார். ஒரு சிறிய தீபத்தைக் கொண்டு பெரிய தீபத்தை ஏற்றுவதுபோல, ஜீவன்களிடம் நாம் கொள்ளும் சிறிய தயவால், இறைவனது பெரிய தயவைப் பெற்றுக்கொள்ளலாம் என்று அந்த ஆதியும் அந்தமும் இல்லாத அருட்பெருஞ் சோதியின், தனிப்பெருங் கருணையைப் பெறுவதற்கு எளிய வழியைக் கூறுகிறார். 175 வருடங்களுக்கு முன் அருளிய

வள்ளலாரின் கூற்றும் 5000 வருடங்களுக்கு முந்தைய உத்தன பிஷ்டரின் கூற்றும் ஒன்றாகவே இருக்கிறது.

நாடு திரும்பிய கில்காமேஷ், சாதனைகளால் கூடி மக்கள் மனத்தில் சாகாமல் இடம்பிடிக்கலாம் என்று முடிவு செய்வது, வையத்துள் வாழ்வாங்கு வாழ்பவன் வான் உறையும் தெய்வத் துள் வைக்கப்படும் என்ற திருக்குறளின் எதிரொலியாகவே தோன்றுகிறது. இது உலகின் முதற் காவியம் மட்டுமல்ல, முத்தான காவியமும்கூட.

மற்ற இலக்கியங்கள் எல்லாம், காட்டை அழித்து நாட்டை உருவாக்கினார் என்று மன்னர்களைப் புகழும் வேளையில், காட்டை அழித்தால் அதனால் பெரும் பாதிப்பு வரும் என்ற என்கிடுவின் கூற்றைப் படிக்கும்போது சுமேரியப் பண்பாட்டின் உச்சம் தெரியவருகிறது.

சுமேரிய புராணத்தை இத்தோடு நிறுத்திக்கொள்வோம். இவர்களுக்கும் தமிழர்களுக்கும் என்ன தொடர்பு என்பதை அடுத்து காண்போம்.

சுமேரியர்கள் தங்களை 'அங் சங் கிகா' என்று அழைத்தார்கள். இதற்கு 'கருநிறத் தலையர்கள்' என்று பொருள். இந்தச் சுமேரிய வார்த்தைகளைச் சற்று கவனமாகப் பாருங்கள்.

அங் = அஞ்
சங் = சன
கிகா = சிகை

அங் சங் கிகா = அஞ்சன சிகை.

தமிழில் அஞ்சனம் என்றால் கரிய நிறம் என்று பொருள். சிகை என்பதற்கு முடி என்றும், ஆகு பெயராகத் தலை என்றும் கொள்ளலாம். எனவே 'அங் சங் சிகா' என்பதை 'அஞ்சன சிகை' என்ற தமிழ்ச் சொல்லுடன் ஒட்டியதாகக் கருதலாம். இரண்டும் ஒரே பொருளைக் குறிப்பது என்பதும் சுமேரியத்துக்கும் தமிழுக்கும் உரிய ஆச்சரியமான ஒற்றுமை. ஹீரோடெட்டஸ் என்ற கிரேக்க வரலாற்று ஆசிரியர், 'பாரசிகப் போர்களின் வரலாறு' என்ற தனது நூலில் ஐத்தியோப்பியர்கள் என்போரைப் பற்றிக் குறிப்பிடுகிறார். ஆப்பிரிக்காவில் வாழும் மேற்கு

ஐத்தியோப்பியர்கள், தென்னிந்தியாவில் வாழும் கிழக்கு ஐத்தியோப்பியர்கள் என்கிறார்.

கிழக்கு ஐத்தியோப்பியர்கள் என்று அவர் குறிப்பிடுவது தமிழர் களைத்தான். ஐத்தியோப்பியர் என்ற சொல்லிலிருந்துதான் ஐத்தியோப்பியா என்ற வார்த்தை உருவானது. ஐத்தியோப்பியா என்ற சொல்லுக்கு கரிய நிற முகத்தை உடைய மக்கள் என்று பெயர். கருப்பு நிறம் என்பது திராவிட மக்களின் முக்கிய அடை யாளமாகவே இருந்திருக்கிறது.

இன்றைய எத்தியோப்பியாவில் பல இன மக்கள் வசிக்கிறார்கள். இங்கு, ஐத்தியோப்பியர் என்ற பூர்வ குடியினர் சிறுபான்மை யினர் ஆகிவிட்டனர். இவர்களுக்கு மற்றைய ஆப்பிரிக்க மக்களைப் போல சுருண்ட முடி கிடையாது. தமிழர்களைப் போல் நீண்ட முடிதான்.

இடைக்காலத்தில் நம் நாட்டுக்கு வந்த மார்கோ போலோ, பாண்டிய நாட்டு மக்கள் கருப்பு நிறமாக இருப்பதைப் பெருமையாகக் கொண்டாடுகிறார்கள் என்று குறிப்பிடுகிறார். சுமேரியர்களும் தமிழர்களும் கருமையைப் போற்றுவதன்மூலம் தங்களது தோற்றுவாய் எது என்பதை அடிக்கோடிட்டுக் காட்டியுள்ளார்கள்.

பஃறுளி ஆற்றுப் படுகையில்

குமரிக் கண்டத்தைப் பற்றி நாம் அறிந்துகொள்வதற்கு நமக்கு கிடைத்திருக்கும் ஒரு முக்கிய தடயம் பஃறுளி ஆறு. சங்க இலக்கியங்களில் பஃறுளி ஆறு குறிப்பிடப்பட்டுள்ளது. பல்யாக சாலை முதுகுடுமிப் பெருவழுதி என்ற மன்னனை நெட்டமையார் என்ற புலவர் வாழ்த்தும்போது அவனது வாழ்நாள் பஃறுளியாற்றின் மணலிலும் பலவ என்கிறார். சிலப்பதிகாரம், பஃறுளி ஆற்றுக்கும் குமரி ஆற்றுக்கும் இடையே குமரிக்கண்டம் இருந்ததாகக் கூறுகிறது. குமரிக் கண்டம் கடலுள் மூழ்கவில்லை என்ற நமது அனுமானம் சரி என்றால் பஃறுளி ஆறு இன்றும் இருக்கவேண்டும் அல்லவா?

சுமேரியாவில் யுபிரிடீஸ், டைகிரீஸ் என்று இரண்டு நதிகள் இருக்கின்றன என்று கண்டோம். யூபிரிடீஸ் நதிக்கு சுமேரிய மொழியில் ஃப்ரட் (Phrat)[4] என்று பெயர்.

கங்கையை கேஞ்ஜஸ் என்பதைப்போல, ஃப்ரட் என்பதை கிரேக்கர்கள் ஃப்ரெட்டீஸ் என்றார்கள். பாபிலோனிய மொழி யில் யுபிரிடீஸ் நதியை இன்றும் பஃகு ரத் (Pahrat) என்றுதான் அழைக்கிறார்கள். யுதர்களின் ஹீப்ரு மொழியில் புகு ரத் என்று அழைக்கிறார்கள்.

யுபிரிடீஸ் என்ற சொல்லை யூ ஃப்ரட் என்று பிரிக்கலாம். யூ என்பதற்கு சிறந்த, நல்ல என்பது பொருள். குமார் என்பது சுகுமார் எனவும், கன்யா என்பது சுகன்யா எனவும் வருவது போல. பஃகு (Phuh), ரத்து (rathu) என்ற இரு சொற்களின் புணர்ச்சியே, ஃப்ரட் (Phrat) என்றாகிறது. ரத் என்ற சொல் ரளி என்று மருவியதாகக் கொண்டால் நமக்கு பஃகுரளி என்ற வார்த்தை கிடைக்கிறது. எனவே பஃகு ரத் என்பதை உச்சரிப்பின் அடிப்படையில் பஃருளி என்று கூற இடமுண்டு.

அது மட்டுமல்லாது இதன் பொருளை நோக்கினாலும் அது நமக்கு உற்சாகத்தைத் தருவதாகவே அமைந்துள்ளது.

ஃப்ரட் (Phrat) என்ற சுமேரியச் சொல்லுக்கு 'கடந்து செல்லக் கூடிய', 'பிரிக்கக் கூடிய', 'கூறுபடக்கூடிய' என்று பொருள். யூபிரிடீஸ் நதியின் கரை ஓரமாக ஏழு பெரிய நாடுகள் அமைந் திருந்தன என்று கண்டோம். ஒவ்வொரு நாட்டுக்கும் இடையே இதன் நீர் பங்கிட்டுக் கொள்ளப்பட்டது.[5] நாடுகளுக்கு இடையே பகிர்ந்து அளிக்கப்பட்டதால் அதற்கு பகிர்அளி அல்லது பஃருளி என்று பெயர். ஃப்ரட் என்பதன் வேர்ச் சொல்லான பகு (Phuh) என்பதன் பொருளும் அதுவே. எனவே பஃருளி ஆறு என்பதை இன்றைய யூபிரிடீஸ் என்று கொள்ளலாம்.

பாவாணர் பஃறுளி என்பதை பல் + துளி என்பதன் கூட்டாகக் கருதுகிறார். இது இலக்கணப்படிச் சரிதான் என்றாலும் மரபுப்படி ஏற்கத்தக்கதல்ல. அனைத்து நதிகளுமே பல துளிகளால் ஆனவை தான். பண்டைக் கால மாந்தர்கள், இத்தகைய ஒரு ஜீவ நதிக்குச் சிறப்பான காரணம் கருதித்தான் பெயர் சூட்டி இருப்பார்களே ஒழிய மிகச் சாதாரணமான பொதுப் பெயரைச் சூட்டி இருப் பார்கள் என்று கருத இடமில்லை.

சுமேரிய மொழியில் இந்நதி 'பரன்னுனா' என்றும் அழைக்கப் படுவதுண்டு.

குதித்தோடும் குமரி ஆறு

டைகிரீஸ் என்பது பாபிலோனியச் சொல். சுமேரிய மொழியில் இதற்கு இடிகினா என்று பெயர். துள்ளி ஓடும் நதி என்று இதற்கு அர்த்தம். இந்த நதி உருவானது பற்றி ஒரு புராணம் உள்ளது. அதற்கு விண்ணுலகில் அரசபதவி (Kingship in Heavens) என்று பெயர். வேறு சிலர் இதனை குமர்பியின் கீதம் (The Song of Kumarbi) என்றும் அழைப்பார்கள்.

முன்னொரு காலத்தில் அலாலு என்ற தெய்வம் விண்ணுலகத்தின் தலைவனாக அரியணையில் வீற்றிருந்தான். ஒன்பது வருடங்கள் அவன் மன்னனாக ஆட்சி புரிந்தான். ஒன்பதாம் வருடத்தின் முடிவில் தெய்வங்களின் மற்றொரு தலைவனான அனு, அலாலுவைத் தோற்கடித்து, அரியணையைக் கைப்பற்றினான். அடுத்த ஒன்பதாம் வருட முடிவில் குமர்பி என்ற தெய்வம் அனுவோடு போரிட்டான். அப்போது அனுவின் முழங்காலையும் ஆண் குறியையும் குமர்பி கடித்துவிட்டான்.

இதனால் சினந்த அனு, ‘கர்வம் கொள்ளாதே குமர்பி, நான் உன்மீது ஒரு பெரிய பாரத்தைச் சுமத்தி இருக்கிறேன். புயல் கடவுள் என்லிலையும் (Enlil) டைகிரீஸ் (Tigris) நதியையும், உத்தமமான தாஸ்மிசுவையும் (Tasmisu) உன்னுள் கருக்கொள்ளும்படி சபித்திருக்கிறேன்’ என்று கூறினான். குமர்பியின் வயிற்றிலிருந்து தோன்றியதால் இந்நதிக்கு குமர்பி என்று பெயர். குமர்பி என்ற டைகிரீஸ்தான் குமரி ஆறு என்பது புலப்படும். குமர்பி என்ற பெயரை குமர்-பி (Kumarbi) என்று எழுதும்போது பி (bi) என்பதை வேற்றுமை உருபாகக் கருதலாம். சுமேரிய இலக்கணப்படி பி (bi) என்பது அஃறிணைப் பொருள்களுக்கான மூன்றாம் வேற்றுமை உருபு.[6] இவ்வாறு கருதினால் குமர்பி என்பது குமரின் அல்லது குமருக்குரிய நதி என்று பொருள்படும்.

சிலப்பதிகாரத்திற்கு உரை எழுதிய இளம்பூரணர், மாகீர்த்தி என்ற பாண்டிய மன்னன், பஃருளி ஆற்றுக் கரையில், தென் மதுரை என்ற நகரில் முதற் சங்கத்தை நிறுவியதாகக் கூறுகிறார். சதாசிவ பண்டாரத்தார் எழுதிய ‘பாண்டிய மன்னர் வரலாறு’ என்ற நூலில் வேளிர் குடிலில் கிடைத்த செப்பேடுகளில் மாகீர்த்தியை முதற் சங்கத்தை நிறுவிய மன்னன் என்று குறிப்பிடப்பட்டிருப்பதாகத் தெரிவிக்கிறார். ஆனால் இறையனார் அகப் பொருளில் மாகீர்த்தி பற்றிப் பேசப்படவில்லை.முதற் சங்கத்தை ஆதரித்த மன்னர்

களைக் குறிப்பிடும் போது, காய்ச்சின வழுதி முதல் கடுங்கோன் ஈறாக, எண்பத்தி ஒன்பது பாண்டிய மன்னர்கள் முதற் சங்கத்தை ஆதரித்தனர் என்றுதான் பேசுகிறது.

அப்படியானால் மாகீர்த்தி என்ற மன்னன் யார்? மாகீர்த்தி என்பது செயற்கரிய செயல் புரிந்த மன்னனுக்கு வழங்கப்பட்ட ஒரு பட்டமாக இருக்கலாம். முதற் சங்கத்தை நிறுவி மொழியையும் இனத்தையும் காத்ததுதான் மாகீர்த்தியின் மாபெரும் தொண்டு. இறையனார் அகப்பொருளில் இவரது பெயர் விடுபட்டதற்குக் காரணம், இவரது தொண்டின் முக்கியத்துவத்தைக் கருதி, இவரை தெய்வத்தோடு அமைத்துப் போற்றியதுதான். வாழ் வாங்கு வாழ்ந்தோரையும் செயற்கரிய செய்தோரையும், வானுறையும் தெய்வத்துள் வைத்துப் போற்றுவது நமக்குத் தெரிந்ததுதானே.

இதேபோன்ற ஒரு மன்னனைப் பற்றி சுமேரிய ஏடுகள் பேசுகின்றன. அவரது பெயர் என்கி (Enki). பூமி, படைப்பு, ஞானம், தண்ணீர், கலைகள், குறும்பு இவை அனைத்துக்கும் என்கிதான் அதி தேவதை. இவை அனைத்துமே பண்பாடு சார்ந்த விஷயங்கள் என்பது கவனிக்கத்தக்கது. இந்த தெய்வம்தான் சுமேரியர்களை சுமேரியாவுக்கு அழைத்து வந்தது. பின்னர் உலகின் முதல் நகரமான எரிதுவை உருவாக்கி அதற்கு அலுலிம் என்ற மன்னனை முதல் மன்னனாக முடிசூட்டியது. இத்தகைய சேவை புரிந்த என்கியை அந்நாட்டின் காவல் தெய்வமாக சுமேரியர்கள் போற்றினர். என்கியின் சிற்பத்தைக் கீழுள்ள படத் தில் காணலாம். அதில் அவர் வலது காலை எடுத்து வைத்து இரண்டு நதிகள் பாயும் பகுதிக்குள் நுழைவது போல் சித்திரிக்கப் பட்டுள்ளதைப் பாருங்கள். இவர்தான் மாமன்னர் மாகீர்த்தி.

மன்னன் மாகீர்த்தி - சுமேரியாவில் என்கி

என் (EN) என்ற சொல்லுக்கு சுமேரிய மொழியில் தலைவன் (Lord) அல்லது பேராற்றல் பொருந்தியவன் (mighty) என்பது பொருள். மா என்ற தமிழ்ச் சொல்லுக்கும் இதுவே பொருள். எனவே என் (EN) என்ற சுமேரியச் சொல்லுக்கு, மா என்ற தமிழ்ச் சொல்லை இணையாகக் கூறலாம்.

கி என்ற சுமேரியச் சொல்லுக்கு பொதுவாக நிலம் என்பது பொருள். ஆனால் அது இந்த இடத்தில் பொருந்தி வராது.

அவ்வாறு பொருள் கொண்டால் சிறந்த இடம் என்றுதான் பொருள் தரும். ஒரு மன்னனின் பெயராக வராது. எனவே கி (KI) என்ற சொல்லை கீர்த்தி என்ற சொல்லின் சுருக்கமாகக் கொள்ளலாம்.

என் (En) = மா
கி (Ki) = கீர்த்தி

எனவே என்கி என்று சுமேரியர்கள் கொண்டாடும் தெய்வம்தான் மாகீர்த்தி. இன்னொரு விதமாகவும் என்கிதான் மாகீர்த்தி என்று நிருபிக்கலாம். என் (En) என்ற சுமேரிய வார்த்தையை மே எல்லது மா என்று உச்சரிக்க சுமேரிய இலக்கணம் அனுமதிக்கிறது. இது போல எழுத்துகள் முன்பின்னாகப் பிறழ்ந்து வருவது இந்திய மொழிகளில் உள்ள ஒரு விதிதான்.

உதாரணமாக அரசன் என்ற தமிழ்ச் சொல் சமஸ்கிருதத்துக்குப் போகும் போது அ, ர இரண்டும் இடம் மாறி ராசன் என்று வருகிறது. அதைப் போலத் தான் என் (En) மா (Ma) என்று வருகிறது. கி (Ki) என்பது கீர்த்தி என்பதன் சுருக்கம் என ஏற்கெனவே கண்டோம். ஆக மறுபடியும் மாகீர்த்தி என்றுதான் வருகிறது.

அரசர்களின் அட்டவணை என்று ஒரு சுமேரிய ஏடு உள்ளது. அது என்கியைப் பற்றி குறிப்பிடும்போது பின்வருமாறு வர்ணிக் கிறது:

கார்காலக் கதிரவனின்
ககனப் பாதையின்
உச்சத்தில் அவனை
உள்வாங்கிக் கொண்டார்கள்

அவனது எல்லையில்லாப் புகழுக்கு என்ன ஒரு கவித்துவமான வர்ணனை. இத்தகைய புகழுக்குரியவனை தமிழில் மாகீர்த்தி என்று கூறாமல் வேறு எவ்வாறு கூறுவது?

நம்மில் பலருக்கும் மாகீர்த்தியைப் பற்றி தெரிந்திருக்காது. நமது இலக்கியங்களிலும் அதிகமான செய்திகள் இல்லை. ஆனால் மேற்காசியாவின் பூர்வ குடியினரான அகாடியர்கள், அசீரியர்கள், பொனிசியர்கள், இலாமைட்டியர்கள் முதலிய அனைத்துப் பண்பாட்டிலும் மாகீர்த்தியை மிகச் சிறப்பாகப் போற்று கிறார்கள்.

காய்ச்சின வழுதி

சுமேரிய வரலாற்றுக்கு அச்சாணியாக இருப்பது அரசர்களின் அட்டவணை (kinglist) என்ற ஏடுகள். இவை இரண்டு முக்கியமான செய்திகளைத் தெரிவிக்கின்றன. சுமேரியாவில் ஏழு புகழ் பெற்ற நாடுகள் இருந்தன என்று நாம் ஏற்கெனவே கண்டோம். இந்த அட்டவணை எந்தெந்தக் காலகட்டத்தில் எந்த நாடு தலைசிறந்து விளங்கியது, அப்போது அந்த நாட்டை எந்த மன்னர்கள், எத்தனை வருடங்கள் ஆட்சி புரிந்தார்கள் என்ற விவரத்தைப் பட்டியலிட்டுக் கூறுகிறது. அது பின்வருமாறு ஆரம்பிக்கிறது:

> *அரசுரிமை விண்ணிலிருந்து முதலில் எரிதுவுக்கு (Eridu) வழங்கப்பட்டது. எரிதுவில் அலுலிம் மன்னனாக 28,800 வருடங்கள் ஆட்சி புரிந்தார். அடுத்ததாக அகழல்கர் 36,000 வருடங்கள் ஆட்சி புரிந்தார். இரண்டு மன்னர்களும் 64,800 வருடங்கள் ஆட்சி புரிந்தனர். பின்னர் எரிது வீழ்ந்தது. அரசாட்சி பாட்-திபிரா (Badtibira) என்ற நாட்டுக்கு மாற்றப்பட்டது.*

என்கிதான் எரிதுவை உருவாக்கி அலுலிமை மன்னன் ஆக்கினார் என்பதை நாம் ஏற்கெனவே கண்டோம். நமது இலக்கியங் களிலும் மாகீர்த்தி முதற் சங்கத்தை ஏற்படுத்தினாலும், காய்ச்சின வழுதிதான் முதல் மன்னனாகக் கருதப்படுகிறான் என்று கண்டோம். அலுலிம் என்ற பெயரை அலுலி என்று வழங்கலாம். ஈரெழுத்தைச் சுருக்கியும், விரித்தும் எழுதுவதால் பொருள் மாறுவது இல்லை. உதாரணமாக சிவம், சிவன், சிவா, ஷிவ் என்பது அனைத்தும் ஒரே பெயர்தானே. எனவே அலுலிம் என்பதும் அழுலி என்பதும் ஒன்றே. அழுலி என்பது வழுதி என்பதன் திரிபாகக் கொள்ளலாம். எனவே சுமேரியாவின் முதல் மன்னனான அழுலிம் தான் முதற்சங்கத்தின் முதல் மன்னனான காய்ச்சின வழுதி என்று கருதத் தகுந்த இடமுண்டு.

தென் மதுரை வீதியிலே

யூபிரிடீஸ் நதிதான் பஃருளி என்று கண்டோம். அப்படியானால் முதற் சங்கம் நடைபெற்ற தென் மதுரை அதன் கரையில்தானே அமைந்திருக்க வேண்டும். நமது இலக்கியங்களில் முதற் சங்கம் நடைபெற்ற இடம் தென்மதுரை என்று குறிப்பிடப்படவில்லை.

மதுரை என்று மட்டும்தான் குறிப்பிடப்பட்டுளளது. இறையனார் அகப்பொருள் உரையில் கடைச் சங்கம் நடைபெற்ற இடம் உத்தர மதுரை என்று குறிப்பிடப்பட்டுள்ளது.

மறைந்துபோன குமரிக் கண்டம் கன்யாகுமரிக்குத் தெற்கே இருந்தது என்ற நம்பிக்கையாலும், கடைச் சங்கம் அமைந்த இடம் உத்தர மதுரை என்பதாலும், பாவாணர் போன்ற ஆராய்ச்சி யாளர்கள் தென்மதுரை என்ற சொல் வழக்கைக் கையாண்டனர்.

சுமேரியாவின் புகழ் பெற்ற நகரங்களில் தொன்மையும் சிறப்பும் வாய்ந்தது எரிது என்ற நகரம்தான். இதுதான் யூபிரீடிஸ் நதியின் (பஃருளி ஆற்றின்) தென் கோடியில் உள்ளது. மற்ற நகரங்கள் எல்லாம் இதற்கு வடக்கில்தான் உள்ளன.

எரிது என்ற சுமேரியச் சொல்லுக்கு பேராற்றல் மிக்க இடம் என்பது பொருள்.[7] இச்சொல்லை அப்படியே நெடிலாக்கி ஏறு இது என்று உச்சரித்துப் பாருங்கள். ஏறு என்றால் சிங்கம். இது சிங்கம் போன்று ஆற்றல் மிகுந்த இடம் என்று பொருள்படும்.

மாகீர்த்தி பற்றி ஆராயும்போது என் (En) என்ற சுமேரியச் சொல்லை மா (Maa) என்று உச்சரிக்க இடம் உண்டு என்று கண்டோம். அதே இலக்கணத்தின்படி எர் (Er) என்ற சொல்லை மார் (Mer or Mar) என்று உச்சரிக்க இடமுண்டு. எனவே எரிது என்ற சொல்லை மார்து (Mardu) என்ற வழங்கலாம். மார்து என்பது மதுரை என்பதாக எளிதில் மாறக்கூடியது.

எர் (Er) என்ற சொல்லும் ஆற்றல் மிக்க என்று பொருள்படும்.[8] இதனை தமிழில் மா என்ற சொல்லுக்கு இணையாக்கலாம். இப்படிப் பார்த்தாலும் எரிது, மாரிது என்று மருவி, மதுரை எனத் திரிபு பெற்றது என்று கொள்ளலாம்.

மற்றுமொரு சான்று பாபிலோனிய மொழியில் உள்ள ஒரு களிமண் ஏட்டில் காணப்படுகிறது. எரிது என்ற நகரை மார்துக் (Marduk) என்ற தெய்வம் உருவாக்கியதாக ஒரு குறிப்பு உள்ளது. மார்துக என்பது என்கிதான். மார்துக் என்ற தெய்வத்தால் உரு வாக்கபபட்டதால் இந்நகரம் மாரிது என்று அழைக்கப்பட்டது. மாரிதுவின் திரிபு, மதுரை.

இன்னுமொரு சுவையான சான்று. பாபிலோனியக் களிமண் ஏட்டில் இந்நகரத்துக்கு ஓர் இனிமையான அடைமொழி

கொடுக்கப்பட்டுள்ளது: இனிமையானவர்கள் வாழுமிடம் (dwelling of the delight). இனிமை என்பதை தமிழில் மது எனக் கொள்ளலாம். வாழுமிடம் என்பதை உறை எனக் கொண்டால், மதுறை, மதுரை என்பதில்தான் வந்து சேரும்.

எனவே சுமேரிய இலக்கணப்படிப் பார்த்தாலும், வார்த்தையின் அர்த்தத்தைக் கொண்டு பார்த்தாலும், அடைமொழியைக் கொண்டு பாராத்தாலும் எரிது என்ற பண்டைய சுமேரிய நகரம் தான் மதுரை என்பது தெளிவாகிறது. எரிதுவின் இன்றைய பெயர் (Tell Abu Shahrain) டெல் அபு ஷஹ்ரெய்ன்.

கபாடபுரம்

இரண்டாம் சங்கம் ஏற்படுத்தப்பட்ட இடம் கபாடபுரம். இந்தச் சொல்லை கவனமாக ஆராய்ந்தால் இது ஊரின் பெயரல்ல, ஒரு பகுதியின் பெயர் என்பது புலப்படும். யூபிரிடீஸ் (பஃறுளி) மற்றும் டைகிரீஸ் (குமரி ஆறு), இவை இரண்டும் பாஸ்ரா நகருக்கு அருகே ஒன்றாக இணைந்து, பின் ஷட்-அல்-அரப் என்ற நதியாகப் பாய்கின்றன. இதன் அமைப்பு ஆங்கில எழுத் தான ஒய் (Y) என்ற வடிவில் உள்ளது. யூபிரிடீஸ் இடதுகரமாக வும் டைகிரீஸ் வலதுகரமாகவும், ஷட்-அல்-அரப் செங்குத்தான கோடாகவும் அமைந்துள்ளன. இத்தகைய வடிவத்துக்கு தமிழில் கவடு என்று பெயர். கவட்டையை வைத்து விளையாடாத தமிழ்ச் சிறுவனும் உண்டா?

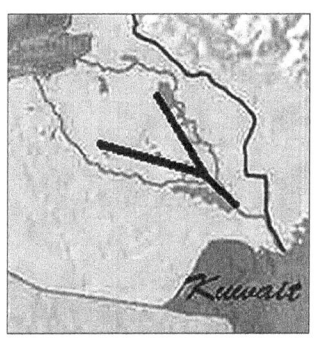

பஃறுளியும் குமரி ஆறும் உருவாக்கும் கவடு வடிவம்.

கவடு போன்ற வடிவத்துக்கு இடையே அமைந்திருந்ததால் அப்பகுதிக்கு கவாடபுரம் என்ற பெயர் வழங்கப் பெற்றது சாலப் பொருத்தம்தானே?

கபாடபுரம் என்ற பெயரைச் சூட்டியதன் மூலம் நமது முன் னோர்கள் தாங்கள் வாழ்ந்த நிலத்தின் புவியியல் அமைப்பை நமக்கு உணர்த்திச் சென்றுள்ளார்கள். சுமேரியாவைக் குறிப் பிடும்போது கிரேக்கர்கள் மெசபடோமியா (இரு நதிகளுக்கு உட்பட்ட நிலம்) என்று அதன் புவியியல் அமைப்பைத்தான் குறிப்பிடுகிறார்கள் என்பது கவனிக்கத்தக்கது.

சரி, கபாடபுரம் என்பது ஒரு பெரும் நிலப்பகுதி என்றால், இரண்டாம் தமிழ்ச்சங்கம் நடைபெற்ற நகரத்தை நாம் அடையாளம் காண்பது எப்படி? இறையனார் அகப்பொருளில் இரண்டாம் தமிழ்ச் சங்கம் நடைபெற்ற நகரின் பெயர் கபாட புரம். அது குமரி ஆற்றின் கரையில் அமைந்திருந்தது என்று காண்கிறோம். பஃருளியும் குமரி ஆறும் ஒன்றாகச் சேரு மிடத்தில் கவடு வடிவம் முழுமை பெறுவதால், அந்த இடத்தில் அமையப்பெற்ற நகரத்துக்கும் கபாடபுரம் என்ற பெயர் வழங்கி இருக்கலாம்.

இன்னொரு விதமாகவும் இதனை ஆராயலாம். பஃருளி நதியின் கரையில் நகரங்களை அமைத்தபோது முதலில் தென்கோடியில் ஆரம்பித்து, மெல்ல மெல்ல வடக்கே நகரங்களை நிர்மாணம் செய்தார்கள். தென்கோடியை ஏன் முதலில் தேர்ந்தெடுக்க வேண்டும்? அங்கிருந்து கடல் மிக அருகில் உள்ளமைதான் காரணம். அயல் நாட்டு வாணிகம்தான் சுமேரியர்களின் பொருளா தார முதுகெலும்பு.

அதேபோல் குமரி ஆற்றின் (டைகிரீஸ்) கரையில் நகரங்களை அமைக்கும்போது தென் கோடியைத்தான் தேர்ந்தெடுத்திருப் பார்கள் என்பது ஒரு சரியான ஊகமாக இருக்கும். இதன் அடிப்படையில் மிகப் பொருத்தமான நகரம் என்றால் பண்டைய சுமேரிய நகரமான லாகாஷ் (Lagash) என்பதுதான் கபாடபுரமாக இருந்திருக்கவேண்டும். கவடு வடிவம் பூர்த்தியாகும் இடமாக வும் கடலுக்கு அருகிலும் இது அமைந்திருக்கிறது. இதன் இன்றைய பெயர் டெல் அல்-ஹிபா (Tell alHiba). கபாடபுரம் என்பது இதன் அடைமொழியாகவும் இருக்கலாம்.

3. தில்முன்

சுமேரியர்கள் பன்னாட்டு வாணிபத்தில் கொடிகட்டிப் பறந்தனர். அவர்களது கப்பல்கள் தூரதேசங்களுக்குச் சென்று பொருள்களைக் கொண்டுவந்து குவித்தன. சுமேரியர்களது கல்வெட்டுகளும், இலக்கியங்களும், அகழ்வாராய்ச்சியில் கிடைத்த பொருள்களும் இதனை உறுதி செய்கின்றன. மேகான் (Maggon), மெலூஹா (Meluha), தில்முன் (Dilmun) என்று மூன்று அந்நிய தேசங்களைப் பற்றிய பல குறிப்புகள் கிடைத்துள்ளன. இதில் தில்முன் என்னும் தேசத்தின்மீது சுமேரியர்களுக்கு அளவுக்கு அடங்காத பாசம் இருந்தது.

தில்முன்னைப் பற்றிய குறிப்புகள் முதன்முதலாக ஊரக் (Uruk) என்ற இடத்தில் அமைந்துள்ள கோவிலில் கண்டுபிடிக்கப்பட்டது. இந்தக் கோவில் இனானா (Inana) என்ற தெய்வத்தின் கோவில் ஆகும். இங்கு கண்டுபிடிக்கப்பட்ட களிமண் ஏடுகளின் காலம் பொ.யு.மு. 4000 என்று கணக்கிடப்பட்டுள்ளது.[1] இறுதியாகக் கிடைத்த ஏடுகள் என்று பார்த்தால் பொ.யு.மு. 538-ல் தில்முன் பற்றிய குறிப்புகள் அடங்கிய ஏடுகள் கண்டெடுக்கப்பட்டுள்ளன. தில்முன் பற்றிய ஏடுகளின் பொற்காலம் என்று பார்த்தால் பொ.யு.மு. 3300 முதல் பொ.யு.மு. 1800 வரை ஆகும். இந்தக் காலக்கட்டத்தில் தில்முன் பற்றிய குறிப்புகள் அடங்கிய ஆயிரக்கணக்கான களிமண் ஏடுகள் கண்டுபிடிக்கப்பட்டுள்ளன.

தில்முன் பற்றிய வரலாற்றுக் குறிப்புக்கள்

தில்முன்னிலிருந்து சுமேரியர்கள் தாமிரத்தையும், தேக்கு மரங்களையும், யானைத் தந்தங்களையும்[2] பெரும் அளவில்

இறக்குமதி செய்தனர். தில்முன்னில் கோர்கினா[3] என்று ஒரு துறைமுகம் இருந்தது என்ற குறிப்பும் காணப்படுகிறது. இன்று காஞ்சிபுரம் பட்டு, காங்கேயம் காளை என்று கூறுவதுபோல பல பொருள்களை தில்முன் என்ற அடைமொழியோடு அவர்கள் அழைத்தார்கள்.[4] பல களிமண் ஏடுகளில் இத்தகைய குறிப்புகள் காணப்படுகின்றன. இதிலிருந்து தில்முன் என்ற தேசத்தின் முக்கியத்துவத்தை நாம் உணரலாம். குறிப்பாக இரண்டுபுறமும் கூர்மையாக இருக்கும் கோடரிக்கு 'தில்முன் கோடரி' என்று பெயரிட்டு அவர்கள் அழைத்தனர். அரசாங்கத்திலும் பல சுமேரிய வணிக நிறுவனங்களிலும் தில்முன் விவகாரங்களைக் கவனிப்பதற்கு என்றே தனி அதிகாரிகள் இருந்தனர். இவர்களை 'தில்முன் அதிகாரி'[5] என்றே அழைத்தனர். புர்னபரீஷ் (Burnabarish) என்ற மன்னனின் ஆட்சியின்போது நிப்பூர் என்ற இடத்தில் கிடைத்த களிமண் ஏடுகள் இதில் முக்கியமானவை. இவை, தில்முன்னிலிருந்து ஓர் அதிகாரி தன் மேலதிகாரியான நிப்பூரின் ஆளுநருக்கு எழுதிய கடிதங்கள் என்று கண்டுபிடிக்கப் பட்டுள்ளன. இதனால் தில்முன் என்பது சுமேரியப் பேரரசுக்கு உட்பட்ட ஒரு சிற்றரசாக இருக்கலாம் என்று கருதப்படுகிறது.

சுமேரிய இலக்கியத்தில் தில்முன்

சுமேரிய இலக்கியங்கள் தில்முன்னைப் புகழ்ந்து தள்ளுகின்றன. தில்முன்னைப் பற்றி எதைச் சொல்வதானாலும் உயர்வு நவிற்சி தான், அடைமொழிகள் தான், அலங்கார வார்த்தைகள்தான். கதிரவன் உதிக்கும் நாடு என்று தில்முன்னை சுமேரிய இலக்கியங்கள் புகழ்கின்றன. மரணம் இலாப் பெருவாழ்வு பெற்றவர்கள் வாழும் பூமி என்றும், தில்முன்னில் அனைத்தும் தூய்மையானவை, தில்முன் தேசமே தூய்மையின் வடிவம் என்றும் சுமேரிய இலக்கியங்கள் புகழ்கின்றன. மனிதகுலம் அழிந்துவிடாமல் இருக்கும் பொருட்டுத் தங்களது தெய்வமான என்கீ, அவரது மனைவியருள் ஒருத்தியான நின்கீலா என்ற தெய்வத்தோடு கலவி கொண்டு மீண்டும் படைப்பைத் தொடங்கிய இடம் என்று தில்முன்னை சுமேரியர்கள் சிறப்புச் செய்தார்கள்.[6]

மற்றொரு இலக்கியத்தில் தில்முன் ஒரு சாதாரணமான இடமாக இருந்து பின் வளர்ச்சி பெற்று உலகம் முழுவதற்கும் வேண்டிய பொருள்களை வழங்கும் ஓர் அங்காடியாக மாறிவிட்டது[7] என்று

அதன் வளர்ச்சி பற்றிய செய்திகள் நமக்கு கிடைக்கின்றன. இனிமையான காற்றுக்கு அதிதேவதையான நின்லில் தில்முன்னில் வசிப்பதாக சுமேரிய இலக்கியங்கள் கூறுகின்றன.

ஒரு மாபெரும் கடல் கோள் வருவதை முன்கூட்டியே அறிந்து சுருப்பாக்கம் என்ற சுமேரிய நாட்டின் மன்னனான உத்தனபிஷ்டர் (இவருக்கு ஸ்யாசூதர் என்ற பெயரும் உண்டு) தனது மக்களை அழைத்துச் சென்று பாதுகாப்பாக வாழவைத்த இடம் தில்முன் என்று சுமேரிய இலக்கியங்கள் பேசுகின்றன. அவர் அங்கு சாகாவரம் பெற்று சிரஞ்சீவியாக வாழ்கிறார் என்று சுமேரியர்கள் நம்பினார்கள். இவரைக் காண்பதற்கு வந்த கில்காமேஷ் என்ற மன்னன் தில்முன் சென்று திரும்பினான் என்ற ஒரே காரணத்தினாலேயே வரலாற்று நாயகனாகப் போற்றப்பட்டான்.

தில்முன்மீது சுமேரியர்கள் வைத்திருந்த மரியாதையின் மகத்துவம் இத்தகையது.

சுமேரிய மன்னரான உத்தனபிஷ்டர் தனது மக்களை அழைத்துக் கொண்டு தில்முன்னுக்குப் போனார் என்பதால், இந்த இடம் எதுவாக இருக்கும் என்பதைப்பற்றித் தெரிந்துகொள்ள நமக்கும் ஆவல் ஏற்படுகிறது.

தில்முன் என்பது சுமேரியப் பேரரசுக்கு உட்பட்ட ஒரு சிற்றரசாக இருக்கலாம் என்று சில அறிஞர்கள் கருதுகிறார்கள். இதற்கு ஆதாரமாக அவர்கள் மன்னர் புர்னபரீஷின் ஆட்சிக் காலத்தில் எழுதப்பட்டதாக நிப்பூர் என்ற இடத்தில் கண்டுபிடிக்கப்பட்ட களிமண் ஏடுகளைக் காட்டுகிறார்கள்.[8] அவர்களின் கூற்றுப்படி இந்த நிப்பூர் ஏடுகள், தில்முன்னில் இருந்த ஒரு கீழ் அதிகாரி நிப்பூரில் உள்ள ஆளுநருக்கு எழுதிய கடிதம். எனவே தில்முன், சுமேரிய நாடான நிப்பூருக்குச் சிற்றரசாக இருந்திருக்கவேண்டும் என்பது அவர்களது கருத்து. ஆனால் இன்றைய ஆராய்ச்சிகளின்படி இந்தக் களிமண் ஏட்டில் எழுதப்பட்டுள்ள கடிதம், ஒரு வியாபார நிறுவனத்தின் தில்முன் கிளையிலிருந்து நிப்பூரில் உள்ள மேலதிகாரிக்கு எழுதப்பட்ட ஒரு கடிதம் என்று கண்டறியப்பட்டுள்ளது.[9] எனவே தில்முன் என்பது ஒரு மிகப்பெரிய வியாபார ஸ்தலமாகத் திகழ்ந்திருக்கிறதே ஒழிய அது சிற்றரசாக இருந்தது என்பதற்கு ஆதாரம் இல்லை.

அதே சமயம் தில்முன் என்பது வெறும் ஒரு வணிக ஸ்தலமாக மட்டும் இருக்கவில்லை என்பதற்கும் ஆதாரங்கள் உள்ளன.

சுமேரியாவில் இரண்டு மன்னர்களுக்கிடையே போர் மூள்கிறது. ஊரகம் என்ற நாட்டைச் சேர்ந்த என்மீம்பரேக்கர் என்ற மன்னன் அராட்டா என்ற நாட்டைச் சேர்ந்த பெயர் அறியப்படாத மன்னன் மீது போர் தொடுக்கிறான். இருவரும் சூளுரைக்கிறார்கள். அப்போது எம்மீம்பரேக்கர் கூறுகிறான்: 'டைக்ரிஸ் நதியில் கெண்டை மீன்கள் பெருகுவதற்கு வெகுகாலத்துக்கு முன்னால், தில்முன்னில் குடியேற்றம் நடைபெறுவதற்கு வெகுகாலத்துக்கு முன்னாலேயே நான் ஒரு சிகுராத்தைக் கட்டினேன்.'

ஒரு சாதாரண வியாபார ஸ்தலத்தை இவ்வாறு சூளுரை செய்யும்போது குறிப்பிடுவார்களா என்பதை நாம் எண்ணிப் பார்க்கவேண்டும். தில்முன்மீது அவர்கள் உயிரையே வைத் திருந்தார்கள் என்பதற்கு இது ஒரு சரியான அத்தாட்சியாகும். எனவே தில்முன் என்பது சுமேரிய வரலாற்றில் மிக முக்கியமான ஒரு நிகழ்வு நடைபெறக் காரணமாக அமைந்த இடம் என்பது இதன்மூலம் உறுதியாகிறது. அந்த முக்கிய நிகழ்ச்சி தில்முன்னில் மக்கள் குடியமர்த்தப்பட்டதுதான் என்பதும் உறுதியாகிறது.

இனி இந்த தில்முன் எந்த இடமாக இருக்கும் என்பதைப் பற்றி ஆராய வேண்டியது அவசியமாகிறது. இன்றைய வரலாற்று ஆசிரியர்கள் தில்முன் என்பது பின்வரும் மூன்று இடங்களில் ஏதேனும் ஒன்றாகத்தான் இருக்கவேண்டும் என்று கூறு கிறார்கள்.

(1) அரேபியாவில் கடலோரப்பகுதி (The Eastern Littoral of Arabia from the vicinity of modern Kuwait to Bahrain)

(2) பஹ்ரைன் தீவு (The Island of Bahrain)

(3) ஃபலைக்கா தீவு (The island Falaika, east of Kuwait)

இன்று பஹ்ரைன் அரசாங்கம் தங்களது நாடுதான் தில்முன் என்று மிகப்பெரிய அளவில் விளம்பரம் செய்து சுற்றுலாப் பயணிகளைக் கூவிக் கூவி அழைக்கிறார்கள்.

சுமேரிய இலக்கியங்களை உண்ணிப்பாகப் படித்தால் இந்த மூன்று இடங்களும் தில்முன்னாக இருக்க முடியாது என்பது புலனாகும். தில்முன் என்பது ஒரு தீவு என்று சுமேரிய இலக்கி யத்தில் எங்குமே குறிப்பிடப்படவில்லை. எனவே பஹ்ரைனும்

ஃபலைக்காவும் அடிபட்டுப்போகின்றன. மேலும் தில்முன்னின் சிறப்புகளில் ஒன்றாக அதன் நீர்வளம் குறிப்பிடப்படுகிறது. 'தில்முன் குடித்ததுபோக எஞ்சிய நீர் வடிந்து, வடிந்து கடலுக் குள் சென்றது. கடல் நீரின் உப்புச்சுவை இதனால் குறைந்தது' என்று இலக்கியங்கள் குறிப்பிடுகின்றன.[10] மேலே குறிப்பிடப் பட்ட மூன்று இடங்களும் நீர் வளம் குன்றிய வறண்ட பகுதிகள் ஆகும். எனவே இந்த மூன்று இடங்களும் பொருத்தமாக இருக்க வாய்ப்பு இல்லை.

அங்கு மாதுளம் பழம், மாம்பழம் போன்ற பெரிய விதைகளை உடைய பழவகைகள் மற்றும் ஏராளமான பழத்தோட்டங்கள் நிறைந்திருந்தன என்ற குறிப்பும் கிடைத்திருக்கிறது. இந்த அடிப்படையிலும் இந்த மூன்று இடங்களும் பொருத்தமாக இருக்க முடியாது.

தில்முன்னில் பொ.யு.மு. 3300-ல் சுமேரிய வியாபாரம் கொடி கட்டிப் பறந்தது. ஆனால் மேற்கண்ட மூன்று இடங்களிலும் பொ.யு.மு. 2000-க்கு முன்பாக மக்கள் வசித்ததற்கு இதுவரை ஆதாரங்கள் கிட்டவில்லை. இந்த அடிப்படையிலும் மேற்கண்ட மூன்று இடங்களும் தில்முன்னாக இருக்க வாய்ப்பில்லை.

சுமேரிய வரலாற்று ஆராய்ச்சியாளர்களில் முன்னோடியான கிராமர் (Samuel Noah Krammer) சிந்து சமவெளி நாகரிகத்தின் ஏதோ ஒரு பகுதிதான் தில்முன்னாக இருக்கலாம் என்கிறார். ஆனால் இதற்கு ஆதாரம் இல்லை. ஓர் உள்ளுணர்வின் காரண மாகவே இவ்வாறு கூறுவதாக அவரே ஒப்புக்கொள்கிறார்.

தில்முன் என்பது தமிழகம்தான்

சுமேரியர்களின் கனவு பூமியான தில்முன், தமிழகம் தான் என்பது எனது கோட்பாடு. இதற்குப் பல ஆதாரங்கள் உள்ளன. முதலாவ தாக சுமேரிய இலக்கியங்களில் தில்முன்னிலிருந்து தேக்கு மரங்களும் யானைத் தந்தங்களும் பெருமளவில் இறக்குமதி செய்யப்பட்டதாகக் குறிப்புகள் விரவிக் கிடக்கின்றன.[11] தமிழகத் தின் மேற்குக் கரையில், அதாவது இன்றைய கேரளக் கடற்கரை யிலிருந்துதான் தந்தங்களும் தேக்கு மரங்களும் பெரும் அளவில் ஏற்றுமதி செய்வதற்கான சாத்தியக் கூறுகள் உண்டு.

அடுத்தபடியாக தில்முன் என்ற சொல்லை தில் + முன் என்று பிரிப் போம். திராவிட மொழிகளில் ஒரு பதத்துக்குப் பதிலாக வேறு

உச்சரிபபு கொண்ட மற்றொரு பதத்தைப் பயன்படுத்துவது இயல்பு. உதாரணமாக 'பா'வுக்கு பதிலாக 'வா'வும் 'ரா'வுக்கு பதிலாக 'டா'வும் அடிக்கடி மாறி வரும். கபாடபுரம் என்பதை கவாடபுரம் என்றும் மார்வாரி என்பதை மார்வாடி என்றும் உச்சரிக்கிறோம். இதுபோல, தில் என்பதை வில் எனலாம். முன் என்பதை முனை என்பதன் சுருக்கமாகக் கொண்டால் அதனைக் கூர்மையான அம்பு என்று கொள்ளலாம்.[12] எனவே தில்முன் என்பது வில் முனை அல்லது வில்லும் அம்பும் என்று கருத இடம் உண்டு. இவ்வாறு பொருள் கொண்டால் அது ஆதி தமிழகத்தின் மேற்குக் கரையான சேர நாட்டைக் குறிப்பதாகக் கொள்ளலாம்.

அது மட்டுமல்லாமல், தெற்கிலிருந்து வீசும் காற்றுக்கு அதிதேவதையான என்லில் இங்கு வாழ்வதாக சுமேரிய ஏடுகள் கூறுகின்றன. தமிழில் எழிலி என்றால் காற்று எனப் பொருள் படும். என்லில் என்பதற்கும் எழிலி என்பதற்கும் உள்ள கருத்து ஒற்றுமையும், என்லில் என்பதற்கும் தென்றல் என்பதற்கும் உள்ள ஓசை ஒற்றுமையும் கவனிக்கத்தக்கது.

மேலும் சுமேரியாவில் இரண்டு பக்கமும் கூர்மையான கோடரிக்கு 'தில்முன் கோடரி' என்று பெயர். சில இடங்களில் தில்முன் என்பதே கோடரியைக் குறிப்பதாக வருகிறது. இந்தக் கருத்தையும் பரசுராமர் கோடரியைக் கடலில் வீசி எறிந்து கேரளத்தை உருவாகியதாக நமது புராணங்கள் கூறுவதையும் ஒப்பிட்டுப் பாருங்கள்.

இந்தியாவோடு ஒட்டி இருந்த மடகாஸ்கர் உடைந்து தனியான புவியியல் நிகழ்ச்சியைத்தான் பரசுராமர் கோடரியை வீசி உடைத்தார் என்று உருவகப்படுத்தப்பட்டதாகக் கருதுகிறேன். எது எப்படியோ, கோடரி என்பது பரசுராமருக்கும், கேரளத்துக் கும் (தில்முன்னுக்கும்) சுமேரியத்துக்கும் ஒரு முக்கியமான குறியீட்டு அடையாளமாகத் திகழ்வது புலப்படும்.

இந்திய இலக்கியங்களில் காணப்படும் ஆதாரங்கள்

அடுத்தபடியாக நாம் காணவிருக்கும் ஆதாரம் இந்திய இலக் கியங்களில் காணப்படுபவை. கப்பல் செய்து வெள்ளத்திலிருந்து தப்பித்தாகக் கூறப்படும் கதைகள் உலகின் அனைத்துக் கலா சாரங்களிலும் உள்ளன. தென் ஆப்பிரிக்காவிலிருந்து சீனா வரை இதைப் பற்றி எழுதாத மக்களே இல்லை என்று கூறலாம்.

மச்ச புராணம் என்பது முழுக்க முழுக்க இந்தக் கதைதான். கும்பகோணம் கோவில் சுவரில் ஒரு கோடு போட்டு இது வரை வெள்ளம் வந்தது என்று தல புராணம் கூறுகிறார்கள். ஆனாலும் நம்மில் பலருக்கு பைபிளில் வரும் நோவா கதை மட்டும்தான் தெரியும். ஐந்தாயிரம் ஆண்டுகளுக்கு முன்பே சுமேரியாவில் இதை விவரமாக எழுதி வைத்துள்ளார்கள். கில்காமேஷ் காவியத்தின் காப்பிய நாயகன், தில்முன் என்ற இடத்துக்குச் சென்று உத்தனபிஷ்டர் என்பவரைச் சந்திக்கிறான். ஒரு மாபெரும் வெள்ளத்திலிருந்து தாங்கள் எப்படித் தப்பித்தோம் என்று அவர் கூறுவதாக இந்தக் கதை அமைந்துள்ளது.

இக்கதையின்படி உத்தனபிஷ்டர் என்பவர் சுருப்பாக்கம் என்ற சுமேரிய நாட்டின் அரசர். அவர் ஒரு ஞானியும்கூட. அவருக்கு ஜியுசுத்தர் (Ziusudra), அத்ராசியர் (Atrahasis) என்ற பெயர்களும் உண்டு. ஒரு சமயம் கடவுள்கள் மனிதர்களின்மீது கோபம் கொண்டு அவர்களை அழிக்கப் பெரும் வெள்ளத்தை அனுப்ப முடிவு செய்கிறார்கள். இயா என்ற தெய்வம் மட்டும் இந்த விஷயத்தை உத்தனபிஷ்டரிடம் கூறி கப்பல் ஒன்றைக் கட்டுவதற் கான ஆலோசனையை அளிக்கிறது. கப்பலில் உத்தனபிஷ்டரும், அவரது குடும்பத்தினர்களும், செடி, கொடிகள், விதைகள், ஏனைய மிருகங்கள் என அனைத்தையும் ஏற்றிக்கொண்டு தில்முன் செல்கிறார்கள். அங்கு அவர் சாகாவரம் பெற்று சிரஞ்சீவியாக வாழ்வதாகக் கதை முடிகிறது.

நாம் ஏற்கெனவே பார்த்தபடி தில்முன் என்பதைத் தமிழகம் என்று எடுத்துக்கொள்வோம். அப்படியானால் சுமேரியர்கள், ஒரு பெரிய வெள்ள அபாயத்திலிருந்து தப்பிப்பதற்காக தமிழகத்தில் குடி பெயர்ந்தார்கள் என்று கருதலாமா?

இந்த கருத்துக்கு வலு சேர்க்கும் விதமாக நம்மிடையே ஓர் அகச்சான்று உள்ளது. அதுதான் மச்ச புராணம். இதே கதை ஸ்ரீமத் பாகவத்திலும் சுருக்கமாகக் கூறப்பட்டுள்ளது. மச்ச புராணத்தின் படி பிரம்மா ஆழ்ந்த தூக்கத்தில் இருந்தபோது, ஹயக்கிரீவன் என்ற அசுரன் அவரது வாயிலிருந்து வேதங்களைத் திருடிச் சென்றதால் உலகில் தர்மம் குலைந்தது. உலகமே சீர் கெட்டு அலைந்தபோது, பாண்டிய மன்னன் ஒருவன் மட்டும் நீதி தவறாமல் ஆட்சி புரிந்துவருகிறான். அதனால் அவனுக்கு சத்திய விரதன் என்ற சிறப்புப் பெயரும் ஏற்படுகிறது.

அவன் ஒரு நாள் கிருதமாலா என்ற நதியில் நீராடச் சென்றபோது, தனது இரு கைகளாலும் நீரை அள்ளினான். அதில் ஒரு சிறிய மீன் இருந்தது. அது, 'மன்னா என்னைக் காப்பாற்று, மீண்டும் ஆற்றில் விடாதே' என்று வேண்டியது. மன்னன் அதனை ஒரு சிறிய பாத்திரத்தில் இட்டான். உடனே அந்த மீன் பெரிதாகி அந்தப் பாத்திரம் முழுவதையும் நிறைத்துவிட்டது. சத்தியவிரதன், அம்மீனை வேறு ஒரு பெரிய பாத்திரத்தில் இட்டான். அதுவும் நிறைந்தது. இப்படியாக அம்மீன் மேலும் மேலும் வளர்ந்தது. இது சாதாரண மீன் அல்ல என்பதை உணர்ந்த சத்தியவிரதன், அதனைக் கடலில் இட்டு 'தாங்கள் யார் என்பதை அடியேனுக்குத் தெரிவிக்கவேண்டும்' என்று வேண்டினான். அந்த மீன் விஷ்ணுவாக உருமாறி, 'மன்னனே, இன்னும் சிறிது நாட்களில் உலகம் வெள்ளத்தில் மூழ்கப்போகிறது. சப்தரிஷிகளை ஆலோசித்து ஒரு கப்பலை உருவாக்கு. அதனை நானே இழுத்துச் சென்று தக்க இடத்தில் உன்னைச் சேர்க்கிறேன்' என்று கூறி மறைந்தார். பின்னர் திருமால் ஹயக்கிரீவனோடு போரிட்டு வேதங்களை மீட்டார்.

ஒரு பெரும் கப்பலைத் தயாரித்த மன்னன், வேண்டிய அனைத்தையும் அதனுள் ஏற்றித் தயாராகக் காத்திருந்தான். பெரும் வெள்ளம் வந்தபோது திருமால் மீண்டும் மீன் வடிவில் காட்சி அளித்து அந்தக் கப்பலை வாசுகி என்ற நாகத்தால் கட்டி இழுத்துச் சென்றார். பயணத்தின்போது சப்தரிஷிகள், புதிய இடத்தில் நாகரிகத்தை எப்படிப் பேணவேண்டும் என்று சத்தியவிரதனுக்கு ஆலோசனை கூறினார்கள். கப்பல் மலையாள தேச மலையின்மீது தட்டி நின்றது. வெள்ளம் வடிந்ததும் மன்னன் அம்மலையின் மறுபுறம் புதிய தேசத்தை உருவாக்கினான். அப்போது அவனுக்கு மீண்டும் காட்சி அளித்த திருமால், 'திராவிடர்களின் மன்னனே, இந்தப் பூமி முழுவதும் உனது சந்ததிகளால் நிரம்பப் பெறும். உன்னிடமிருந்தே அனைத்து மனிதர்களும் தோன்றுவதால், நீ மனு என்று அழைக்கப் பெறுவாய். நீயே முதல் மனு; எனவே நீ சுயம்புவ மனு என்று அழைக்கப்பெறுவாய்' என்று கூறி மறைந்தார்.

இந்தப் புராணத்தில் சத்திய விரதன் முதன்முதலில் ஆட்சி புரிந்த நாடு எங்கு இருக்கிறது என்ற விவரம் இல்லை. ஆனால் அவன் வந்த சேர்ந்த இடம் தமிழகம் என்பது தெளிவாகக் கூறப் பட்டுள்ளது. மன்னன் சத்தியவிரதன் சிறிய மீனைக் கண்டெடுத்த

நதியின் பெயர் கிருதமாலா என்ற குறிப்பிடப்பட்டுள்ளது. கிருத என்ற சொல்லுக்கு நன்றாகச் செய்யப்பட்ட என்று பொருள். கிருதமாலா என்றால் நன்றாகச் செய்யப்பட்ட மாலை என்று பொருள்.

மாலை போன்ற வடிவில் இரு ஆறுகள் - கிருத மாலா

சுமேரிய வரைபடத்தைப் பார்த்தால் இரு நதிகளும் ஒரு மாலை போன்ற அமைப்பில் இருப்பதைக் காணலாம். கில்காமேஷ் காவியத்தையும் மச்ச புராணத்தையும் இணைத்துப் பார்த்தால் சுமேரியாவிலிருந்து ஒரு மன்னன் தமிழகத்துக்கு வந்து குடியேறினான் என்பது உறுதியாகப் புலப்படும்.

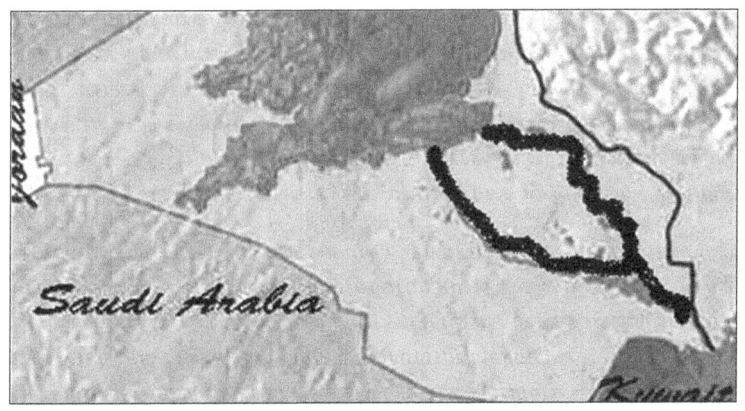

மாலை வடிவில் நதிகள்

இக் கதையில் ஒரு மீன் மிகப் பெரியதாக வளர்ந்ததாகக் கூறப்படுவதற்கு ஒரு விஞ்ஞான அடிப்படை உண்டு. மச்ச புராணத்தில் இம்மீன் சுபாரி என்ற வகையைச் சேர்ந்தது என்று கூறப்பட்டுள்ளது. இது கெண்டை மீன் வகையைச் சேர்ந்தது. வெள்ளிக்கெண்டை என்றும் கூறுவார்கள். இது ஆற்று நீரில் மட்டுமே வாழக் கூடியது. பொதுவாக அமாவாசை அன்று சந்திரனின் ஈர்ப்பின் காரணமாக நதி நீர் கடலில் சங்கமிக்கும் இடத்தில் அதிகமாகக் கடல் நீர், நதிக்கு உள்ளே வரும். இன்றும் மெக்சிகோவில் சில இடங்களில் அமாவாசை அன்று 40 கிலோமீட்டர் தூரத்துக்குக் கடல் நீர் நிலப்பகுதிக்குள் வருகிறது. ஆழிப்பேரூழிக் காலத்தில் உச்சக்கட்ட அபாயம் வருவதற்கு ஓரிரு வாரங்களுக்கு முன்பாகச் சிறு நிலநடுக்கம் காரணமாக

கடல் நீர் நதிக்குள் அதிக தூரம் வர வாய்ப்புண்டு. அப்போது நந்நீரில் வாழும் மீன்கள் உப்பு நீரில் வாழ முடியாமல் மடிந்து போகும் அல்லது நதியின் ஓட்டத்தை எதிர்த்து உள்வாங்கும்.

உப்பு நீரில் உயிர் வாழ முடியாமல் மீன்கள் தவித்ததைத்தான், 'மன்னா! என்னைக் காப்பாற்று' என்று அந்த மீன் கூறியதாக உருவகப்படுத்தி இருக்கிறார்கள். மேலும் உள்வாங்கிய மீன்களும் மடிந்த மீன்களும் ஒரே இடத்தில் பெருமளவில் இருந்திருக்கும். அதைக் கூடைகளிலும் பாத்திரங்களிலும் அள்ளி மாளாமல் போனதைத்தான், மீன் பெரிதாக வளர்ந்ததாக உருவகப்படுத்தியுள்ளார்கள். இவ்வாறு மீன்களின் இயற்கைக்கு மாறான செயலைக் கண்டு மாபெரும் அழிவு வரப்போவதை ஊகித்திருக்கிறார்கள். இக்கதையின் நாயகனாக உத்தனபிஷ்டர் என்று சுமேரிய சுமேரிய மொழியிலும் சத்தியவிரதன் என்று சமஸ்கிருதத்திலும் கூறப்பட்டவன் இடைச்சங்க காலத்தின் இறுதி மன்னன் திருமாறன்தான் என்பதாக எடுத்துக்கொள்ளலாம் அல்லவா? பாண்டியர்கள் தங்கள் கொடியில் மீன் சின்னத்தைப் பொறித்திருப்பதன் காரணமும் விளங்க ஆரம்பிக்கும்.

பிற்காலத்தில் எழுதப்பட்ட புராணங்களில் வில்லன் ஹயக் கிரீவன் திருமாலின் அவதாரமாகி விடுகிறான். திருமாலினால் சத்தியவிரதன் என்று புகழப்பட்ட பாண்டிய மன்னன் வில்லனாகி விடுகிறான். குறிப்பாக பிரம்மாண்ட புராணத்தில் ஒரு பிராமணப் பெண்ணைக் கற்பழித்த குற்றத்துக்காக சத்தியவிரதனுக்கு, திராவிட தேசத்துக்குச் செல்லும்படி தண்டனை கொடுக்கப் படுகிறது.

இம்மன்னன் திராவிடர்களின் மன்னன் என்பதை நிலைநாட்ட ஸ்ரீமத் பாகவத்தில் உள்ள ஒரு சுலோகத்தை இங்கு பதிவு செய்கிறேன்.

யா சௌ சத்யவிரதோ நமஹ, ராஜர்ஸிர் த்ராவிடேஸ்வராஹ
ஞானயோ திதகல்பாந்தே, லெபே புருஷ சேவய,
ச வை விவாஸ்வதஹ புத்ரோ, மனுர் அஸித் இதி சேருதம்
த்வாதாஸ் தஸ்ய சுத ப்ரோக்த, இக்ஷ்வாகு ப்ரமுக்க
(ஸ்ரீமத் பாகவதம் 9.1.2.3)

இதன் பொருள்: சத்திய விரதன் என்ற பெயர் கொண்டவனும், திராவிடர்களின் அரசனுமான மன்னன் மஹாபுருஷனுக்கு

உன்னத சேவைகள் புரிந்தமைக்காக ஞானம் வழங்கப்பட்டது. அவனே வைவச மனு. அவனே விவஸ்வானின் புத்திரன். அவனது சந்ததிகள் அரசர்களாகப் பிரகடனப்படுத்தப் பட்டார்கள். அவர்களில் புகழ்பெற்றவன் இக்ஷ்வாகு.

சுமேரிய நூல்களின்படி ஒரு மாபெரும் ஆழிப் பேரூழியின் அழிவிலிருந்து தங்களைக் காத்துக்கொள்ள உத்தனபிஷ்டர் என்பவரின் தலைமையில் அவர்கள் தில்முன் என்ற நாட்டுக்குக் குடிபெயர்ந்தார்கள் என்று கண்டோம். தில்முன் என்பது தமிழகம்தான் என்றும் கண்டோம்.

மச்ச புராணத்தின்படி, திராவிடர்களும் அதே போன்ற அழிவிலிருந்து தங்களைக் காத்துக்கொள்ளவே, சத்தியவிரதன் என்பவனது தலைமையில் தமிழகத்துக்குக் குடிபெயர்ந்தார்கள் என்றும் கண்டோம். சத்திய விரதனுடைய மூத்த புதல்வன் உத்தானபாதன் என்று மச்சபுராணமும் பாகவதமும் கூறுகிறது.

இவற்றை எல்லாம் கணக்கில் கொண்டால் சுமேரியர்கள்தான் திராவிடர்கள் என்பதும், சுமேரியாவில் போற்றப்படும் உத்தனபிஷ்டரும் பாகவதம் கூறும் உத்தானபாதனும் ஒருவரே என்பதும் தெளிவன்றோ?

உத்தனபிஷ்டர், சத்தியவிரதன் ஆகிய இரு பெயர்களுக்கும் உள்ள வேற்றுமை ஒற்றுமைகளை வேறுவிதமாகவும் அணுக லாம். மச்ச புராணத்தின்படி சத்தியவிரதனின் மகனது பெயர் உத்தானபாதன். இது உத்தனபிஷ்டர் என்ற சொல்லுக்கு மிக நெருங்கி வருகிறது. சுமேரிய ஏடுகள் மகனையும் மச்ச புராணம் தந்தையையும் காப்பியத் தலைவனாகக் கற்பித்துக் கூறுவ தாகவும் கருதலாம்.

என்மீம்பரேக்கரின் சூளுரை பற்றி ஏற்கெனவே கண்டோம். அதில் டைக்ரீஸ் நதியில் மீன்கள் பெருகுவதையும், தில்முன்னில் குடியேற்றம் நடைபெறுவதையும் இணைத்துக் கூறுவது, மச்ச புராணத்துக்கு வலு சேர்ப்பதாகவே இருக்கிறது.

ஐயாயிரம் வருடங்களுக்குமுன் ஒரு கூட்டமாக மக்கள் சுமேரியாவிலிருந்து தென்னிந்தியாவுக்கான இவ்வளவு பெரிய தூரத்தைக் கப்பலில் கடப்பது என்பது சாத்தியம்தானா என்று சிலருக்குச் சந்தேகம் வரலாம். நம்புவற்குக் கடினமாக உள்ளது

என்று சிலர் கருதலாம். இந்தத் துறையில் 25 ஆண்டுகள் அனுபவம் உள்ளவன் என்ற முறையில் கூறுகிறேன். இது உறுதியாகச் சாத்தியம்தான். இதற்கு நம்மிடையே வேறு ஒரு சான்றும் உள்ளது.

சுமேரியர்களுக்குக் கிழக்கே அக்கேடியர்கள் என்ற மக்கள் வாழ்ந்தார்கள். அவர்களுக்கும் கிழக்கே யூதர்கள் வாழ்ந்து வந்தனர். யூதர்களின் தாய்மொழி ஹீப்ரு. ஆதி காலத்தில் இவர்கள் தங்கள் மொழியை சுமேரிய எழுத்துகளால் எழுதினர். சுமேரியர்களின் அநேகப் படைப்புகள் ஹீப்ரு மொழியிலும் எழுதப்பட்டன. குறிப்பாக, கில்காமேஷ் காவியம், அரசர்களின் அட்டவணை, என்மீம்பரேக்கர் வரலாறு முதலியன நமக்கு ஹீப்ரு மொழி களிமண் ஓடுகளிலும் கிடைத்துள்ளன.

இதனால் யூதர்கள் சுமேரியப் பண்பாட்டைத் தழுவியே தங்களது நாகரிகத்தையும் அமைத்துக்கொண்டார்கள் என்பது புலனாகும். கில்காமேஷ் காவியத்தில் இடம்பெறும் உத்தனபிஷ்டரின் வரலாறு, அவர்களது மொழியில் நோவாவின் வரலாறு என்று எழுதப்பட்டது. இயேசு பிரான் சிலுவையில் அறையப்பட்டு 30 அல்லது 35 வருடங்கள் கழித்து இவர்களது தலைநகரம் ஜெரு சலேம், பொ.யு. 70-ல் சூறையாடப்பட்டது. ஒரு கல்லின்மீது மற்றொரு கல் நிற்க முடியாத அளவுக்கு ஜெருசலேம் தவிடு பொடி ஆக்கப்பட்டது. இந்தக் காலக்கட்டத்தில், யூதர்களில் ஒரு கூட்டத்தினர் கடல் மார்க்கமாகத் தப்பித்து வெளியேறினர். இவர்கள் எங்கே தஞ்சமடைந்தார்கள்? கேரளத்தில் உள்ள கிரங்கனூர் என்ற இடத்தில்தான்.

பின்னர், பொ.யு. 900-ல் முஸ்லிம் படையெடுப்பின் காரணமாக மீண்டும் ஒரு முறை யூதர்கள் தப்பித்துக் கடல் மார்க்கமாக வந்தனர். இம்முறை கொச்சியில் வந்து தஞ்சம் அடைந்தார்கள். கொச்சியில் 1972 வரை 500 யூதக் குடும்பங்கள் வாழ்ந்துவந்தன. இப்போது இவர்கள் அனைவரும் இஸ்ரேல் நாட்டுக்குச் சென்றுவிட்டனர்.

ஏறக்குறைய இதே காலகட்டத்தில் இரானில் வாழ்ந்த ஜொராஸ்டிரியன் என்ற மதத்தைச் சேர்ந்த (இப்போது நாம் இவர்களை பார்சிகள் என்று அழைக்கிறோம்) மக்களும் முஸ்லீம் படையெடுப்பின் காரணமாக கப்பலில் புறப்பட்டு இந்தியா வந்தனர். இவர்கள் குஜராத்தில் தஞ்சம் அடைந்தனர்.

எனது கேள்வி, யூதர்கள் கேரளத்திற்கு ஏன் வருவானேன்? குஜராத், மஹாராஷ்டிரம், கர்நாடகம், கோவா முதலிய கடற்கரைப் பட்டணங்களைத் தவிர்த்து 2,000 மைல் தாண்டி உள்ள கேரளத்துக்கு அவர்கள் ஏன் வரவேண்டும்? உயிருக்குப் பயந்து வருபவர்கள், முதலில் வாய்த்த இடத்தில் இருக்கத்தானே முற்படுவார்கள். அதை விடுத்து 2,000 மைல் தள்ளி இருக்கும் இடத்தை ஏன் தேர்ந்தெடுத்தார்கள்? ஏனென்றால் கில்காமேஷ் காவியத்தில் குறிப்பிட்டுள்ள தில்முன் என்னும் சொர்க்கபுரி தமிழகமே என்பதை அவர்கள் அறிந்திருந்ததுதான் காரணம்.

எனவே, சுமேரியாவிலிருந்து கேரளத்துக்கு சுமேரியத் திராவிடர்கள் வந்த வரலாறு மேற்காசிய கலாசார மக்களிடையே மிகவும் பரவலாக அறியப்பட்டிருந்தது என்பதும் புலனாகிறது.

பொ.யு. 70-ல் இருந்த கப்பலுக்கும் பொ.யு.மு. 3000-ல் இருந்த கப்பலுக்கும் எந்தவித வேறுபாடும் இல்லை. அவ்வளவு ஏன், பொ.யு. 1830 வரை கப்பல் வடிவமைப்பில் எவ்வித மாற்றமும் இல்லை. கொலம்பஸ் அமெரிக்காவைக் கண்டுபிடித்ததும், மெகல்லன் உலகைச் சுற்றி வந்ததும், வாஸ்கோடகாமா கோழிக்கோடு வந்து சேர்ந்ததும், ஆங்கிலேயர்கள் இந்தியா வந்ததும், அனைத்தும் பாய்மரக் கப்பல்களில்தான். எனவே கடல் பயணம் என்பது மிக மிகத் தொன்மையான ஒரு முறை என்பது புலனாகிறது.

மச்ச புராணத்தின்படி பாண்டிய மன்னன் சத்தியவிரதன்தான் முதல் மனு. ஸ்வயம்புவ மனு என்று இவனுக்குப் பெயர். ஆனால் ஸ்ரீமத் பாகவதத்திலும் ஏனைய புராணங்களிலும் பாண்டிய மன்னன் சத்தியவிரதன், ஏழாவது மனு என்றும் அவனது பெயர் வைவஸ்ய மனு என்றும் குறிப்பிடப்பட்டுள்ளது. இந்தப் புராண நிகழ்ச்சிக்கு அடிப்படையாக மச்ச புராணம் விளங்குவதால் அதில் உள்ள குறிப்புகளையே சரி எனக் கொள்ளலாம் என்று கருதுகிறேன். ஸ்வயம்புவ மனுவின் மூத்த மகனின் பெயர் உத்தானபாதன். சுமேரிய ஏடுகளில் இவனது பெயர் உத்தனபிஷ்டன் என்று குறிப்பிடப்பட்டுள்ளமை நமக்கு வலு சேர்ப்பதாகவே அமைந்துள்ளது.

சுமேரிய இலக்கியங்களில் காணப்படும் ஆதாரங்கள்

இனி, சுமேரிய இலக்கியங்களில் தில்முன் பற்றிக் காணப்படும் சில குறிப்புகளை ஆராய்வோம். இந்தக் குறிப்புகள் தமிழகத்தோடு எந்த அளவுக்கு ஒத்துப்போகின்றன என்பதைக் காண்போம்.

ஆக்ஸ்ஃபோர்டு பல்கலைக்கழகம் நடத்தி வரும் ETCSL (The Electronic Text Corpus of Sumerian Literature) என்ற இணையத் தளம் சுமேரியத்தைப் பற்றி ஆராய்ச்சி செய்பவர்களுக்கு ஒரு வரப்பிரசாதம். இதில் ஒவ்வொரு சுமேரிய நூலையும், ஒலி மாற்றம், மொழி மாற்றம் செய்து அடிக் குறிப்புகளோடு அற்புத மாகத் தந்துள்ளனர். ஒவ்வொன்றும் 200 முதல் 300 வரிகளைக் கொண்ட சிறு நூல்கள். 10 வரிகளிலும் இலக்கியம் உண்டு. அவற்றின் இயற்கை வருணனைகளை நோக்கும்போது பத்துப் பாட்டின் சாயல் தெரிகிறது. 'நன்சேயும் பறவைகளும்', 'என்னிலுலம் நின்னிலதும்', 'எள்கியின் தீவிரப் பயணம்' முதலிய நூல்கள், புனைவுகள் ஏதுமின்றி நேரிடையாக, மாந்தர் இயல்பு, இயற்கை வருணனை ஆகியவற்றை மட்டுமே கொண் டிருக்கின்றன. அதே சமயம், வேறு சில நூல்கள், அவனை இவள் மணந்தாள், அவர்களுக்கு இவள் பிறந்தாள், இவன் இத்தனை பெண்களோடு உறவாடினான், மலையைப் பெயர்த்தெடுத்தான் என்ற ரீதியில், மிகுந்த புனைவுகளோடும், உயர்வு நவிற்சி யாகவும், நமது புராணக் கதைகளை ஞாபகப்படுத்தும் வகை யிலும் அமைந்துள்ளன. 'எள்கியும் நின்குறுசகாவும்', 'கில்காமேஷ் காவியம்' முதலியவை இந்த வகையில் சேரும்.

தில்முன் பற்றி 'எள்கியும் நின்குறுசகாவும்' (ETCSL 111) என்ற நூலில் (வரி எண் 11-16) சில குறிப்புகள் காணப்படுகின்றன.

> தில்முன்னில் காகம் (Raven) கரையவில்லை. கௌதாரி கூவவில்லை. சிங்கம் கொலைத் தொழில் புரியவில்லை. ஓநாய் ஆட்டுக் குட்டிகளைத் தூக்கிச் செல்லவில்லை. சுருண்டு கிடக்கும் ஆட்டுக் குட்டிகளை எழுந்தோடச் செய்ய நாய்கள் பழகவில்லை. தானியங்களை உண் பதற்குப் பன்றிகள் பழகவில்லை.

சி.ஜே.காட் (C.J. Gadd) என்பவர் செய்த மொழிபெயர்ப்பில் காகம் என்பதற்கு 'புள்ளிகளை உடைய பறவை' என்றும் சிங்கம் என்பதற்கு 'கொடிய விலங்கு' என்றும் இருக்கிறது. (A Sumerian Reading Book, Oxford Class Press 1924).

நமது மூதாதையர்கள் முதன்முதலில் தமிழகத்துக்குக் குடியேறிய போது இருந்த நிலையைச் சித்திரம்போல் காட்டுவதாக இந்தப் பகுதி அமைந்துள்ளது.

யார் தருவார் இந்த அரியாசனம்?

அரசன் அமரும் ஆசனத்துக்குத் தமிழில் அரியாசனம் அல்லது அரியணை என்று பெயர். சிங்கத்தை விலங்குகளின் தலைவனாக நமது இலக்கியங்கள் சிறப்பிக்கின்றன. வீரம் மிகுந்தவனை ஏறு என்று சிறப்பிக்கிறோம். வீரத்துக்கும், தலைமைக்கும், அரச குலத்துக்கும் அடையாளமாகக் கருதப்படும் சிங்கத்துக்கும் நமக்கும் என்ன தொடர்பு என்று எப்போதாவது எண்ணிப் பார்த்ததுண்டா?

சிங்கம் தமிழ்நாட்டின் பூர்வ விலங்கு அல்ல.

நர்மதை நதிக்குக் கீழே எந்தக் காலகட்டத்திலும் சிங்கம் காடுகளில் இருந்தது கிடையாது. இல்லாத ஒரு விலங்குக்கு தமிழில் ஏன் இத்தனை சிறப்பு? அரிமா, அரியணை, ஆண் ஏறு என்றெல்லாம் பேசி மகிழ்வது ஏன்?

தமிழர்கள் சுமேரியத்தில் இருந்தபோது, அவர்களோடு பின்னிப் பிணைந்த விலங்கு சிங்கம். ஆப்பிரிக்காவிலும் மேற்காசியா விலும் ஒரு காலத்தில் மனிதர்களுக்கு அடுத்தபடியாக எண்ணிக்கையில் அதிகமாக இருந்த விலங்கு என்றால் அது சிங்கம்தான். வேட்டையாடியே அது அழிக்கப்பட்டது. பண்டைய சுமேரியத்தில் எந்த அரசனின் சிலையை வேண்டுமானாலும் பாருங்கள். கையில் சிங்கத்தை நாய்க் குட்டிபோல வைத்திருப் பார். அல்லது அவரது காலடியில் சிங்கம் காணப்படும். பத்து சிற்பங்களைப் பார்த்தால், எட்டில் ஏதாவது ஒரு வகையில் சிங்கம் இடம் பிடித்திருக்கும். எனவேதான், தமிழகத்துக்கு வந்தபின்னும் அந்தப் பாரம்பரியத்தை மாற்றாமல் தொடர்ந் தார்கள். தில்முன்னில் சிங்கம் கொலைத் தொழில் புரியவில்லை என்று எளிமையாக, அதே சமயம் புதிதாகக் குடியேற்றம் நடைபெற்ற தமிழகத்தில் சிங்கங்கள் இல்லை என்ற ஓர் அரிய செய்தியாகக் கூறப்பட்டுள்ளது.

மற்றுமொரு முக்கியமான விஷயம் சுமேரியத்திலும், ஹீப்ரு மொழியிலும், அக்கேடிய மொழியிலும் 'அரி' என்ற சொல் லுக்கு 'சிங்கம்' என்றுதான் பொருள்.[13]

மனிதனின் சிறந்த நண்பன் யார்?

சந்தேகம் என்ன? நாய்தான். இந்தியாவில் தோன்றிய நாய் இனங்கள் எத்தனை? ராஜபாளையம், சிப்பிப்பாறை, கோம்பை,

காரவான்வேட்டை நாய், கைக்காடி, ரம்பூர் வேட்டை நாய், கன்னி, கோச்சி, முதோல் வேட்டை நாய், அலங்கு என்று 10 வகை நாய்கள் இந்தியாவைச் சேர்ந்தவை என்று கென்னல் கிளப் ஆப் இந்தியா (KCI) அங்கீகரித்துள்ளது. ஆனால், முழுத் தூய்மையான இனம் (pure breed) என்று இரண்டு வகை நாய்களைத்தான் கூறுகிறது. அவை ராஜபாளையமும் சிப்பிப்பாறையும். மற்றவை எல்லாம் ஏதோ ஒரு வகையில் இனக் கலப்பு உள்ளவை.

இந்தியா போன்ற பெரிய நிலப்பகுதிக்கு என ஓரிரண்டு இனங்கள் மட்டும் இருப்பதற்கும், அவை இரண்டும் தமிழ்நாட்டிலேயே இருப்பதற்கும் காரணம் என்ன? சுமேரியத் தமிழர்கள் அளித்த கொடைதான். பழுப்பு நிற ஓநாயிலிருந்துதான் நாய்கள் தோன்றியதாக மரபியல் வல்லுநர்கள் கூறுகிறார்கள். ஓநாய் வகைகளில் ஆசியாவில் அதிகமாகக் காணப்படுவது பழுப்பு நிற ஓநாய் என்று அழைக்கப்படும் இரானிய ஓநாய்.

இரான் என்பது பண்டைய சுமேரியத்தின் ஒரு பகுதி. 1860-ல் நடைபெற்ற கணக்கெடுப்பின்படி இந்தியாவில் 3,000-க்கும் குறைவாகவே இவ்வகை ஓநாய்கள் இருந்ததாகக் கூறப்படு கிறது. குஜராத், ராஜஸ்தான் முதலிய மாநிலங்களில் மட்டுமே இவை காணப்பட்டன. பின்னர் 1920-ல் நடந்த கணக்கெடுப்பில் கர்நாடகக் காடுகளில் இவை காணப்பட்டதாகச் செய்தி கிடைக் கிறது. நாம் கவனிக்கவேண்டிய விஷயம் என்னவென்றால் தமிழகத்தில் இவ்வகை ஓநாய்கள் எப்போதுமே இருந்ததில்லை. ஆனால், இவற்றின் வழித்தோன்றலாகிய நாயின் பிறப்பிடம் தமிழகம்!

இதிலிருந்து என்ன தெரிகிறது? பழுப்பு நிற ஓநாயே தமிழ் நாட்டில் இல்லாதபோது நாய்கள் எப்படித் தானாகத் தோன்றும். சுமேரியாவில் இருந்து கொண்டுவந்த சீதனம் இவை. சுமேரியாவில்தான் நாய்கள் முதன்முதலாகப் பழக்கப்படுத்தப் பட்டன.[14] ஒரு பொக்கிஷத்தின் பின்புலத்தையும் தமிழரின் தோற்றுவாய் என்ற புதிருக்கான விடையையும் உள்ளடக்கிய வாசகம்தான், ‘தில்முன்னில் சுருண்டுகிடக்கும் ஆட்டுக் குட்டி களை எழுந்தோடச் செய்ய நாய்கள் பழகவில்லை.’

அடுத்ததாக, காகத்தைப் பற்றிய செய்தியைப் பார்ப்போம். நாம் சாதாரணமாகக் காணும் காகத்தின் (crow) விஞ்ஞானப் பெயர், கார்வஸ் ஸ்ப்லெண்டென்ஸ் (Corvus splendens). ஆனால்

இங்கே குறிப்பிடப்படுவது அண்டங்காக்கை வகையைச் சேர்ந்த ரேவன் (Raven) எனப்படும் கார்வஸ் கோராக்ஸ் (Corvus Corax).

இது சாதாரண காகத்தைவிடப் பெரியதாகவும் முழுக் கருப் பாகவும் இருக்கும். இந்தப் பறவையின் பிறப்பிடம் சுமேரியா. மன்னன் உத்தனபிஷ்டன் தில்முன்னை வந்தடைந்தபோது முதன்முதலில் தனது கப்பலிலிருந்து ஓர் அண்டங்காக்கையை வெளியே பறக்க விட்டதாகவும், அது ஒரு சிறிய இலைத் துணுக்கைக் கொத்திக்கொண்டு திரும்பி வந்ததாகவும் கில்காமேஷ் காவியம் கூறுகிறது.

சுமேரியர்கள் தமிழகத்துக்கு வந்தபோது இங்கு இருந்த பறவை களையும் விலங்குகளையும் பற்றித் துல்லியமான செய்திகளைப் பதிவு செய்துவைத்துள்ளார்கள்.

இந்தியாவின் வடமேற்குப் பகுதியில், அதாவது சிந்து சமவெளி அமைந்திருந்த பகுதகளில், சிங்கங்கள் இருந்தன. (இன்றும் குஜராத்தின் கிர் காடுகளில் சிங்கங்கள் காணப்படுகின்றன.) பழுப்பு நிற ஓநாய்கள் இருந்தன. ரேவன் எனப்படும் அண்டங் காக்கைகள் காணப்பட்டன. எனவே தில்முன் என்பது சிந்து சமவெளியாக இருக்க முடியாது என்பதற்கும் இதுவே சரியான ஆதாரமாக இருக்கிறது.

வழிபாட்டு முறைகளில் காணப்படும் ஒற்றுமை

தமிழகம் தான் தில்முன் என்பதற்கு அடுத்தபடியாக நாம் காண இருக்கும் ஆதாரம், சுமேரியத்திலும் தமிழகத்திலும் பண்டைய காலத்தில் நிலவிய வழிபாட்டு முறைகளிலும் இறை நம்பிக்கை யின் அடிப்படை யிலும் காணப்படும் ஒற்றுமைகள் ஆகும்.

சுமேரியத்தில் பற்பல தெய்வங்களைப் பற்றிய குறிப்புகள் உள்ளன. தெய்வங்கள் இரண்டு பிரிவுகளாகப் பிரிக்கப்பட்டன. அனுன (Anuna) வகையைச் சேர்ந்த பெருந்தெய்வங்கள், அந்த வகையைச் சேராத மற்றைய தெய்வங்கள்.

இந்த இரண்டு பிரிவுகளுக்கும் தலைவன் அன் (An) என்று அழைக்கப்படும் தெய்வம். இவர்தான் தேவாதிதேவன். அதே சமயம் அன் என்ற சொல் பொதுப்படையாக இறைவன் என்றும் பயன்படுத்தப்பட்டது. அன் பற்றி மிகச் சில குறிப்புகளே கிடைத்

துள்ளன. இவரைப் பற்றிய புராணக் கதைகளும் மிக மிகச் சொற்பம்.

இவருக்கு அடுத்தபடியாக நாம் காணும் பெரிய தெய்வம் என்லில் (Enlil). இவர் மிகவும் கலகலப்பான கடவுள். பல புராணக் கதைகளில் இவர்தான் கதாநாயகன். எந்தப் புராணக் கதாநாயகனை எடுத்துக்கொண்டாலும், அவரை என்லிலோடு இணைத்து, என்லிலின் மகன், அன்புக்குரியவன் என்று புகழ்வது வழக்கம். பெண் தெய்வங்களுக்கும் அவ்வாறே.

மலைகளினிடையே எழுந்துவரும் சூரியன்தான் இவரது அடையாளம். அதனால் இவர் மலை, வானம், பூமி, வேகமாக வீசும் காற்று, காடு, வயல், வளமை, புகழ் முதலிய அனைத்துக்கும் அதிதேவதை. மலையரசன் என்பது இவரது புகழ் பெற்ற அடைமொழி. தனித்து சூரியக் கடவுளாக இவர் காட்சியளிக்கும்போது இவரது பெயர் உடு (Udu). என்லில், நீப்ரு (nibru) என்ற தேசத்தில் துறஞ்சி நிம்பர் என்ற நகரத்தில் ஆட்சி செய்கிறார். அங்கு இதுசாலா (Idusala) என்ற புனித நதி ஓடுகிறது. அந்நதியின் தீரத்தில் கொற் கினா துரா (kor gina dura) என்ற துறைமுகம் இருக்கிறது என்று சுமேரிய புராணங்கள் கூறகின்றன.[15]

இவரது மனைவியாக கற்பிக்கப்படும் தெய்வத்தின் பெயர் நின்லில் (Ninlil). இவள் சுகமாக வீசும் தென்றல் காற்று, அளவாகப் பெய்யும் மழை, இதமாக ஒளிரும் சூரியன் முதலியவற்றுக்கு அதிதேவதை. சுருக்கமாகச் சொல்லப் போனால் என்விலின் பெண்பால். அவ்வளவுதான்.

என்லில்லில் உள்ள என் (En) என்ற சொல்லுக்கு ஆற்றல், சக்தி, மேன்மை, அரசு என ஆளுமைக்குரிய பொருள் தரப்பட்டுள்ளது. அதே சமயம் நின்லில் உள்ள நின் (Nin) என்பதற்கு அழகு, மகிழ்ச்சி, இளமை எனப் பொருள் கூறப்பட்டுள்ளது. வேறு விதமாகக் கூறினால், என்லில் உச்சி வேளைச் சூரியன் என்றால் நின்லில் மாலை நேரக் கதிரவன்.

சுமேரியத்தில் நடைபெற்ற சூரிய வழிபாடு பண்டைய தமிழகத்திலும் நடைபெற்றது. என்லில், நின்லில் என்பதில் என், நின் என்னும் அடைமொழியை நீக்கி விட்டால் லில் என்று நிற்கும். அதன் திரிபுதான் எல் என்பது. தேவநேயப் பாவாணர், தமது தமிழர் மதம் என்ற நூலில் எல் எனப்படும் சூரிய வழிபாட்டைப் பற்றி விரிவாகக் கூறியுள்ளார்.

'எல்படக் கண்போல் மலர்ந்த' என்று திருமுருகாற்றுப் படையி லும் (74-75), 'எல்லடிப் படுத்த கல்லாக் காட்சி' எனப் புற நானூற்றிலும் (170), 'எல்லவன் வீழும் முன்னம்' என்று வில்லி பாரதத்திலும் வருவதை பாவாணர் எடுத்துக்காட்டுகிறார். சுமேரியத்தில் சூரியனுக்கு உடு என்று மற்றொரு பெயர் உண்டு. தமிழிலில் உடு என்றால் நட்சத்திரங்கள் என்பதைக் கவனத்தில் கொள்ளவும்.

'பகலையும் இரவையும் உள்ளடக்கிய கால வெளியே நாள் எனப்படும். இதனால்தான் ஞாயிற்றைக் குறிக்கும் 'எல்' என்னும் தமிழ்ப் பெயர்ச் சொல்லானது ஒளியையும் இருட்டையும் குறிக்கின்றன. எதிர்மறைப் பொருள்களைக் கொண்ட எதிரெதிர்ச் சொல்லாக உள்ளது. இதை வைத்து 'எல்' என்னும் சொல் மிகத் தொன்மையானது என்பதை உய்த்தறிய முடிகிறது' என்று தமிழறிஞர் குணா, 'தொல்காப்பியத்தின் காலம்' என்ற தமது நூலில் கூறுகிறார்.[16]

எனவே எல் என்ற ஞாயிறு வழிபாட்டின் தொன்மையும் பண்பாட்டுக் கூறும் சுமேரியம் வரை நீண்டு செல்கிறது.

திருக்குறளில் புத்தேள் உலகு என்ற பதம் கையாளப்படுகிறது. 'புது + எல்' என்ற புணர்ச்சி வழியாக வந்த 'புத்தெல்' என்னும் சொல்லே புத்தேள் என்று வருகிறது என்கிறார் பாவாணர். சுமேரியத்தில் தமிழகத்தை (தில்முன்) சூரியன் உதிக்கும் நாடு, சாகா வரம் பெற்றவர்களின் நாடு என்று குறிப்பிடுகிறார்கள். இதோடு ஒப்பிட்டுப் பார்த்தால் புத்தேள் என்பது சுமேரியர்கள் புதிதாகக் குடியேறிய தமிழகத்தில் தோன்றும் சூரியனைக் குறிக்கும் சிறப்புச் சொல் என்றும் கருதலாம்.

எனவே, தொன்மையான கதிரவன் வழிபாட்டின் அடிப்படை யிலும், எல் என்ற சொல்லின் ஒற்றுமையின் அடிப்படையிலும், சுமேரியத்துக்கும் தமிழகத்துக்கும் உள்ள ஒற்றுமை உறுதி யாகிறது. சுமேரியர்களும் தமிழர்களும் ஒரே பண்பாட்டின் வழித் தோன்றல்கள் என்பதும் தெளிவாகிறது.

இதுவரை, தில்முன் என்று சுமேரியர்களால் அழைக்கப்பட்ட இடம் தமிழகம்தான் என்பதற்கு

1. தில்முன் என்ற சொல்லின் அடிப்படையிலும்,

2. கில்காமேஷ் காவியம், மச்ச புராணம் இரண்டையும் இணைத்துப் பார்ப்பதன் அடிப்படையிலும்,

3. சுமேரிய நூல்களில் தில்முன் பற்றிய குறிப்புகளின் அடிப்படையிலும்

பல ஆதாரங்களைக் கண்டோம். இப்போது நாம் காணப்போவது முற்றிலும் வேறு வகையைச் சேர்ந்தது.

வரலாற்றைப் பதிவு செய்வதில் சுமேரியர்களுக்கு ஈடு இணை கிடையாது. முதன்முதலாக அவர்களை மன்னன் மாகீர்த்தி (பின்னர் எள்கி என்ற கடவுளாகப் போற்றப்பட்டவர்) சுமேரியத்துக்கு அழைத்து வந்ததை அவர்கள் சிலையில் வடித்ததை நாம் ஏற்கெனவே கண்டோம். இரண்டு நதிகள் பாயும் இடத்துக்குள் அவர் வலது காலை எடுத்து வைத்து உள்ளே வருவதுபோல அது வடிக்கப்பட்டுள்ளது. அதே போல மன்னன் உத்தனபிஷ்டர் (முடத்திருமாறன்) சுமேரியத்திலிருந்து தில்முன்னுக்கு இடம் பெயர்ந்ததை மிக விவரமாகச் சிற்பங்களில் வடித்துள்ளார்கள். பயணம் தொடங்கும் முன் நடந்த ஏற்பாடுகள், கப்பலில் பயணம் செய்யும் காட்சி என்று சித்திரக் கதைப் புத்தகத்தில் உள்ளதுபோல் வடிக்கப்பட்டுள்ளது.

இந்த இரண்டு சிற்பங்களும் இரண்டு முத்திரைகளில் காணப்படுகின்றன. இந்த முத்திரைகள் டெல் அஸிமார் (Tel Asimar) என்ற இடத்தில் 1932-ம் ஆண்டு கண்டுபிடிக்கப்பட்டன.

இந்த முதல் முத்திரைக் காட்சியில் சூரியக் கடவுளாகப் பிற்காலத்தில் போற்றப்பட்ட மன்னன் உத்தனபிஷ்டர், பாம்பு வடிவிலான படகில் ஏறி தில்முன் செல்வது சித்திரிக்கப்பட்டுள்ளது. இதில் படகோட்டி போல் அமர்ந்திருப்பது சுமேரியர்களின் குல தெய்வமாகிய எள்கி. அவருக்குப் பின்னால் ஒரு சிங்கம் சித்திரிக்கப்பட்டுள்ளது. இதை நாம் அரச பரிவாரங்கள் என்று பொருள் கொண்டால், எள்கியின் ஆசியுடன், மன்னன் உத்தன பிஷ்டரின் தலைமையில் அரசாங்கம் முழுவதுமாக இடம் பெயர்ந்தது என்று உணரலாம். இந்தப் பாம்புப் படகு இன்றும் கேரளத்தில் பயன்பாட்டில் உள்ளது.

உத்தனபிஷ்டர் தில்முன் செல்லப் படகில் ஏறுகிறார்

பாம்புப் படகு என்பது ஒரு குறியீடுதான். உண்மையில் அவர்கள் வந்தது பாய்மரக் கப்பலில்தான் என்பதை மறந்து விடக்கூடாது.

அடுத்தபடியாக நமது கவனத்தைக் கவரும் சிற்பம், மன்னன் உத்தனபிஷ்டர் தில்முன்னுக்குள் காலடி எடுத்து வைக்கும் காட்சி. இந்தச் சிற்பத்தை நன்றாகக் கவனியுங்கள்.

உத்தனபிஷ்டர் தில்முன்னில் இறங்குகிறார்

இதில் ஓர் ஆடவனின் உருவம் பொறிக்கப்பட்டுள்ளது. இடது காலை கூம்பு போன்ற ஒரு வடிவத்தின்மீது வைத்துள்ளான். வலது புறம் ஒரு கூம்பு உள்ளது. பிற்காலத்தில் அவன் சூரியக் கடவுளான ஜாமாஷ் என்று போற்றப்பட்டமையால் இவனது தோள்பட்டைக்கு அருகில் கிரணங்கள் போல் கோடுகள் தென்படுகின்றன. சிற்பத்தின் இரு மருங்கும் இரண்டு சிங்கத்தின் உருவங்கள் பொறிக்கப்பட்டுள்ளன. இரண்டு சுடர்கள் போன்ற அமைப்பும் காணப்படுகிறது.

மன்னனுக்கு இரு புறமும் சித்திரிக்கப்பட்டுள்ளவை மலைகள். மன்னர்களது சிற்பங்களை விளக்கும்போது அருகில் உள்ள மற்ற

பொருள்களையும் மனிதர்களையும் சிறிதாகக் காட்டுவது சுமேரிய சிற்பக் கலையில் ஒரு மரபு. கில்காமேஷ் சிற்பத்தைப் பார்த்தால் அவனது முழங்கால் அளவுக்குத்தான் என்கிடு சித்திரிக்கப்பட்டிருப்பான். கில்காமேஷின் கையில் உள்ள சிங்கம் ஒரு சிறிய நாய்க் குட்டியைப்போல வடிக்கப்பட்டிருக்கும். மன்னர்களின் ஆற்றலையும் பெருமையையும் வலியுறுத்துவதற்காகக் கையாளப்படும் ஓர் உத்தி இது. உத்தனபிஷ்டரின் அளப்பரிய பெருமையைக் கருதி, மலைகளையே அவரது முழங்கால் அளவுக்குத்தான் வடித்துள்ளார்கள். மன்னன் இரண்டு புறமும் மலைகளால் சூழப்பட்ட ஒரு நிலப் பகுதில் இருக்கிறான் அல்லது மலைகளால் சூழப்பட்ட ஒரு பகுதியில் இருக்கிறான். இரண்டு புறம் மலைகள் என்று எடுத்துக்கொண்டால் அது மேற்குத் தொடர்ச்சி மற்றும் கிழக்குத் தொடர்ச்சி மலைகளைக் குறிப்பதாக எடுத்துக்கொள்ளலாம். அப்படியானால் அது தமிழகம் முழுமையையும் குறிப்பதாகக் கொள்ளலாம். மாறாக, மலைகளால் சூழப்பட்ட என்று பொருள் கொண்டால் கேரளத்தை மட்டும் குறிப்பதாக எடுத்துக்கொள்ளலாம்.

பின்வரும் ஏனைய குறிப்புகளால் தமிழகம் முழுவதையும்தான் இது குறிக்கிறது என்பது புலனாகும்.

அடுத்தபடியாக, இரு புறம் இரண்டு சுடர்கள் காணப்படுகின்றன. இரண்டுமே சூரியன்தான். வலது புறம் உள்ளது சற்று உயரமாகக் காணப்படுகிறது. அளவிலும் அது பெரிதாக இருக்கிறது. எனவே இது உதயமாகும் சூரியனைக் குறிக்கிறது. இடது புறம் உள்ள சூரியன் தாழ்வாகவும் சிறிதாகவும் வடிக்கப்பட்டுள்ளது. எனவே இது அஸ்தமனச் சூரியன். இதிலிருந்து கிழக்குக் கடற்கரை முதல் மேற்குக் கடற்கரை வரையிலான நிலப் பகுதி என்பது புலப்படும். மீண்டும் மலைகளைப் பாருங்கள். அவை முடிந்தபிறகு இரு புறமும் இடைவெளி காணப்படுகிறது. இது, கடல் என்பதைச் செல்லாமல் சொல்கிறது.

வலது புறம் ஒரு வில் காணப்படுகிறது. அதில் நாண் ஏற்றப்பட்ட அம்பு நேராகச் சூரியனைச் சென்று தொடுகிறது.

வில்லும் அம்பும் சேர நாட்டைச் சுட்டிக் காட்டுகின்றன. தில்முன் என்பது வில்முன் என்ற பதத்தின் திரிபு என்பது நிரூபணமாகிறது.

சிற்பத்தின் இருபுறமும் இரு தோரண வாயில்களும், அவற்றின் மேல் சிங்கங்களும் சித்திரிக்கப்பட்டுள்ளன. கிழக்கிலிருந்து

மேற்கு வரை தனது அரசுக்கு உட்பட்டது என்பதை உணர்த்து கிறார் உத்தனபிஷ்டர்.

தமிழர்கள் சுமேரியத்திலிருந்து தமிழகத்துக்கு வந்தார்கள் என்பதையே இச்சிற்பம் உரக்கக் கூவுகிறது.

இடது புறம் உடுக்கை போன்ற அடிப் பாகமும் செவ்வக மேற் பாகமும் உடைய ஒரு பொருள் தெரிகிறது. இது படகை மேலிருந்து பார்க்கும் பார்வை (Top View) என்று சிலர் எழுதி யுள்ளார்கள்.

ஆனால், மன்னன் உத்தனபிஷ்டர் தரை இறங்கியவுடன் இறை வனுக்கு நன்றி செலுத்துவதற்காக உருவாக்கப்பட்ட பலிபீடமாக இருக்கலாம் என்பது எனது கருத்து. இந்த முத்திரைகளின் காலம் பொ.யு.மு. 2300 என்று கணக்கிடப்பட்டுள்ளது.

இங்கு நாம் எடுத்துக்கொண்ட பொருளுக்குச் சற்று விலகிய ஒரு செய்தி. தமிழர்களின் முழுமுதற் கடவுளான சிவனின் மிகவும் பிரபலமான ஒரு வடிவம் நடராஜர். அவரும் இடது காலைத் தூக்கியபடிதான் காட்சி தருகிறார். உத்தனபிஷ்டர் சிற்பத்தில் ஆற்றலாக சித்திரிக்கப்படும் கோடுகள், நடராஜர் சிற்பத்தில் வரிசடையாக மாற்றம் பெறுகின்றன. இரு புறமும் உள்ள சூரியச் சுடர்கள் தழலாக மாற்றம் பெறுகின்றன. பின்னர் அநேக தத்துவங்களை உருவகப்படுத்தி, முயல், மான், மழு எனப் பலவும் அமைக்கப்பட்டதாகக் கருதுகிறேன். மழு என்பதற்கும் தமிழகம் என்பதற்கும் சுமேரியத்தில் தில்முன் என்ற ஒரே சொல் பயன்படுத்தப்பட்டது என்பது நினைவில் கொள்ளத்தக்கது.

பிரளயத்தின் காரணம்

நாம் முன்பு குறிப்பிட்ட ஆழிப்பேரூழி, அதற்கு முன்னும் பின்னும் உலகம் காணாத அளவில் மாபெரும் பேரழிவை ஏற் படுத்தியுள்ளது. இதற்குக் காரணம் என்ன என்பது பற்றி மதுரைத் தலபுராணம் என்ற நூலில் ஓர் ஆச்சரியமான செய்தி உள்ளது. இமயமலைச் சாரலில் நிகழ்ந்த மாபெரும் சீற்றத்தினால்தான் வரலாறு காணாத அளவில் கடல் சீற்றம் கொண்டது என்று ஒரு குறிப்பு உள்ளது. லெமுரியக் கண்டத்தைப் பற்றிய விவாதத்தின் போது, இந்தியா ஒரு காலத்தில் ஆப்பிரிக்காவின் அருகில் இருந்ததாகவும், அது விலகி, ஆசிய கண்டத்தோடு மோதியதில், கண்டங்களின் ஓரங்கள் மடிப்புண்டு இமயமலை உருவாயிற்று

என்றும் கண்டோம். இரு கண்டங்கள் உராய்ந்தாலே போதும், ஒரு மாபெரும் நில நடுக்கமும் அதைத் தொடர்ந்து சுனாமியும் ஏற்படும். கண்டங்கள் மோதினால் கேட்கவே வேண்டாம்.

இந்தியப் புவித்தகடு வடமேற்கில் அரேபியத் தகட்டோடும் வடகிழக்கில் பர்மா தகட்டோடும் ஒன்றின்மேல் ஒன்று ஏறிய நிலையில் அமைந்துள்ளது. வடமேற்கில் இன்னமும் இந்தியப் புவித்தகடு நகர்ந்தவண்ணம் உள்ளது. ஆஸ்திரேலியப் புவியியல் ஆராய்ச்சி நிறுவனத்தின் கண்டுபிடிப்பின்படி கடந்த 2000 வருடங்களாக வடமேற்கில் இந்தியத் தகட்டின் அசைவு மெதுவாக உள்ளது. அப்படியானால், 3000 அல்லது 4000 வருடங் களுக்கு முன்பு அதன் பெயர்ச்சி மிக அதிகமாக இருந்திருக்க வேண்டும். இதன் காரணமாகச் சிறிதும், பெரிதுமாக நில நடுக்கமும் அதன் தொடர்ச்சியாக சுனாமியும், தொடர்ந்து நிகழ்ந்தவண்ணம் இருந்திருக்கிறது.

ஏறக்குறைய ஐந்து வருடங்களுக்கு ஒரு முறை பெரிய நில நடுக்கம் ஏற்பட்டதாக விஞ்ஞானிகள் கூறுகிறார்கள். இப்படிப் பட்ட நில நடுக்கங்கள் ஏற்படும்போது பெரிய அளவில் அழிவைச் சந்திப்பது வளர்ச்சியடைந்த நகர்ப்புற நாகரிக வாழ்க்கை வாழும் மக்கள்தான். தனது வயலுக்கு நடுவே குடிசை கட்டி வாழும் ஒருவனுக்கு நில நடுக்கத்தால் பெரிய பாதிப்பு இருக்காது. அதே நிலநடுக்கம் அடுக்குமாடிக் குடியிருப்பில் வசிப்போருக்குப் பெருத்த சேதத்தை ஏற்படுத்தும். உயிர்ப்பலி அதிகமாக இருக்கும்.

இன்றைய காலத்தில் நில நடுக்கத்தால் சேதம் விளைந்தால் இடிபாடுகளை அகற்றிவிட்டு மீண்டும் வீடு கட்டி வசிக்கத் தொடங்குகிறோம். பண்டைக் காலத்தில் இடிபாடுகளை அகற்றுவதைவிடப் புதிய இடத்தில் கட்டுவது எளிதாகவும் விரை வாகச் செய்யக் கூடியதாகவும் இருந்திருக்கலாம். எனவேதான் சுமேரியர்களும் எரிது (மதுரை) வீழ்ந்தபிறகு, அடுத்தடுத்து ஏழு புதிய நகரங்களை நிர்மாணித்தார்கள். ஒரு காலகட்டத்தில் இயற்கையின் சீற்றத்தை எதிர்கொள்ள முடியாமல் வேறு பகுதிக்கே குடிபெயர்ந்தார்கள்.

நில நடுக்கத்தால் சுமேரிய நகரங்கள் தவிடுபொடியாவது மட்டு மல்லாமல், சுனாமியால் உயிர்ச் சேதமும் பொருளாதார வீழ்ச்சி யும் ஏற்பட்டது. அவர்களது முக்கிய தொழில் விவசாயமும் வாணிபமும்.

கடல் நீர் நதிகளுக்குள் உள்வாங்கி வரும்போது, அது எதுவரை வந்துபோகிறதோ அந்த இடம் வரையில் விளைச்சல் நிலம் உவர் நிலமாக மாறிவிடும். கடல் நீரினால் உண்டாகும் உப்புத் தன்மை நீங்கி மறுபடியும் நிலம் வளம் பெற வெகு காலம் ஆகும். அடுத்து, கடல் நீர் வடியும்போது (திரும்பிப் போகும்போது) வண்டல் மண்ணையும் வழித்தெடுத்துக்கொண்டு போய்விடும். எனவே, விவசாயம் மிகப் பெரிய அளவில் பாதிப்புக்கு உள்ளாகி இருக்கவேண்டும். அடுத்து, துறைமுகங்களுக்கும் கப்பல்களுக் கும் நிகழும் சேதம். பண்டைய துறைமுகங்கள் இயற்கை யானவை. நவீன துறைமுகங்களைப்போல் தடுப்புச் சுவர் கிடையாது. சுனாமி போன்ற நிகழ்வு ஒரு சில நேரங்களில் அதிக அளவில் மண்ணைக் குவித்துத் துறைமுகங்களைத் தூர்த்துவிடும். மற்றொரு சமயம், துறைகளுக்குப் பாதுகாப்பாக விளங்கும் மண் திட்டுகளை வாரிச் சென்று துறைகளைப் பாதுகாப்பற்றதாக்கி விடும்.

இத்தகைய தொடர் நிகழ்வுகளால்தான் சுமேரியர்கள் ஒரு கட்டத் தில் தாய் மண்ணைத் துறந்து புலம் பெயர முடிவு செய்திருக்கி றார்கள்.

இந்தியப் புவித்தகடு தென்துருவம் வரை நீள்கிறது. எனவே தென்னிந்தியா, குறிப்பாகத் தமிழகம் என்பது பாதுகாப்பான ஓரிடம். எனவேதான் சுமேரியர்கள் தமிழ்நாட்டைத் தெரிவு செய்து புலம் பெயர்ந்தார்கள்.

4. மினோயன் நாகரிகம்

சுமேரியத்தில் தமிழர்கள் குடியேறிய போது, முதன்முதலில் யூபிரிடீஸ் (பஃறுளி) நதியின் தென்கோடியில் மதுரை மாநகரை (எரிது) நிர்மாணம் செய்தார்கள். பின்னர் கொஞ்சம் கொஞ்சமாக வடக்கே நகர்ந்து ஏழு பெரிய அரசுகளை அமைத்தார்கள். இது பிற்காலத்தில் எழுந்த மாபெரும் சாம்ராஜ்ஜியங்களைப்போல் அல்லாமல், ஓர் ஊரை மையமாக வைத்து, அதனைச் சுற்றி எழுந்த சிறு நாடுகள். நாட்டாட்சிக்கு முற்பட்ட City States எனப்படும் நகராட்சி. இவ்வாறு யூபிரிடீஸ் நதியின் கரை ஓரமாக அதன் முழு நீளத்தையும் வசப்படுத்தி வளமானதொரு நாகரிகத்தை உருவாக்கினார்கள். இந்தக் காலகட்டத்தில்தான் முதல் கடற்கோள் நிகழ்ந்தது. இதன் காரணமாக சுமேரியத்துக்கு உள்ளும் வெளியேயும் பெருமளவு மக்கள் இடம் பெயர்ந்தனர். சுமேரியத்துக்கு உள்ளே யூபிரிடீஸ் நதிக் கரையை விடுத்து டைகிரீஸ் (குமரி ஆறு) நதிக் கரைக்குக் குடிபெயர்ந்தார்கள். முன்பு எப்படி எரிது நகரமோ, அதைப்போல இப்போது லாகாஷ் (கபாடபுரம்) விளங்கியது. இதனைத் தொடர்ந்து டைகிரீஸ் நதிக் கரையிலும் பல புதிய அரசுகள் தோன்றின.

அதே சமயம், துணிச்சல் மிக்க ஒரு கூட்டம் சுமேரியத்தை விட்டு முற்றிலும் புதிய இடங்களுக்குக் குடிபெயர்ந்தது. முதற் கட்ட மாக சிந்து சமவெளிக்கும் மத்திய தரைக் கடலுக்குள் அமைந் திருக்கும் கிரீட் (Crete) என்ற தீவுக்கும் ஒரு குடிப் பெயர்ச்சி நடைபெற்றது.

காலம் உருண்டோடியது. டைகிரீஸ் ஆற்றின் கரையில் சுமேரிய நாகரிகம் முழுவதுமாகப் பரவிய காலகட்டத்தில் இரண்டாவது

கடற்கோள் நிகழ்ந்தது. இப்போது சிந்துவெளிப் பகுதியும் பெருத்த சேதத்துக்கு உள்ளானது. எனவே, இந்த இரண்டு இடங்களைவிட இன்னும் தொலைவில், இன்னும் பாதுகாப்பான தமிழகத்துக்குக் குடி வந்தனர்.

இனி, கிரீட் தீவில் மலர்ந்த மினோயன் நாகரிகமும், சிந்து சமவெளியில் மலர்ந்த நாகரிகமும் சுமேரியத்தோடு எவ்வாறு தொடர்புகொள்கின்றன என்பதைக் காண்போம். முதலில் கிரீட் தீவுக்குச் செல்வோம்.

கிரீட் தீவு இருக்கும் இடம்

மேலே உள்ள வரைபடத்தில் இந்தியாவுக்குக் கீழே இலங்கை இருப்பதுபோல, கிரேக்க நாட்டுக்குக் கீழே, மூன்று கண்டங்களாலும் ஐந்து கடல்களாலும் சூழப்பட்ட ஒரு குட்டித்தீவு உள்ளது. அதற்கு கீரிட் (Crete) என்று பெயர்.

ஐரோப்பிய நாகரிகத்தின் தோற்றுவாய் எது என்று கேட்டால் ரோமானிய நாகரிகம். ரோமானியர்கள் யாரிடமிருந்து நாகரிகத்தைக் கற்றுக்கொண்டார்கள் என்றால் கிரேக்கர்களிடமிருந்து.

வரலாற்று அறிஞர்கள் வெகு காலமாக கிரேக்க நாகரிகம் என்பது, தானே தோன்றி மலர்ந்த ஒரு செழுமையான நாகரிகம் என்று கருதினார்கள். 1863-ல் ஆர்தர் இவான்ஸ் (Arthur Evans) என்ற தொல்லியலாளர், கிரேக்கத்துக்கு எந்தவிதச் சம்பந்தமும் இல்லாத, ஆனால் அவர்களுக்கு 1500 வருடங்கள் முன்பான ஓர் உன்னத நாகரிகம், கிரீட் தீவில் தோன்றி மறைந்ததைக் கண்டுபிடித்தார்.

அந்த நாகரிகத்தை உலகுக்குத் தந்த மக்களின் பெயர் என்ன என்பதை இன்னமும் தெரிந்துகொள்ள முடியவில்லை. ஆனால் அங்கு மினாஸ் என்ற ஒரு மன்னனைப் பற்றிப் பல கதைகளும் குறிப்புகளும் கிடைத்தன. எனவே இம்மக்களுக்கு மினோயர்கள் (Minoan) என்று ஆர்தர் இவான்ஸ் பெயரிட்டார்.

இவான்ஸின் இந்தக் கண்டுபிடிப்பு மேற்கத்திய வரலாற்று அறிஞர்களின் வயிற்றில் புளியைக் கரைத்தது. கிரேக்க நாகரிகம் தான் உலகின் தலைசிறந்த நாகரிகம் என்றும், அதன் வாரிசு தாரர்கள் ஐரோப்பியர்கள்தாம் என்றும் அறைகூவல் செய்த வர்கள், அதற்கு மூலகாரணியாக வேறு ஒரு நாகரிகம் இருப்பதை ஒப்புக்கொள்ள மறுத்தார்கள். இவான்ஸுக்கு நேரிடையாகவும், கிரேக்க அரசாங்கத்தின் மூலமாகவும் இடைஞ்சல் கொடுத்தனர் (கிரீட் ஒரு கிரேக்க மாகாணம்).

இவான்ஸ் ஒரு விடாக்கண்டர். பெரும் செல்வந்தர். அமெரிக்கா விலும் இங்கிலாந்திலும் இருந்த தன் சொத்துகளை விற்று அகழ்வாராய்ச்சி செய்யத் தேர்ந்தெடுத்த இடத்தை விலைக்கு வாங்கி, தனது சொந்தச் செலவிலேயே ஆராய்ச்சியை மேற் கொண்டார்.

அதுவரை கிரேக்க புராணங்களில் வெறும் கதைகள் என்று நம்பப் பட்ட சில முக்கியமான இடங்களையும் மாளிகைகளையும், இவான்ஸ் அகழ்வாய்ந்து கண்டுபிடித்தார். ஓர் உதாரணம்: மாட்டுத் தலையும் மனித உடலும் கொண்ட மினோட்டார் (Minotaur) என்ற அசுரனைப் பற்றிய கதை ஒன்று உண்டு. அவன் 1,000 அறைகள் கொண்ட மாளிகையில் வசித்து வந்தான். ஆனால் அந்த மாளிகைக்கு ஒரே ஒரு வாசல்தான். ஒரு அறையின் வழியாகத்தான் மற்றொன்றுக்குள் போக முடியும். அவனுக்கு உணவாக தினமும் ஓர் இளைஞனை அனுப்பியதாகவும் தீசியஸ் (Theseus) என்ற இளைஞன் அசுரனைக் கொன்று மீண்டதாகவும் ஒரு புராணம் உண்டு.

க்னோஸோஸ் (Knossos) என்ற இடத்தில் இவான்ஸ் 1,400 அறைகள் கொண்ட ஒரு மாளிகையை முழுவதுமாகக் கண்டு பிடித்தார். இதுவரை கேலி பேசியவர்கள் அவரை மேதை என்று கொண்டாடத் தொடங்கினர். அது மட்டுமல்லாமல் மினோயன் நாகரிகம் ஐரோப்பிய நாகரிகத்தின் தாய் நாகரிகம் என்றும் கொண்டாட ஆரம்பித்தனர்.

கிரீட்டில் சிவபெருமான்

மினோயர்கள் எண்ணற்ற தெய்வங்களை வழிபட்டார்கள். இந்தத் தெய்வங்களுக்கெல்லாம் அரசனாக விளங்கியது ஜீயஸ் (Zeus) என்ற கடவுள்.[1] இங்கிருந்து ஏனைய ஐரோப்பிய நாடுகளுக்கு ஜீயஸ் வழிபாடு பரவியது. ஐரோப்பாவில் கால் (Gaul), ஃப்ராங் (Franks), ஜெர்மானிக் (Germanic), ரோமானியர் (Romans), ஹிஸ்பானிக் (Hispanic), காட்டலன் (Catalan), சாக்ஸன் (Saxons), ஆங்கிலோ-சாக்ஸன் (AngloSaxons), நார்டிக் (Nordic), மாக்யார் (Magyar), ஸ்லாவ் (Slav), போல் (Poles), கிரேக்கர்கள் என்று பல இன மக்களும் ஜீயஸ் வழிபாட்டை ஏதேனும் ஒரு வகையில் தங்கள் கலாசாரத்தோடும் இறை நம்பிக்கையோடும் இணைத்துக் கொண்டார்கள். ஒவ்வொரு கலாசாரத்திலும் ஜீயஸ் பற்றி வெவ்வேறு புராணங்களும் கதைகளும் எழுதப்பட்டன. ஆனால் அவர்கள் அனைவரும் ஏற்றுக்கொள்ளும் ஒரு கருத்து, ஜீயஸ் தோன்றியது கிரீட்டில்தான் என்பது.[2]

மினோயன் மற்றும் கிரேக்க புராணங்களின்படி ஜீயஸ் ஒலிம்பஸ் மலையிலிருந்து ஆட்சி புரிகிறார். அவருக்கு ஹெரா (Hera), டயோன் (Dione) என்று இரண்டு மனைவிகள். அவரது கோவிலில் முக்கியப் பிரசாதம் சாம்பல். ஒலிம்பியக் கோவிலின் பலிபீடம் சாம்பலால் எழுப்பப்பட்டுள்ளது. ஐரோப்பாவில் மற்ற இடங்களில் இல்லாத ஒரு சிறப்பு கிரீட்டில் ஜீயஸுக்கு உண்டு. கிரீட்டில் ஜீயஸ் எப்போதும் காளை மாட்டில் அமர்ந்தபடிதான் காட்சி அளிப்பார்.

காளைமீது அமர்ந்திருக்கும் ஜீயஸ்

101

இதனைப் படிப்போர், சிவனுக்கும் ஜீயஸுக்கும் உள்ள ஒற்றுமையை உணர்வார்கள். ஜீயஸுக்கு ஒலிம்பஸ் மலை என்றால் சிவனுக்கு கைலாய மலை. இவருக்கும் பார்வதி, கங்கை என்று இரண்டு மனைவிகள். சிவன், தேவர்களுக்கெல்லாம் தேவனாகிய மகாதேவன். இவரது பிரசாதமும் விபூதியாகிய சாம்பல்தான். இவரது வாகனம் நந்தியாகிய காளைதான்.

சிவன்தான் ஜீயஸ் என்பதற்கு ரோமானியர்களின் புராணத்திலிருந்தும் சான்று கிடைக்கிறது. ரோமானிய புராணங்களில் ஜீயஸுக்கு ஜுபிடர் (Jupiter) என்று பெயர். இந்திய ஜோதிட சாத்திரத்தில் ஜுபிடர் வியாழன் என்று அழைக்கப்படுகிறார். இவர். தனுசு, மீனம் என்று இரண்டு ராசிகளுக்கும் அதிபதி. வியாழனுக்கு அதனால் மீனவன் என்று ஒரு காரணப் பெயரும் உண்டு. சிவபெருமானையும் மீனவன் என்று அழைப்பதற்கு திருவாசகத்தில் சான்று உள்ளது. 'மீனவனும் சொல்ல வல்லான் அல்லேன்' என்பது மாணிக்கவாசகரின் வாக்கு. இதில் குறிப்பிடப்படும் மீனவன் சிவபெருமான்தான்.

ஜீயஸை வியாழன் என்று அழைப்பதுபோல் சிவனையும் வியாழன் என்று அழைக்கும் மரபும் இருக்கிறது. சைவ சமயத்தின் நுட்பமான பல கூறுகள், கிரீட் வாழ் மினோய மக்களிடம் காணப்படுகிறது. 'தென்னாடுடைய சிவன் எந்நாட்டவருக்கும் இறைவன்' என்னும் கூற்றின் உண்மை வியப்பையே அளிக்கிறது.

மினோய முத்திரை மோதிரத்தில் காளை

மினோயர்கள் பண்பாட்டில் காளை ஒரு முக்கியமான அம்சம். காளையின் தலை பொறித்த இலச்சினைகளும் காளையின்

கொம்புகளால் செய்யப்பட்ட சாதனங்களும் க்னோஸோஸ் மாளிகையில் ஏராளமாகக் கிடைத்துள்ளன. மினோயர்களின் பண்பாடும் மதச் சடங்குகளும் காளையோடு பின்னிப் பிணைந் துள்ளது என்றால் அது மிகையில்லை. அவர்களது புராணங்களின் படி, ஜீயஸ் ஒரு வெள்ளை நிறக் காளையைப்போல் வடிவம் கொண்டு யுரோப்பா (Europa) என்ற தேவதையின் மனத்தைக் கொள்ளைகொண்டு அவளை மணந்தார்.

கிரீட்டில் ஜல்லிக்கட்டு

கிரீட்டின் க்னோஸோஸ் மற்றும் பைஸ்டோஸ் (Phaistos) ஆகிய இடங்களில் உள்ள மாளிகைகளின் சுவர்களில் வரையப்பட்டுள்ள ஏறு தழுவும் ஓவியங்கள் மிகவும் புகழ்பெற்றவை. இந்த ஓவி யங்கள், வண்ணம் தீட்டப்பட்ட மண்பாண்டங்களிலும் அரசு முத்திரை மோதிரங்களிலும் காணப்படுகின்றன. இவ்விளை யாட்டு மிகவும் பிரபலமாக விளங்கியிருக்கவேண்டும் என்பது விளங்குகிறது.

மேற்கத்திய வரலாற்று ஆசிரியர்கள் இதனை காளை தாண்டும் சடங்கு என்று வருணிக்கிறார்கள். இவ்விளையாட்டில் பங்கு பெறும் இளைஞர்கள் காளையின் கொம்புகளைப் பிடித்துக் கொள்வார்களாம். மாடு அவர்களைத் தூக்கி வீசும்போது அவர்கள் குட்டிக் கரணம் போட்டு வால்பக்கமாகக் குதிப்பார்களாம்.

உலகப்புகழ் பெற்ற மினோய ஜல்லிக்கட்டு ஓவியம்

ஆனால், இது ஒரு பிழையான கருத்து என்று நான் கருதுகிறேன். இந்த ஓவியத்தைக் கவனித்துப் பார்த்தால் உண்மை விளங்கும்.

காளையின் வடிவம் துல்லியமாக வரையப்படவில்லை. அளவு களை விடுத்து, காளையின் ஆற்றலையும், சீற்றத்தையும், வேகத்தையும் இந்த ஓவியத்தில் வெளிப்படுத்தியிருக்கிறார்கள்.

அதே போல ஓவியத்தில் உள்ள இளைஞன் வில்லாக வளைந்து அம்புபோல் சீறிப்பாய்வதைத்தான் வெளிப்படுத்தியுள்ளார்கள். அங்க அளவுகளையும் அசைவுகளையும் வரைய முற்பட வில்லை.

இதனைப் பார்க்கும்போது ஏறு தழுவுதல் என்ற தமிழரின் பண்பாட்டு அடையாளம் 5000 ஆண்டுகளுக்கும் முன்னால் கிரீட் தீவில் வாழ்ந்த மினோய மக்களிடம் இருந்திருக்கிறது என்பது புரிகிறது.

இதில் நாம் கவனிக்க வேண்டிய மிக முக்கியமான விஷயம், எந்த வகையிலும் காளைகள் துன்புறுத்தப்படுவதில்லை என்பதுதான். ஸ்பெயின் நாட்டில் காளைகள் போட்டிகளில் கொல்லப்படுவது மிகப் பிற்காலத்தில் ஏற்பட்ட ஒரு காட்டுமிராண்டி வழக்கம். கிரீட் தீவில் காளை என்பது ஒரு தேவதைக்குச் சமம். மினோயர்களுக்கு ஒரு படி மேலே, தமிழன் காளைகளுக்காக ஒரு திருவிழாவையே கொண்டாடுகிறான்.

செமிடிக் இன மக்கள் (யூதர்களும் பாபிலேனியர்களும்) காளையை ஒரு தீய சக்தியாக வெறுத்தனர் என்பதை பைபிளில் மோசஸ் தங்கக் கன்றுக் குட்டியின் சிலையைத் தகர்த்தெரிந் ததைக் கொண்டு அறிகிறோம். காளைகளை நேசித்ததால் மினோய மக்கள் செமிட்டிக் இனத்தைச் சேராதவர்கள் என்பதை யும், ஐரோப்பியரிடமிருந்து வேறுபட்ட ஒரு பண்பாட்டைக் கொண்டிருந்தவர்கள் என்பதையும், திராவிடப் பண்பாட்டைப் பிரதிபலிக்கும்படியான ஒரு செம்மையான பண்பாட்டை உடையவர்கள் என்பதையும் அறிகிறோம்.

மழு - இருமுனைக் கோடரி

மினோயர்களின் அடையாளக் குறியீடுகளில் இரண்டு முனை களை உடைய கோடரி மிக முக்கியமான ஒன்று. கடவுளர்களின் தலைவனான ஜீயஸுக்கு மிகவும் பிடித்த ஆயுதம் இந்தக் கோடரி. இதேபோல கோடரி தரித்த கடவுளை சுமேரியர்கள் ஸாக் (Zag) என்று குறிப்பிடுகிறார்கள். ஸாக் என்ற சொல்லுக்கு

இரு முனையை உடைய கோடரி அல்லது வாள் என்று பொருள். ஸாக் என்பதன் திரிபாக சக்தி என்ற சொல்லைக் கருதலாம். சுமேரியர்கள் இக்கோடரியை 'தில்முன் கோடரி' அல்லது வெறும் 'தில்முன்' என்றே குறிப்பிட்டார்கள். அப்படியானால் இந்தக் கோடரிக்கும் தமிழகத்துக்கும் தொடர்பு இருக்கிறதா?

மான், மழு தாங்கிய சிவபெருமான்

சிவபெருமான் மானையும் மழுவையும் தரித்தவர். அநேக சிற்பங்களில் இடது கையில் மானும் வலது கையில் மழுவும் தாங்கிய கோலத்தில் காட்சி தருகிறார். பெரும்பாலும் இம்மழு, இரு முனை கொண்ட மழுவாகத்தான் காணப்படுகிறது. மழுவுக்குப் பரசு என்றும் பெயர். இதனைப் பெற்றதால்தான் ஒரு ரிஷி பரசுராமர் என்று பெயர் பெற்றார். இவர் கடலில் மழுவை எறிந்து கேரளத்தை உருவாக்கினார் என்று புராணங்கள் கூறு கின்றன. இதே கருத்தை ஒட்டி, பரசுராமர் சத்திரிய மன்னர்களை மழுவால் வதம் செய்தபின் செல்லூர் என்ற இடத்தில் தவம் புரிந்தார் என்கிறது அகநானூறு பாடல் 220.

மருத நில மக்களும் முல்லை நில மக்களும் தங்களது குழந்தைகளுக்குப் பவளத்தால் ஆன காளைச் சின்னத்தையும் தங்கத்தால் ஆன மழுச் சின்னத்தையும் ஒரு பதக்கத்தில் பதிந்து, கழுத்தில் அணிவிப்பார்கள். இதற்கு 'ஆனேற்று அவிர் அணி' என்று பெயர். இது ஒரு சடங்காகவே நடைபெற்றது.[3]

ஆக மழு என்பது தமிழர், சுமேரியர், மினோயர் ஆகிய மூன்று பண்பாட்டிலும் ஒரு முக்கியக் குறியீடாக அமைந்துள்ளது. எனவே இம்மூன்று சமுதாயங்களும் மிக நெருங்கிய பண்பாட்டுத் தொடர்புகளை உடையதாகத் திகழ்கின்றன என்பது தெளிவு.

கிரீட் தீவில் முருகன்

கிரீட் தீவில் வாழ்ந்த மினோயர்களது மத நம்பிக்கையில் தாய் தெய்வம் ஒன்றுக்கு மிகப் பெரிய பங்கு இருந்தது. சில கல்வெட்டுகளில் இந்தத் தெய்வத்தை கடவுளர்களின் தலைவனான ஜீயஸின் மனைவியாகச் சித்திரித்திருந்தனர். இவர்களுக்கு மகனாக ஒரு தெய்வத்தையும் மினோயர்கள் வழிபட்டனர். இந்த மகன் தெய்வத்துக்கு உள்ள சிறப்புப் பெயர்களில் இளவல் ஜீயஸ் (Boy Zeus) என்பதும் ஒன்று.[4] இதன் காரணமாக ஒரு சிலர் இந்தக் கடவுளும் ஜீயஸின் ஓர் அம்சம்தான் என்று கூறுகிறார்கள். ஆனால் வேறு சிலர், இளவல் என்பதற்கு இளையவனாக இருந்தாலும் ஜீயஸைப்போல ஆற்றல் உடையவன் என்று பொருள் என்று கருத்து தெரிவித்துள்ளார்கள்.

தெய்வங்களுக்கெல்லாம் முன்னோடியான ஒரு தலைவன், தலைவி, இவர்களுக்கு ஒரு பிரிய மகன், அவன் என்றும் இளமை உடையவன். இத்தகைய ஒரு தெய்வத்துக்கு மினோயர்கள் வைத்த பெயர்... ஆச்சரியப்படாதீர்கள்! வேல் கண்ணன். கிரேக்கர்கள் இதனை வேல் கானோஸ் (Vel chanos) என்று அழைத்தார்கள். இந்தத் தெய்வம் நமது தமிழ்க் கடவுளான வேலனே.

மினோயன் நாணயங்களில் வேல் கானோஸ்

வேல் கானோஸ் ஆகிய வேலனை மினோயர்கள் சிற்பங்களிலும் ஓவியங்களிலும் எவ்வாறு வடித்தார்கள்? ஒரு பெரிய மரத்தின் கிளைமீது ஓர் இளைஞன் அமர்ந்திருப்பதுபோலவும் அவனது காலடியில் ஒரு சேவல் அமர்ந்திருப்பது போலவும் வடித் தார்கள்.[5] பைஸ்டோஸ் என்ற இடத்தில் இவ்வடிவம் பொறிக்கப் பட்ட நாணயங்கள் கிடைத்துள்ளன.

தமிழ்க் கடவுள் முருகனும் வேலனாக ஔவையோடு விளை யாடியபோது மரக்கிளையில் வீற்றிருக்கும் சிறுவனாகக் காட்சி யளித்தான் என்பது நினைவுகூரத் தக்கது. எனவே, மேற்கண்ட மினோய நாணயத்தில் பொறிக்கப்பட்டுள்ளது தமிழ்க் கடவு ளான முருகனின் வேலவன் என்ற வடிவம்தான். தந்தைக்குப் பிரணவத்தின் பொருளை உணர்த்தியதால் தகப்பன் சாமி என்று அழைக்கப்படுவதையும், கிரீட்டில் வேல் கானோஸ் இளவல் ஜீயஸ் என்று அழைக்கப்படுவதையும் காணும்போது இரண்டுக் கும் உள்ள ஒற்றுமை மேலும் வலுப்படுகிறது.

இந்த நாணயத்தில் வேல் கானோஸின் காலடியில் காணப்படும் சேவல், நமது வேலவனின் கொடியிலும் காணப்படுகிறது. கிரேக்கம், ஹங்கேரி ஆகிய நாடுகளில் இன்றும் வேல் கானோஸ் திருவிழா என்று ஒரு இளைஞர்கள் திருவிழா கொண்டாடப் படுகிறது.

கிராமத்துச் சிறுவனாக, மரத்தில் அமர்ந்திருக்கும் கோலத்தில் வேல் கானோஸ் என்று வழங்கப்பட்ட இத்தெய்வம் ஓர் உயர் குடி இளவலைப் போல, இளவரசனைப் போலச் சித்திரிக்கப் படும்போது இவரது பெயர் குரோஸ் (Kouros). குமர் என்ற சொல்லின் திரிபே குரோஸ். கிரேக்கர்களின் வழக்கமே, வேற்று மொழிச் சொற்களைக் கையாளும்போது அவற்றின் இறுதியில் os அல்லது ous என்று சேர்த்துவிடுவார்கள். உதாரணமாக புருஷோத்தமன் என்பதை போரஸ் என்றும் சந்திரகுப்தன் என்பதை சாண்ட்ரகோட்ஸ் என்றும் குறிப்பிடுவார்கள். அப்படித்தான் குமர் - குமரன் என்று ஒரு சொல் குரோஸ் என்று ஆகியுள்ளது.

கிரேக்க மற்றும் மினோயப் புராணங்களின்படி குரோஸ்தான் தேவர்களின் படைத்தளபதி.[6] குமரனும் தேவசேனாதிபதி. குரோஸின் கோவில்கள் மலைக் குகைகளிலேயே பெரிதும் காணப்படுகின்றன. குன்று இருக்கும் இடமெல்லாம் குமரன் இருப்பதாக நாம் வழிபடுகிறோம்.

ரோமானிய புராணங்களின்படி குரோஸ் போருக்கு உரிய ஆயுதங்களைச் செய்பவர்களின் குலதெய்வம். போர்த் தளபதிகளுள் சிறந்தவன் கந்தனே என்று கீதையில் கண்ணன் கூறுகிறார்.

குரோஸின் தொண்டர்களுக்கு கிரேக்க புராணத்தின்படி குரர்கள் - குரேட்ஸ் (Kouretes)[7] என்று பெயர். இவர்ளைத்தான் தமிழில் குறவர்கள் என்று அழைக்கிறோம். தங்களை மறந்து ஆவேசமாகக் குரர்கள் ஆடும் நடனத்துக்கு குரோஸ் தலைமை தாங்குவதாக மினோயக் கதைகள் சொல்கின்றன. இதையே தமிழ் இலக்கியங்கள் வெறியாடல் என்று கூறுகின்றன. அகநானூறு இவ்வாறு நடைபெறும் ஆவேச வெறியாடலை நிகழ்த்தும் பூசாரிக்கு வேலவன் என்ற பெயருண்டு என்கிறது.[8] கிரேக்கத்திலும் அதனைச் சுற்றியுள்ள ஐரோப்பிய நாடுகளிலும் சிறிதும் பெரிதுமாக ஏறக்குறைய 1,500 குரோஸ் சிலைகள் இதுவரை கண்டுபிடிக்கப்பட்டுள்ளன.

பண்டைய ஐரோப்பியக் கடவுள்களில் அதிகமாக சிலைகள் வடிக்கப்பட்ட தெய்வம் என்றால் அது குரோஸ்தான். கிரீட்டில் உள்ள இடா (Ida) என்ற மலையில் மட்டும் 100 சிலைகள் கண்டுபிடிக்கப்பட்டுள்ளன. அனைத்துமே, 20 வயது மதிக்கத்தக்க இளைஞனாக, நீண்ட தலைமுடியுடன், நிற்கும் நிலையில் உள்ளன.

இளமை ததும்பும் குரோஸ்

இதனால் கிரேக்கக் கட்டடக் கலையில் இளைஞனின் சிலை என்றாலே அதற்கு குரோஸ் என்றுதான் பெயர். எனவே வேல் கானோஸ் என்றும், குரோஸ் என்றும், இளவல் ஜீயஸ் என்றும் மினோயர்களால் அழைக்கப்பட்ட தெய்வம், வேலவன் என்றும், குமரன் என்றும், தகப்பன் சாமி என்றும் அழைக்கப்படும் தமிழ்க் கடவுள் முருகன்தான் என்பதில் சந்தேகமில்லை.

5. சிந்துவெளி நாகரிகம்

1856-ல் பாகிஸ்தானில் உள்ள லாஹூருக்கும் கராச்சிக்கும் இடையே ரயில் தண்டவாளங்களை அமைக்கும் பணி நடைபெற்றது. ஜான் ப்ரண்டன், வில்லியம் ப்ரண்டன் என்ற இரண்டு பிரிட்டிஷ் பொறியாளர்கள் இந்தப் பணியை மேற்கொண்டனர். தண்டவாளங்கள் பொருத்தப்படும் ஸ்லிப்பர் கட்டைகளுக்கு அடியில் முட்டுக் கொடுக்கக் கடினமான கற்கள் எங்கே தேடியும் கிடைக்கவில்லை. லாஹூருக்கு அருகே பிராமினாபாத் என்ற இடத்தில் ஒரு பெரிய இடிபாடு பழங்காலம் தொட்டு இருப்பது தெரியவந்தது. ஜான் ப்ரண்டன் அந்த இடிபாட்டைப் பெயர்த்து தண்டவாளங்களை அமைத்தார். தண்டவாளம் முடிவடைந்தபோது, பிரமினாபாத் இடிபாடுகள் காணாமல் போய்விட்டன.

வில்லியம் ப்ரண்டன், இந்த இடிபாடுகளில் ஒரு சிறப்பான அம்சத்தைக் கண்டுபிடித்தார். இந்த இடிபாடுகள் முழுவதும் ஒரே அளவில், ஒரே தரத்தில், சுட்ட செங்கற்களால் கட்டப்பட்டிருந்ததை அவர் கவனித்தார். விஷயம் தொல்லியல் துறைக்குத் தெரிவிக்கப்பட்டது. ஏற்கெனவே 1842-ம் ஆண்டு சார்லஸ் மேஸ்ஸான் என்பவர் ஒரு பயணக் கட்டுரையில், தான் பாகிஸ்தானில் பயணம் செய்தபோது அங்கிருந்த மக்கள் மாபெரும் பண்டைய நாகரிகம் அழிந்த இடம் என்று தனக்கு ஓரிடத்தைக் காட்டியதாகவும் அதற்கு ஹரப்பா என்று பெயர் என்றும் குறிப்பிட்டிருந்தார். அன்றைய (1872) தொல்லியல் துறைத் தலைவரான அலெக்ஸாண்டர் கன்னிங்ஹாம் ஹரப்பாவுக்குச் சென்று அதைப் பற்றி அதிகாரப்பூர்வமான

அறிக்கை ஒன்றை அனுப்பி வைத்தார். 1912-ல் ஃபிளீட், ஹரப்பாவில் இடிபாடுகள் மட்டுமல்லாது முத்திரைகளும் இருப்பதைக் கண்டுபிடித்தார். பின்னர் 1921-ல் சர் ஜான் மார்ஷல் தலைமையில் ஹரப்பாவிலும் மார்ட்டைமர் வீலர் தலைமையில் 1931-ல் மொகஞ்தாராவிலும் அகழ்வாராய்ச்சிகள் நடைபெற்றன.

இரண்டு நகரங்களோடு ஆரம்பித்த தேடுதல் வேட்டை இன்றும் தொடர்கிறது. இதுவரை நகரங்கள் என்று சொல்லக்கூடிய வகையில் 250 அகழ்வுகளும், சிறிய இடங்கள் என்ற வகையில் 1,250 அகழ்வுகளும் கிட்டியுள்ளன. இவை இன்றைய இந்தியா விலும் இன்றைய பாகிஸ்தானும் விரவிக் கிடக்கின்றன. முதலில் கிடைத்த இடங்களான ஹரப்பாவும் மொஹஞ்ச தாரோவும் இன்றைய பாகிஸ்தானில் உள்ளன. இந்தியாவில், லோத்தால், தோலாவிரா, சுர்கோ தத்தா போன்ற இடங்களில் புகழ் பெற்ற அகழ்வுகள் கிட்டியுள்ளன.

சிந்துவெளிப் பண்பாடு

சுமார் 30,000 மக்கள் ஹரப்பாவில் வாழ்ந்திருக்கலாம் என்று சொல்கிறார்கள். ஹரப்பா, துறைமுக நகரமாகக் கருதப்படும் லோத்தால் ஆகிய நகரங்களில் சாலைகள் துல்லியமாக நேர் கோட்டில் அமைந்திருந்தன. இயற்கையான காற்றோட்டம் தடைபடக்கூடாது என்பதற்காகக் கவனமெடுத்து நகரங்கள் கட்டப்பட்டிருந்தன. திட்டமிடல் அப்போது எப்படியிருந்தது என்பதற்கு இது ஓர் உதாரணம்.

4000 வருடங்கள் கழித்தும் பல இடங்களில் இரண்டு மூன்று மாடிகள் கொண்ட கட்டடங்கள் இன்றும் வலுவாக இருக் கின்றன. இது நேர்த்திக்கு உதாரணம். சுமார் 5 லட்சம் சதுர கிலோ மீட்டர் பரப்பளவில் விரிந்திருந்த இந்த நகரங்கள் பிரமாண் டத்தை உணர்த்துகின்றன. எல்லா நகரங்களிலும் செங்கல்லின் அளவு ஒன்றேதான். இது நேர்த்தியை உண்ர்த்துகிறது. அனைத்து வீடுகளிலிருந்தும் மூடிய சாக்கடைகளின் வழியாக கழிவு நீர் ஊருக்கு வெளியே கொண்டு வெளியேற்றப்பட்டதை வைத்துப் பார்க்கும்போது சுகாதாரத்துக்கு அவர்கள் கொடுத்த முக்கியத் துவம் தெரியவருகிறது.

பொதுக் குளியல், நெற்களஞ்சியம், கோட்டை கொத்தளம், சிற்பம் என்று இவர்களது உன்னதத்துக்கு எத்தனையோ உதாரணங்களைக் காட்டலாம். இதுவரை கண்டுபிடிக்கப்பட்ட

அகழ்வுகளில், ஒன்றில் கூட போர் நடந்ததற்கான அடை யாளமோ கருவிகளோ கண்டுபிடிக்கப்படவில்லை. சுமேரிய, பாபிலோனிய, துருக்கி என மேற்காசிய நாடுகள் பலவற்றின் சிறிய முத்திரைகள் கண்டுபிடிக்கப்பட்டுள்ளன.

சிறிய முத்திரைகள்

சிந்துவெளிப் பண்பாட்டின் ஒரு சிறப்பம்சம் அவர்கள் பயன் படுத்தி களிமண் முத்திரைகள். இவற்றில் பெரும்பாலானவை பிஸ்கட் அளவில் உள்ளன. பெரிய முத்திரைகள் ஒரு ரொட்டித் துண்டு அளவில் காணப்படுகின்றன. இன்று நாம் பயன்படுத்தும் ரப்பர் ஸ்டாம்பைப் போல இந்த முத்திரைகள் பயன்படுத்தப் பட்டன. லேசான கல்லில் நுணுக்கமாகச் செதுக்கிய முத்திரை அச்சுகளை ஈரக் களிமண்ணில் பதித்து முத்திரைகளை உருவாக்கி யுள்ளனர். இவை, இம்மக்களால் ஏற்றுமதி செய்யப்பட்ட பொருட்களோடு, அடையாளத்துக்காக இணைக்கப்பட்டதாகக் கூறப்படுகிறது.

இம்முத்திரைகளில் பொறிக்கப்பட்டுள்ள எழுத்துகள் இதுவரை படிக்கப்படவில்லை. தொல்லியல் அறிஞர் ஐராவதம் மகா தேவன், இவ்வெழுத்துகளின் தொகுப்பு அடங்கிய நெடுங் கணக்கை வெளியிட்டுள்ளார். இவ்வெழுத்துக்கள் திராவிட (தமிழ்) குடும்பத்தைச் சேர்ந்தவையாக இருக்கவேண்டும் என்று இவர் குறிப்பிடுகிறார்.

சிந்துவெளி மக்கள்

நகர வாழ்க்கை முறையின், பண்பாட்டின் உச்சத்தைத் தொட்ட மக்கள் என்றால் அது இவர்கள்தான். முதல் நகரங்களை நிர்மாணித்தது வேண்டுமானால் சுமேரியர்களாக இருக்கலாம். ஆனால் நேர்த்தி, ஒழுங்கு, வசதி என்றால் சிந்துவெளி நகர அமைப்புதான் முதலிடம் பிடிக்கும். பொதுச் சுகாதாரம் என்பது 18-ம் நூற்றாண்டில்தான் ஐரோப்பியாவில் பேசப்பட்டது. 19-ம் நூற்றாண்டில்தான் அது அங்கு முழுமை பெறுகிறது. ஆனால் இன்றைக்கு சுமார் 4500 ஆண்டுகளுக்கு முன்பாகவே சிந்துவெளி மக்கள் அதில் கரைகண்டவர்களாக இருந்தார்கள் என்றால் ஏனைய சிறப்புகளைப் பற்றிக் கூறவேண்டுமா?

இங்கே வாழ்ந்த மக்கள் யார்? இப்பகுதியின் பூர்வகுடிகளா? அல்லது புலம் பெயர்ந்தவர்களா? எங்கிருந்து வந்தார்கள்? ஏன்

இங்கிருந்து மறைந்துபோனார்கள்? இதுபற்றிப் பலவிதமாக கோட்பாடுகள் முன் வைக்கப்படுகின்றன. இதில், பாதி கோட்பாடுகள் அறியாமையாலும், பாதி உள்நோக்கத்தோடும் முன் வைக்கப்படுகின்றன. ஆரியர்கள் படையெடுத்து வந்து சிந்து வெளி மக்களை அழித்துவிட்டார்கள் என்ற கோட்பாடு பெரிய அளவில் பேசப்படுகிறது. இது பிழையானது. மாறாக, புலம் பெயர்ந்து வந்த சுமேரிய மக்களால் ஏற்படுத்தப்பட்டதே சிந்துவெளி நாகரிகம் என்பதை விளக்குவதே இப்பகுதியின் நோக்கமாகும்.

தமிழர்களின் முன்னோர்கள் சுமேரியர்கள்தான் என்பதும், இந்த சுமேரியத் தமிழர்கள் முதற்கட்டமாக கிரீட் தீவுக்கும் பிறகு சிந்துவெளிக்கும் புலம் பெயர்ந்தார்கள் என்பதும் எனது கோட்பாடு. இதன் ஒரு பகுதியாக கிரீட் தீவில் மலர்ந்த மினோயப் பண்பாடு என்பது ஒரு சுமேரிய-தமிழ்ப் பண்பாடுதான் என்பதை விளக்கினேன்.

இதன் மறுபகுதியாக சிந்துவெளியில் மலர்ந்த நாகரிகமும் ஒரு சுமேரிய-தமிழ் நாகரிகம்தான் என்று நிரூபிக்கவேண்டும். அதுமட்டுமல்லாமல் சிந்துவெளிப் பண்பாடும், மினோயப் பண்பாடும், சுமேரியப் பண்பாடும் ஒரே மரத்தின் கிளைகள் என்பதையும் நிலைநாட்ட வேண்டும்.

சிந்துவெளி எழுத்துகள்

சிந்துவெளியில் பல இடங்களில் நிகழ்த்தப்பட்டுள்ள அகழ் வாராய்ச்சிகளின் பலனாக எண்ணற்ற முத்திரைகள் கிடைத்துள்ளன. இந்த முத்திரைகள் சுட்ட களிமண்ணால் செய்யப் பட்டவை. சுமேரிய களிமண் பலகைகளில் உள்ள எழுத்துகளைப் படித்துவிட்டதுபோல் இந்த சிந்து முத்திரைகளில் என்ன எழுதப் பட்டிருக்கிறது என்பதை இதுவரையில் யாராலும் படிக்கமுடிய வில்லை. பல்வேறு அறிஞர்கள் பல்வேறு முறைகளைப் பயன் படுத்தி இவற்றில் எழுதப்பட்டவற்றைப் படித்துவிட்டதாகக் கூறுகின்றனர்.

சிந்துவெளி நாகரிகம் ஒரு திராவிட நாகரிகம் என்று அஸ்கோ பர்போலா என்ற பின்லாந்து நாட்டைச் சேர்ந்த இந்தியவியல் அறிஞர் எழுதி வருகிறார். திராவிடப் பண்பாட்டின் கூறுகளைக்

கருத்தில்கொண்டு சிந்து முத்திரையில் பதிவு செய்யப்பட்டுள்ள எழுத்துகளை ஆராய்ந்தால்தான் அவற்றின் உண்மையான பொருளை அறியமுடியும் என்று அவர் கூறுகிறார். அதே சமயம் சிந்து முத்திரைகளில் இடம்பெற்றுள்ள எழுத்துகள் வலமிருந்து இடமாக எழுதப்பட்டவை என்று அவர் குறிப்பிடுகிறார்.[1]

திராவிட மொழிகளுள் எந்த மொழி வலமிருந்து இடமாக எழுதப்பட்டது என்ற வினா எழுகிறது. மேலும் பர்போலா, 'சிந்து முத்திரைகளில் காணப்படும் எழுத்துகளை வகைப்படுத்தினால் 400 வெவ்வேறு எழுத்து வடிவங்கள் கிடைக்கின்றன. எனவே இது சிலபிக் வகையைச் சேர்ந்த எழுத்து முறை' என்கிறார். சிலபிக் எழுத்து என்பது உயிர் எழுத்து, மெய் எழுத்து ஆகிய இரண்டையும் சேர்த்து உயிர்மெய் எழுத்தை உருவாக்குவதற்கு பதிலாக ஒவ்வொரு உயிர்மெய் எழுத்தையும் தனியாகக் கருதி அதற்கென ஒரு தனி வரிவடிவத்தை கொடுத்து எழுதும் முறையாகும். சிந்து எழுத்துகளை இதன் அடிப்படையில்தான் பர்போலா சிலபிக் என்கிறார்.

அதே சமயம் 6 கோடுகளை 6 என்ற எண்ணாகவும் பக்கத்தில் உள்ள மீன் வடிவத்தை மீன் என்றும் படிக்கிறார். இரண்டையும் சேர்த்து 'அறுமீன்' என்று படிக்கிறார். வேறு ஓரிடத்தில் ஏழு கோடுகளை 7 என்றும், பக்கத்தில் உள்ள மீன் வடிவத்தை மீனாகவும் கொண்டு 'எழுமீன்' என்கிறார். இப்படி நேரிடையாக உருவத்தின் பொருளை எடுத்துக்கொண்டால் இது சித்திர எழுத்துகள் (பிக்டோகிராம்) என்றல்லவா ஆகிவிடும். இது எப்படி சிலபிக் வகையைச் சேர்ந்த எழுத்தாகும்?

சிந்து முத்திரைகளில் காணப்படும் எழுத்துகளை வாசிக்கும் முறையைக் கண்டுபிடித்துவிட்டதாகக் கூறும் அறிஞர்களுள் எஸ்.ஆர். ராவ் ஒருவர். இவர் இந்தியாவின் மிகப்புகழ் பெற்ற தொல்லியல் நிபுணர். ஆழ்கடல் அகழ்வாராய்ச்சியில் இந்தியாவில் இவர்தான் முன்னோடி. இதுவரை 50-க்கும் மேற்பட்ட சிந்துவெளி தொடர்புடைய இடங்களை அகழ்ந்து கண்டுபிடித்துள்ளார். இவரது கண்டுபிடிப்புகளில் மிகப் புகழ் பெற்றது லோத்தால் என்னும் குஜராத்தில் உள்ள சிந்துவெளி நாகரிகத்தைச் சேர்ந்த நகரமாகும். அங்கு ஒரு செயற்கைத் துறைமுகம் இருந்ததை ராவ் தனது அகழ்வாராய்ச்சியில் கண்டுபிடித்துள்ளார். அநேக நூல்களையும் இவர் வெளியிட்டுள்ளார்.

சிந்து எழுத்துகளில் 400 முதல் 500 எழுத்துகள் இருக்கின்றன என்பதால் அது ஒரு சிலபிக் எழுத்து முறை என்று பர்போலா கூறுவதை ராவ் மறுக்கிறார்.[2] இவரது கோட்பாட்டின்படி அடிப்படையாக 55 முதல் 60 எழுத்துகளே உள்ளன. அவற்றில் சிற்சில மாறுதல்களைச் செய்து 400 முதல் 500 வரையிலான எழுத்துகள் இருப்பதுபோல் எழுதுகிறார்கள் என்று ராவ் கருதுகிறார். எனவே இவர் 400 முதல் 500 வரையிலான எழுத்துகளிலிருந்து அடிப்படையான 60 எழுத்துகளைப் பிரித்தெடுக்கிறார்.

இந்த எழுத்துகளை, சிந்துவெளி காலத்துக்கு ஒத்த காலத்தில் நடைபெற்ற மற்ற நாகரிகங்களின் எழுத்துக்களோடு ஒப்பிட்டு ராவ் ஆராய்ச்சி செய்திருக்கிறார். அதன் முடிவில், சிந்து எழுத்துகள் அரேபியாவின் தென் பகுதியில் உள்ள எழுத்துகளோடும் அராமிக் மொழியில் உள்ள ஆப்பு வடிவ எழுத்துகளோடும் ஒத்திருக்கின்றன என்று இவர் கூறுகிறார். வடிவம் ஒத்திருந்த எழுத்துகளுக்கு இந்த வேற்று மொழியில் என்ன ஒலிக்குறிப்பு அமைந்திருந்ததோஅதே ஓசையை சிந்து எழுத்துகளுக்கும் இவர் வழங்கியுள்ளார். இதன் அடிப்படையில் சிந்து எழுத்துகளில் வேத காலத்துக்கு முற்பட்ட சமஸ்கிருத மொழி பயன்படுத்தப்பட்டுள்ளது என்று இவர் கூறுகிறார். இவரது கருத்தின்படி, சிந்து முத்திரையில் ஏக்கா, ரா, சௌத்துஸ், பந்த்ரா, சப்த, தச, துவாதச, சத்தர் ஆகிய எண்களும் அத்ரி, கஷ்யப, க்கர, மனு, சார, ப்ரீத, பக்ஷ, த்துருகு, கஸ்கூ என்ற பெயர்களும் இடம் பெற்றுள்ளன. எனவே சிந்துவெளி நாகரிகம் ஓர் ஆரிய நாகரிகம் என்று ராவ் முடிவுசெய்கிறார். இவரது கோட்பாட்டைப் பல அறிஞர்கள் ஏற்றுக்கொண்டுள்ளனர். குறிப்பாக இந்திய தொல்லியல் துறையின் முன்னாள் தலைவர் கெ.டி.வாஜ்பாய், எஸ்.ஆர்.ராவ் சொல்வதை ஆமோதிக்கிறார்.

சென்னையில் இயங்கி வரும் தமிழ் வேர்ச் சொல் அகராதித் திட்ட நிறுவனத்தின் தலைவரான மதிவாணன் சிந்து முத்திரைகளில் இடம்பெற்றுள்ள எழுத்துகளை வாசிப்பதற்கு என்று ஒரு முறையை ஏற்படுத்தியுள்ளார் . இவர் சிந்து முத்திரையில் இடம் பெற்றுள்ள ஒவ்வொரு வரி வடிவத்துக்கும் ஓர் ஒலிக்குறிப்பைத் தாமே வகுத்துள்ளார். இதன் அடிப்படையில் இவர், சிந்து முத்திரையில் இடம் பெற்றுள்ள எழுத்துகள் பண்டைய தமிழ் தான்; எனவே சிந்து நாகரிகம் ஒரு திராவிட நாகரிகம் தான் என்று கூறுகிறார். எந்தவித ஒப்பீடும் இல்லாமல் எந்தவித விஞ்ஞான

அடிப்படையும் இல்லாமல் தாமாகவே ஓர் ஒலிக்குறிப்பை இவர் வழங்கியுள்ளதை பலரும் ஏற்றுக்கொள்வதில்லை. அதே சமயம், மதிவாணன் இதுவரை ஏறக்குறைய 5,000 சிந்து முத்திரைகளுக்குத் தமது முறையின்படி வாசித்துப் பொருள் கூறியுள்ளார். இவரது முறையின்படிப் பார்த்தால் ஒரு முத்திரை யில்கூட எந்த ஓர் எழுத்தும் பிறழ்ந்தோ, மாறியோ வரவில்லை. இதன் காரணமாகவே இந்த முறை சரிதான் என்று கூறுபவர்களும் உள்ளனர்.

எஸ்.ஆர். ராவ் எழுத்துகளுக்கு ஓசைக் குறியீட்டை அமைக்கும் போது ஏதோ விஞ்ஞான அடிப்படையில் அமைப்பதுபோல் ஒரு தோற்றம் இருக்கிறதே ஒழிய அதுவும் உள்ளுணர்வால் செய்யப் பட்ட விஷயம்தான். இரண்டு அறிஞர்களும் தமது உள்ளுணர் வின் மூலமாக இரு வேறு முடிவுகளுக்கு வருவதிலிருந்தே சிந்து முத்திரையை வாசிப்பது என்பது யானையைத் தடவிப் பார்க்கும் குருடர்களின் கூற்றாகவே இதுவரை அமைந்துள்ளது.

எனவே சிந்து முத்திரைகளில் உள்ள எழுத்துகளில் கவனம் செலுத்துவது இப்போதைக்கு உபயோகமாக இருக்காது என்று நினைக்கிறேன். மேலும் இந்த எழுத்துகள் முத்திரையில் வெறும் 20% இடத்தை மட்டுமே எடுத்துக்கொள்கின்றன. ஏனைய 80% இடத்தில் ஏதேனும் ஓர் உருவம் அல்லது பல வடிவங்கள் பொறிக்கப்பட்டுள்ளன. எழுத்துகளைவிட இவை அதிகமான செய்திகளைச் சொல்வதாக நான் கருதுகிறேன்.

நான் பிடித்த மிருகத்துக்கு ஒரே கொம்பு

சிந்துவெளி முத்திரைகளில் மிகவும் பிரசித்தி பெற்றது ஒற்றைக் கொம்பன் (Unicorn) என்று அழைக்கப்படும் ஒரு மிருகத்தின் உருவம் பொறித்த ஒரு முத்திரை.

இதுநாள் வரை எல்லா ஆராய்ச்சியாளர்களுக்கும் சவால் விட்டுக் கொண்டிருக்கும் ஒரு விஷயம் இது. ஐரோப்பியக் கலாசாரத்தில், குறிப்பாக நார்டிக் இன மக்களிடையே, யூனிகார்ன் என்று அழைக்கப்படும் மிருகத்தைப் பற்றிய புராணக் கதைகள் பல உண்டு. அந்தக் கதைகளின்படி யூனிகார்ன் என்பது ஒற்றைக் கொம்பை உடைய ஒரு பறக்கும் குதிரை. பெகாசஸ் (Pegasus) என்பது கொம்பில்லாத பறக்கும் குதிரை.

ஆனால், சிந்து முத்திரையில் இடம் பெற்றுள்ள ஒற்றைக் கொம்பன் முற்றிலும் வேறுவிதமாக இருக்கிறது. இந்த முத்திரையைக் கவனமாகப் பாருங்கள்.

ஒற்றைக்கொம்பன் முத்திரை

மிருகத்தின் உடலுக்குப் பொருத்தமில்லாத பெரிய கொம்பு. முகத்தில் வரி வரியாகக் கோடுகள். காண்டாமிருகத்தை நினைவுபடுத்தும் சாயல். கால்களையும், குறியையும், வாலையும் பார்த்தால் காளைக் கன்றை நினைவுபடுத்துகிறது. இந்தக் கலவையான மிருகத்தைப் பற்றிய புதிரை விடுவிக்கவேண்டுமானால் நாம் கிரீட் தீவுக்குப் போகவேண்டும். அங்கு காளையை மையமாக வைத்து நடைபெற்ற ஒரு விளையாட்டைப் பற்றிய பல சர்ச்சைகள் இன்றும் உள்ளன. இதற்கும் நமது ஒற்றைக் கொம்பனுக்கும் நெருங்கிய தொடர்பு இருக்கிறது. காளைதான் மினோய நாகரிகத்தின் மையக் கருத்து என்று ஏற்கெனவே பார்த்தோம்.

ஐரோப்பியக் காளைகளுக்குத் திமில் கிடையாது. எனவே அதனைப் பிடித்துக்கொண்டு ஏறு தழுவ முடியாது. அப்படியானால் கீரிட்டில் இவ்விளையாட்டு எவ்வாறு நடைபெற்றிருக்கும் என்பதை க்னோஸோஸ் மாளிகையில் கிடைத்த ஒரு முத்திரை மோதிரத்திலிருந்து ஒருவாறு ஊகிக்கலாம். கீழே உள்ள படத்தைக் கவனித்தால் காளையின் கழுத்தில் மாலையாக ஒரு துணி சுற்றப்பட்டிருப்பது புலப்படும்.

மாட்டின் கொம்புகளில் உறையைப் பொருத்தும் மினோயப் பெண்

காளையின் கொம்புகளில் ஓர் உறையைப் பொருத்தி, அதில் அலங்காரமாகத் துணியை இணைத்துள்ளார்கள். மீண்டும் சுவர் ஓவியத்தைப் பாருங்கள். இடது புறம் உள்ள பெண், தன் கக்கத்தில் இந்த உறைகளைப் பிடித்துக்கொண்டிருப்பது தெரியும். படத்தில் உள்ள இளைஞன் காளையின் கொம்புகளில் பொருத்தப்பட்ட உறைகளை உருவி எடுத்தபடிக் குதிக்கிறான். உருவப்பட்ட உறைகளை அப்பெண் எடுத்து வைத்திருக்கிறாள். தமிழர்கள் இன்றும் ஜல்லிக்கட்டில் பந்தயப் பணத்தை மாட்டின் கொம்புகளுக்கு இடையே கட்டி விடுவது நினைவில் கொள்ளத் தக்கது.

சிந்து முத்திரைகளில் தனியாகக் காளை இடம் பெறும் ஒரு முத்திரை கீழே கொடுக்கப்பட்டுள்ளது. காளையின் கழுத்து மடிப்பு தொங்குவதுபோல் தெரிகிறது. ஆனால், தவறு. நன்றாகக் கவனியுங்கள். இது ஒரு துணி மடிப்பு. காளையின் கழுத்துக்கு மேற்புறத்திலிருந்து இது ஆரம்பமாகிறது.

மினோயச் சித்திரத்தில் கண்டதைப் போலவே இங்கும் அந்தத் துணி இக்காளையின் கொம்பின்மேல் பொருந்தியிருக்கும். கூம்பு வடிவிலான உறையில் இது பொருத்தப்பட்டுள்ளது. இந்த உறை மாட்டப்பட்டுள்ளதால்தான் கொம்பும் மிகப் பெரியதாகச் சித்திரிக்கப்பட்டுள்ளது நன்றாகத் தெரிகிறது.

கழுத்தில் துணி கட்டிவிடப்பட்ட காளை முத்திரை

கிரீட்டில் சுவர் ஓவியமாக பதிவு செய்யப்பட்ட ஏறு தழுவுதல் என்ற பண்பாட்டுக் கூறு இங்கு முத்திரையாக இடம் பெற்றுள்ளது. இன்றும் தமிழகத்தில் ஜல்லிக் கட்டு பற்றி ஒரு பழக்கம் உள்து. முதல் முறையாக ஒரு காளைக் கன்றை ஜல்லிக் கட்டுக் காளையாகப் பழக்க முடிவு செய்தவுடன், அதை ஜல்லிக் கட்டு நடக்கும் திடலுக்குக் கூட்டி வருவார்கள். போட்டிகள் அனைத்தும் முடிந்தபிறகு, இந்தக் கன்றுகளைத் திடலுக்குள் கொண்டுவந்து சம்பிரதாயமாக நடத்திக் கூட்டி வருவார்கள். இதைப் போன்ற ஒரு நம்பிக்கை சிந்துவெளியிலும் இருந்திருக் கிறது. அதன் வெளிப்பாடுதான் ஒற்றைக் கொம்பன் முத்திரை.

ஒற்றைக் கொம்பன் என்பது காளைக் கன்றுதான். அதன் கால்களைப் பார்த்தாலே இது புலனாகும். புதிதாகப் பயிற்சியைத் தொடங்கும் ஒரு காளைக் கன்றின் கொம்பில், ஏற்கெனவே பல வெற்றிகள் கண்ட ஒரு பெரிய காளையின் கொம்பு உறையை மாட்டுவார்கள். அதனுடன் சேர்க்கப்பட்டுள்ள துணி மடிப்பு இந்தக் கன்றுக்கு மிகவும் பெரிதாக இருக்கும் என்பதால் அதன் கழுத்தையும் முகத்தையும் சுற்றிக் கட்டி இருக்கிறார்கள். இந்த ‘ஓவர் சைஸ்’ கொம்பு உறையைத் தாள மாட்டாமல் இந்தக் கன்று தலையைச் சாய்த்துள்ளதைக் கூடத் தத்ரூபமாகப் பொறித் துள்ளார்கள். கடந்த பல்லாண்டுகளாகச் சவால் விட்டுக்கொண் டிருக்கும் ஒற்றைக் கொம்பனின் ரகசியம் இதுதான் என்பது என் கருத்து.

காளைக் கன்றுச் சடங்கு

மாட்டின் கழுத்தின்கீழ் உள்ள பொருள்கள்

இந்த ஒற்றைக் கொம்புடைய காளையின் கழுத்துக்குக் கீழே எப்போதும் ஓர் இனம் புரியாத பொருள் பொறிக்கப்பட்டிருக்கும். இது ஒரு பொருள் அல்ல, இரண்டு பொருள்கள். இவை இரண்டும் கன்றுக்குட்டிக்கு நிகழ்த்தப்படும் சடங்கின்போது பயன் படுத்தப்படும் பாத்திரங்கள் ஆகும். இதற்குச் சான்று சுமேரியத்தில் கிடைக்கிறது. சுமேரியாவில் 'ஊர்' என்ற பண்டைய நகரத்தில் பேரரசி புவாபிஹியின் (Puabihi) கல்லறை யில் பல வடிவங்களில் பல பாத்திரங்கள் கண்டெடுக்கப்பட்டன. அவற்றின் படங்களைக் கீழே காணலாம்.

பேரரசி புவாபிஹியின் கல்லறையில் கிடைத்த
பூஜைப் பாத்திரங்கள்

மேலே கல்லினால் ஆன சட்டி ஒன்று உள்ளது. கல்லைக் குடைந்து அதை பூஜைக்குரிய ஒரு பாத்திரம்போல் வடித்திருக் கிறார்கள்.

கீழே கொடுக்கப்பட்டுள்ள பாத்திரம் தங்கத்தால் ஆன, கோழி முட்டை வடிவிலான ஒன்று .

சுமேரியாவில் கிடைத்த
கோழி முட்டை வடிவிலான பாத்திரம்

இதற்கு வரலாற்று ஆசிரியர்கள் நெருப்புக்கோழி முட்டை வடிவிலான பாத்திரம் (Ostrich egg shell vessel) என்று பெயரிட்டுள்ளனர். இது தங்கத்தால் செய்யப்பட்ட பாத்திரமாகும். இதுவும் பூஜைக்குப் பயன்படுத்தபட்டுள்ளது. சிந்து முத்திரை களில் இந்த இரு பாத்திரங்கள் மீதும் வரிவரியாகக் கோடுகள் காணப்படுகின்றன.

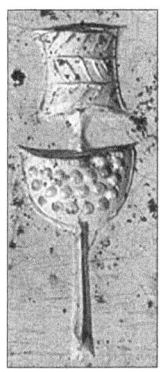

சிந்து முத்திரையில் உள்ள பூஜைப் பாத்திரங்கள்

இது ஒரு வேளை பூஜைக்காக மலர்களால் அலங்கரிக்கப்பட்ட பாத்திரங்களைக் குறிப்பதாகக் கருதலாம். கோழிமுட்டை வடிவிலான தங்கப் பாத்திரமும் அலங்காரம் செய்வதற்கு வசதியாக வடிக்கப்பட்டுள்ளது என்பதை நாம் கவனத்தில் கொள்ளவேண்டும்.

இந்த இரண்டாவது பாத்திரம், சுமேரியாவில் காணப்படுவதைப் போல கிரீட்டிலும் காணப்படுகிறது. ஆனால் அங்கு இது களி மண்ணால் செய்யப்பட்டிருக்கிறது. சுமேரிய வரலாற்றுக்கு எப்படி அரசி புவாபிஹியின் கல்லறைப் பொருள்கள் முக்கியமோ, அதேபோல் மினோய வரலாற்றுக்கு காம்ரஸ் (Kamress) என்ற இடத்தில் கண்டெடுக்கப்பட்டுள்ள பொக்கிஷங்கள் முக்கிய அம்சமாகும். இந்த நகரில் பல பாத்திரங்களும் அணிகலன்களும் கண்டுபிடிக்கப்பட்டன. இந்த நகரில் கண்டுபிடிக்கப்பட்ட பூஜைக் குரிய பாத்திரங்களில் கீழே கொடுக்கப்பட்டுள்ள பாத்திரமும் ஒன்றாகும்.

கிரீட்டில் கிடைத்த முட்டை வடிவப் பாத்திரம்

இது மிக மெல்லியதாக இருப்பதால் அதையும் வரலாற்று ஆசிரியர்கள் கோழிமுட்டை ஓட்டினால் ஆன பாத்திரம் (Egg shell vessel) என்றே அழைக்கிறார்கள். இதுவும் மேலே கொடுக்கப்பட்டுள்ள பாத்திரத்தின் சாயலோடு ஒத்திருப்பதைக் காணலாம். எனவே சிந்து சமவெளியில் நடைபெற்றதாக நாம் கருதும் இந்தச் சடங்கு பரவலாக சுமேரிய-தமிழ்ப் பண்பாடு முழுவதிலும் பரவியிருந்த ஒரு சடங்கு என்று கருதலாம். இதன் கூறுகள் சிந்துவெளி நாகரிகத்திலும், சுமேரிய நாகரிகத்திலும், கிரீட்டின் மினோயன் நாகரிகத்திலும் வெளிப்படுகிறது. இந்த

ஒரு முத்திரை சுமேரியம், கிரீட்,சிந்துவெளி, தமிழகம் ஆகிய நான்கு மாபெரும் பண்பாடுகளை அற்புதமாக இணைக்கிறது.

பசுபதிநாதர் முத்திரை காட்டும் ஒற்றுமை

அடுத்தபடி, பசுபதிநாதர் என்று அழைக்கபடும் சிந்து முத்திரையைப் பார்ப்போம். இந்த முத்திரை மொகஞ்சதாரோவில் கண்டெடுக்கப்பட்டது. இதில், உட்கார்ந்த நிலையில் ஓர் ஆடவர் சித்திரிக்கப்பட்டுள்ளார். இவரைச் சுற்றிப் பல மிருகங்கள் பொறிக்கப்பட்டுள்ளன.

சிந்துவெளி பசுபதிநாதர் முத்திரை

முத்திரை ஓர் ஓரத்தில் சிதைந்துள்ளதால் இவர் யோக நிலையில் அமர்ந்துள்ளாரா என்பது பற்றித் திட்டவட்டமாக எதுவும் கூற முடியவில்லை. மிருகங்கள் காணப்பட்டதால் சர் ஜான் மார்ஷல் இந்த உருவத்துக்கு பசுபதிநாதர் என்று பெயரிட்டார். இது சிவனுடைய ஆதி வடிவம் என்று கூறினார். ஆனால் இக்கூற்றை ஏற்றுக்கொள்ளாத சில அறிஞர்களும் இருக்கிறார்கள். இந்த முத்திரையில் பொறிக்கப்பட்டுள்ள உருவத்துக்கு மூன்று தலைகள் உள்ளதா என்பது தெளிவாகத் தெரியவில்லை. இவர் யோக நிலையில் யோகாசனத்தில்தான் அமர்ந்துள்ளாரா என்பது பற்றியும் சரியாகக் கூறமுடியவில்லை. எனவே இந்த உருவத்தை பசுபதிநாதர் என்று ஏற்றுக்கொள்ள முடியாது என்று கேவின் ஃப்ளட் (Gavin Flood) என்ற ஒரு வரலாற்று அறிஞர் எழுதுகிறார். நாம் இந்த சர்ச்சைக்குள் போகவேண்டாம். ஆனால், இந்த முத்திரை எவ்வாறு கிரீட் தீவில் எழுந்த மினோய, சுமேரிய மற்றும் தமிழ்ப் பண்பாட்டை இணைக்கிறது என்று மட்டும் பார்ப்போம்.

மீண்டும் ஒரு முறை இந்த முத்திரையை நன்றாகப் பாருங்கள். யோக நிலையில் அமர்ந்திருக்கும் இந்த மனிதனின் தலையில் சூட்டப்பட்டுள்ள மகுடம் போன்ற அமைப்பைப் பாருங்கள். இது உயரமாகவும் அகலமாகவும் இருக்கக்கூடிய கில்ட் (kilt) என்ற வகையைச் சேர்ந்த ஒரு தலைப்பாகை. இந்தத் தலைப் பாகையைச் சூழ்ந்ததுபோல் இரண்டு கொம்புகளால் ஆன ஓர் அமைப்பு காணப்படுகிறது. இந்த உருவத்தின் உடல் அமைப்பு மெலிந்து காணப்படுகிறது. இதன் கைகளில் அதாவது தோள் பட்டை முதல் மணிக்கட்டுவரை குறுக்குக் கோடுகள் தெரி கின்றன. நெருக்கமாக வளையல்களை அணிந்ததுபோல் இது காட்சி அளிக்கிறது. இவரைச் சூழ்ந்துள்ள விலங்குகளுக்கும் இவருக்கும் உள்ள நேரடித் தொடர்பு என்ன என்பது தெரிய வில்லை. ஆனால் விலங்குகளை உடையவர் என்பது மட்டும் விளங்குகிறது. இதற்கு நிகரான ஒரு வரலாற்றுச் சின்னம் கிரீட் தீவிலும் காணப்படுகிறது. இதன் தொடர்பு சுமேரியத்துக்கும் நீள்கிறது.

கீழே உள்ள படத்தில் உள்ள அணிகலன் கிரீட் தீவில் கண் டெடுக்கப்பட்டது. ஐஜினா (Igina) என்ற இடத்தில் பல அரிய அணிகலன்கள் கிடைத்தன. அதில் இதுவும் ஒன்று. எப்படி சுமேரிய வரலாற்றுக்கு பேரரசி புவாபிஹியின் கல்லறைப் பொருள்கள் விசேஷமோ அதேபோல மினோய வரலாற்றுக்கு ஐஜினா பொக்கிஷங்கள் மிகவும் முக்கியமானவை.

மினோயன் ஐஜினா பொக்கிஷம்

இந்தப் படத்தில் காணப்படும் நகையில் ஒரு மனிதன் தனது இருபுறங்களிலும் இரண்டு பறவைகளைப் பிடித்தபடி காட்சி

அளிக்கிறான். மனிதனையும் பறவைகளையும் சூழ்ந்தபடி நான்கு வளைந்த கொம்புகள் காணப்படுகின்றன. 'மிருகங்களின் தலைவன்' என்று இதற்குப் பெயரிட்டுள்ளார்கள். முதலில் நீங்கள் கவனிக்கவேண்டியது இந்த மனிதனின் உருவத்தை. இந்த உருவம் சிந்து முத்திரையில் காணப்படும் மனித உருவத்தின் சாயலோடு மிகவும் ஒத்துப்போகிறது. சிந்து முத்திரையில் உட்கார்ந்த நிலையில் இருக்கும் உருவம் இங்கு நின்ற நிலையில் காட்சி அளிக்கிறது. அடுத்தபடியாக இரண்டு உருவங்களும் ஒரே மாதிரியான தலைப்பாகையை அணிந்திருக்கிறார்கள். இந்த வகைத் தலைப்பாகை மினோயச் சின்னங்களில் அதிகம் காணப்படுகின்றன.

சிந்து முத்திரையில் தலைப்பாகையைச் சூழ்ந்திருக்கும் கொம்புகள் இங்கு முழுமனிதனையும் பறவைகளையும் சேர்த்து சூழ்ந்து காணப்படுகின்றன. இதிலிருந்து இந்தக் கொம்பு போன்ற அமைப்பு ஒரு வழிபாட்டுச் சடங்குக்கு உரிய குறியீடு என்பது விளங்குகிறது. புனிதத்தையோ அல்லது அதிகாரத்தையோ உணர்த்தக்கூடிய குறியீடாக இருக்கலாம். இரண்டு உருவங்களின் கைகளிலும் வங்கி எனப்படும் வளையல்கள் போன்ற அணிகலன்கள் காணப்படுகின்றன. இதிலிருந்து, சிந்து முத்திரையில் காணப்படும் கடவுள் அல்லது மத குருவின் வேறொரு தோற்றம்தான் கிரீட் தீவில் காணப்படுகிறது என்று நாம் எடுத்துக்கொள்ளலாம். இந்த உருவத்தின் தொடர்ச்சி சுமேரியம் வரை நீள்கிறது.

விலங்குகளைக் கட்டுப்படுத்தும் நிலையில் காணப்படும் மனிதனின் சிற்பம் சுமேரியத்தில் காணப்படுகிறது.

சுமேரியாவில் காளையை அடக்குபவனின் சிற்பம்

இப்படத்தில் இருபுறமும் காளைகளைக் கையில் பிடித்தபடி நடுவில் ஓர் உருவம் தென்படுகிறது. இதன் தலைப்பாகை சிந்துவெளியின் தலைப்பாகையைப்போல் உயரமாகவும் ஆனால் அகலம் சற்றே அதிகமாகவும் அமைந்து, விரிந்து காணப்படுகிறது. உருவத்தின் முகத்தில் தாடி காணப்படுகிறது. இடையில் கச்சை கட்டியிருப்பதுபோல் மூன்று கோடுகள் காட்டப்பட்டுள்ளன. இதைத் தவிர ஆடை அணிந்துள்ளாரா என்பது தெளிவாகத் தெரியவில்லை. நிர்வாணமாக இருக்கலாம் என்பதற்கு அதிக சாத்தியக்கூறுகள் இருக்கின்றன. எனவே இது துறவியையோ அல்லது எளிமையை விரும்பும் ஒரு மதத் தலைவரையோ குறிக்கலாம்.

சிந்து முத்திரை, மினோய அணிகலன், சுமேரியச் சிற்பம் ஆகிய இம்மூன்றையும் ஒப்பிட்டுப் பார்த்தால் விலங்குகள்மீது ஆளுமையைக் கொண்ட ஒருவனாக இறைவனையோ அல்லது ஒரு தலைவனையோ பாவித்து, அதற்காகச் செய்யப்படும் சில சடங்குகளை இவை ஒத்து இருப்பது புரிகிறது. மேலும், சுமேரியத்தில் பறவைகளை வைத்து நடைபெறும் ஒரு சடங்கும் இருந்திருக்கிறது என்பதற்கு ஆதாரங்கள் உள்ளன. மினோய அணிகலனில் காணப்படும் உருவம் இரு கைகளிலும் பிடித்துக்கொண்டிருக்கும் பறவைகளைப் பார்த்தால் அவை நெருப்புக்கோழிபோல் தோற்றம் அளிப்பதைக் காணலாம்.

சுமேரிய மன்னர்கள் நெருப்புக்கோழியை வேட்டையாடுவதை ஒரு சடங்காகக் கடைப்பிடித்தார்கள்.

நெருப்புக் கோழியை வேட்டையாடும் சுமேரிய மன்னன்

மேலே உள்ள படத்தில் ஒரு மன்னன் நெருப்புக்கோழிகளை விரட்டியபடிப் போகிறான். அந்தப் பறவைகள் திரும்பி அவனை

நோக்கிக் கத்துவதாகச் சிற்பம் வடிக்கப்பட்டுள்ளது. மதச் சடங்கு அல்லது வழிபாட்டு முறைகளில் உள்ள நம்பிக்கை என்பது காலங்கடந்து, தூரம் கடந்து நீடித்து நிற்கக்கூடிய ஒரு பண்பாட்டுக் கூறாகும். இந்தப் பண்பாட்டுக் கூறின் அடிப்படையில் ஒற்றைக் கொம்பன் முத்திரையானாலும் சரி, பசுபதிநாதர் முத்திரையானாலும் சரி, இரண்டும் நமக்குக் காட்டும் செய்திகள் தமிழ் நாகரிகம், சிந்துவெளி நாகரிகம், கிரீட்டிம் மினோய நாகரிகம், சுமேரிய நாகரிகம் என்ற நான்கும் ஒன்றுடன் ஒன்று தொடர்புடைய நாகரிகங்கள் என்பதையே. இவை அனைத்துக்கும் அடிநாதமாக ஒரே பண்பாடுதான் இருந்திருக்கவேண்டும் என்பது விளங்குகிறது.

காளைகள் காட்டும் ஒற்றுமை

காளை என்பதைத் தமிழர்கள் தங்களின் முழுமுதற்கடவுளான சிவபெருமானின் வாகனமாகவும் நந்தி என்ற தெய்வமாகவும் போற்றுகிறார்கள். சிந்து முத்திரையின் சிறப்பு அம்சமே காளைகள்தாம். மினோயர்களும் தங்களது இறைவனான ஜீயஸுக்கு வாகனமாகக் காளைகளைப் போற்றினார்கள். காளைகளைப் பற்றிப் புராணங்களை எழுதினார்கள். பல கலைப் பொருள்களைக் காளைகளின் வடிவத்தில் வடித்தார்கள். சுமேரியர்களும் காளைகளைக் கொண்டாடினார்கள்.

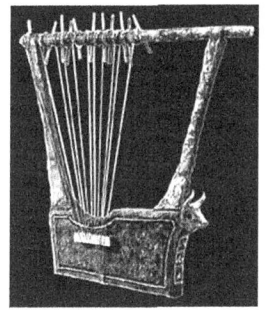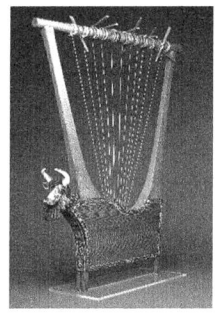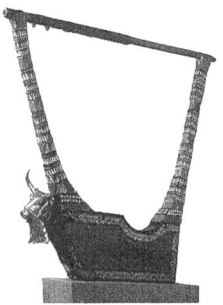

சுமேரியாவின் காளை வடிவ யாழ்கள்

குறிப்பாக சுமேரியத்தில் பல யாழ் வாத்தியங்கள் கிடைத்துள்ளன. அவற்றில் எதேனும் ஒரு வடிவில் காளை இடம் பிடித்திருக்கிறது. பொதுவாகக் காளையின் இரண்டு கொம்புகளுக்கு இடையே நரம்புகளைக் கட்டி யாழ் செய்திருப்பார்கள். அல்லது

காளைத் தலையை யாழோடு பொருத்தியிருப்பார்கள். இதுவும் சுமேரியத்தையும் தமிழகத்தையும் இணைத்துக்காட்டக்கூடிய ஒரு முக்கிய அம்சம் என்று கருதுகிறேன். தமிழகத்தில் நிலவும் புராண நம்பிக்கையின்படி நந்தி இசைக்கலையில் வல்லவர், மத்தளம் வாசிப்பதில் வல்லவர் என்று நந்தியை இசையோடு தொடர்புபடுத்திப் பார்ப்பது தமிழகத்தில் வழக்கம். அதேபோல் சுமேரியத்திலும் இசையோடு தொடர்புடைய யாழ்களில் நந்தியைப் பொறித்திருப்பது பண்பாட்டின் ஒற்றுமையை மேலும் வலியுறுத்திக் காட்டுகிறது.

இதிலிருந்து தமிழரின் பரவல் தொடர்பான என் கோட்பாடு உறுதியாகிறது. தமிழர்கள் தோன்றியது பண்டைய சுமேரியா தான். சுமேரியத்திலிருந்து முதற்கட்டமாக கிரீட் தீவுக்கும் சிந்துவெளிக்கும் குடியேற்றம் நடந்துள்ளது. பின்னர் இரண்டாம் கட்டமாக சுமேரியத்திலிருந்து நேரிடையாகவும் சிந்துவெளியிலிருந்தும் தமிழகத்துக்கு அவர்கள் குடியேறியுள்ளனர்.

6. தமிழகம் குடியமர்த்தப்பட்டது எப்படி?

கடல் சீற்றத்திலிருந்து மக்கள் கப்பலில் தப்பித்து வந்தார்கள் என்று படித்ததும் நமது மனக் கண்ணில் ஒரு காட்சி விரியும். அவசர அவசரமாக, மனிதர்கள், கிடைத்த படகிலோ, கப்பலிலோ ஏறி எங்கு போவது என்று தெரியாமல் பயணம் செய்த கொலம்பசைப் போல், திக்குத் தெரியாமல் பயணித்து, தற்செயலாகத் தமிழகம் வந்து சேர்ந்தார்கள் என்று நினைப்பது தவறு. தமிழகத்தில் மக்கள் குடியமர்ந்தது எப்படி என்பதற்கு அமெரிக்காவே சிறந்த உதாரணம்.

கொலம்பஸ் அமெரிக்காவை 1492-ல் கண்டுபிடித்தார். அது எல்லா வளமும் பொருந்திய பூமி. இருந்தாலும், மக்கள் எவரும் அங்கு செல்லத் தயாராக இல்லை. செழிப்பான நிலம், வற்றாத ஜீவ நதிகள் என இயற்கை வளங்கள் இருந்தாலும், நாகரிகம் அடைந்த மக்கள் வாழ்வதற்கான அடிப்படை வசதிகள் எதுவும் அங்கு இல்லை. உதாரணமாக, ஏராளமாகப் பருத்தி விளைந்து என்ன பயன்? அதனை நாமே நூலாக்கி, துணியாக நெய்து, உடையாகத் தைத்து அணிவது என்பது நடக்கிற காரியமா? கட்டடம் கட்டுவோர், இரும்பு வேலை செய்வோர், நெசவு செய்வோர் என்ற இரண்டாம் கட்ட அடிப்படை வசதிகள் இருந்தால்தான் உழவு செய்து வாழ்க்கையை நடத்த முடியும். தனி ஒரு மனிதனாலோ, குடும்பத்தாலோ இதனைச் சாதிக்க முடியாது. எனவே பொது மக்களைக் கவரும் வண்ணம் ஐரோப்பிய வியாபாரக் கம்பெனிகள் சில உத்திகளைக் கையாண்டன. இதை முதலில் ஆரம்பித்தது வர்ஜினியா என்ற பிரிட்டிஷ் நிறுவனம்.

இந்நிறுவனம் முதலில் தனது செலவில் ஒரு சிறிய துறை முகத்தை ஏற்படுத்தியது. அங்கு ஒரு தலைமையகத்தைக் கட்டியது. அருகில் ஒரு சேமிப்புக் கிடங்கையும் கட்டியது. தலைமையகத்தில், ஓர் ஆளுநர், பாதுகாப்புக்குச் சிப்பாய்கள், வியாபாரிகள், நீதிபதி என்று சிலர் இருப்பார்கள். பின்னர் பிரிட்டனில் வசிக்கும் உடல் ஆரோக்கியம் உள்ள தம்பதிகளைத் தேர்ந்தெடுத்து அவர்களுக்கு ஒரு மர வீடு கட்டிக்கொள்ள வேண்டிய பொருள்கள், 25 ஹெக்டேர் நிலம், 10 கோழிகள், இரண்டு மாடுகள், உழவுக் குதிரை, விதைகள் என அனைத்தையும் கடனாகக் கொடுத்தது. 12 வருடங்களுக்கு விளைச்சலில் பாதியை கம்பெனியும் மீதியை அந்த விவசாயக் குடும்பமும் பங்கிட்டுக்கொண்டார்கள். 12 வருடங்களுக்கு பிறகு நிலமும் விளைச்சலும் முற்றிலும் விவசாயிக்கே சொந்தம். இந்தத் திட்டம் வந்த பின்னர் 50 வருடங்களில் அமெரிக்கா முற்றிலும் மாறி, தன்னிறைவு பெற்ற பகுதியாகிவிட்டது. சுமேரியர்களும் இவ்வாறே தமிழகத்தில் குடியேறி இருக்கவேண்டும்.

பன்னெடுங்காலமாகவே பாய்மரக் கப்பல்கள் பயன்பாட்டில் உள்ளன. ராஜராஜ சோழன் 2,000 மைல் கடந்து ஸ்ரீவிஜய நாடுகளை (இந்தோனேசியா) வெற்றி கொண்டதும், கொலம்பஸ் அமெரிக்காவைக் கண்டுபிடித்ததும், மெகல்லன் கடல் வழியே உலகைச் சுற்றி வந்ததும், போர்த்துக்கீசியர்கள் தென் அமெரிக்காவை வெற்றி கொண்டதும், பிரிட்டிஷார் நெப்போலியனை டிரஃபால்கர் போரில் வெற்றி கொண்டதும் அனைத்தும் பாய்மரக் கப்பல்களைப் பயன்படுத்தித்தான். 1850 வரை உலகக் கடல் வாணிகம் பாய்மரக் கலங்களை நம்பித்தான் இருந்தது.

பண்டைய பாய்மரக் கலங்கள் இன்றைய கப்பல்களைப் போலவே அனைத்து வசதிகளும் கொண்டவை. பாய்மரக் கப்பலில் உள்ள ஒரே ஒரு குறைபாடு, காற்றின் திசையில் மட்டுமே பயணிக்க முடியும். காற்று திசை மாறி வீசினால்தான் திரும்ப வர முடியும். இந்தியத் துணைக் கண்டத்தைப் பொருத்தவரை தென்மேற்கு மற்றும் வடகிழக்குப் பருவக் காற்றுகள் முக்கியமானவை. தென் மேற்குப் பருவக்காற்று இந்தியாவுக்குத் தெற்கிலிருந்து வரும்போது, இந்தியாவின் வடிவமைப்பால் இரண்டாகப் பிரிந்து அரபிக்கடல் கிளை, வங்காள விரிகுடாக் கிளை என்று வீசுகிறது. இது ஆடி மாதத்தில் ஆரம்பித்து புரட்டாசி மாதம் வரை வலுவோடு வீசும். வடகிழக்குப் பருவக்

காற்று, புரட்டாசியில் ஆரம்பித்து மார்கழி வரை வலுவோடு வீசும்.

சுமேரியாவிலிருந்து தமிழகம் வரவேண்டுமானால், புரட்டாசி மாதம் சுமேரியத்தில் புறப்பட்டால், கார்த்திகை மாதத் தொடக்கத்தில் தமிழகம் வந்து சேரலாம். ஆனால், திரும்பிச் செல்ல ஆடி மாதம் வரை காத்திருக்கவேண்டும். இடைப்பட்ட ஆறு மாத காலத்தில் தமிழகத்தில்தான் தங்கவேண்டும். அப்படியானால் வாழ்வாதாரத்துக்குத் துணை புரியும் வகையில் தமிழகத்தில் ஏற்பாடுகள் செய்யப்பட்டிருக்க வேண்டும்.இது எவ்வாறு நடைபெற்றிருக்கலாம் என்பதைப் பற்றி ஒரு சிறு கற்பனை.

இப்போது நாம் பொ.யு.மு. 3800 வருடத்தில் இருக்கிறோம். சுமேரியாவில் அயல்நாட்டு வாணிபம் கொடி கட்டிப் பறக்கிறது. பல வியாபார நிறுவனங்கள் பெரும் பொருள் ஈட்டி மேலும் வியாபாரத்தைப் பெருக்குவதற்காகப் புதிய நாடுகளைத் தேடும் முயற்சியில் ஈடுபட்டிருக்கிறார்கள்.

புதிய நாடுகளைக் கண்டுபிடிப்பதற்காகவே சிலரை நியமிக்கிறார்கள். இவர்கள் இந்த வருடம் ஒரு இடத்தை ஆராய்ச்சி செய்கிறார்கள். சுமேரியா திரும்புகிறார்கள். மறுவருடம், போன வருடம் சென்ற இடத்துக்கு 25 மைல் தொலைவில் உள்ள மற்றோர் இடத்தைத் தேர்ந்தெடுத்து ஆராய்ச்சி செய்கிறார்கள். இப்படியே வருடத்துக்கு 25 மைல் முன்னேறி 100 வருடங்களில் சுமேரியாவிலிருந்து இந்தியாவின் மேற்குக் கடற்கரை முழுவதுமாக உள்ள அனைத்துப் பகுதிகளும் ஆராயப்பட்டிருக்கும்.

சிந்து சமவெளிப் பகுதியில் ஒரு குடியமர்வு நடைபெறுகிறது.

இதுவும் சுமேரியாவைப்போல் வளம் கொழிக்கும் நிலப் பகுதியானதால் தங்களது வேளாண் புரட்சியை இங்கும் இவர்கள் கட்டவிழ்த்து விடுகிறார்கள். மிகக் குறுகிய காலத்தில் ஒரு ஒப்பற்ற சேய் நாகரிகம் உருவாகிறது.

இந்தியாவின் மேற்குக் கரையோரம் ஒரு சில சிறிய குடியமர்வுகள் நடைபெறுகின்றன. இந்தக் குடியமர்வுதான் தற்காலத்தில் பாகிஸ்தானின் பலூச்சி மாகாணத்தில் உள்ள ப்ராஹுயி (Brahui) மக்களுக்கும், மத்தியப் பிரதேசத்தில் உள்ள கோண்ட் (Gondh) மக்களுக்கும், ஒரிஸாவில் உள்ள கொண்ட் (Khond) மக்களுக்கும்,

வங்காளத்தில் உள்ள குறுக் (Khuruk) மக்களுக்கும், கர்நாடகா வில் உள்ள துளுவர்களுக்கும் மூலவித்தாக அமைந்திருக்க வேண்டும். சிந்து நதியின் கழிமுகம் மற்றும் நர்மதை ஆற்றின் கழிமுகம் தவிர வடக்கே அவர்களுக்குத் தோதான இடங்கள் வேறு இல்லை.

ஆனால் தில்முன், அதாவது தமிழக-கேரளத்தின் கதையே வேறு விதம். பிரமாதமான தட்பவெப்பம், ஏராளமான தேக்கு மரங்கள், போதும் போதும் என்னும் அளவுக்கு யானைத் தந்தம். சுருக்கமாகச் சொல்லப் போனால் சொர்க்க பூமிதான். ஒரு சில வணிக நிறுவனங்கள் தமிழகத்திலிருந்து கொண்டுபோன பொருள்கள் சுமேரியாவில் பெரும் வரவேற்பைப் பெறுகின்றன. அடுத்த 50 ஆண்டுகளில் சிறிதும் பெரிதுமாக 25 வணிக நிறுவனங்கள் தமிழகத்தில் குடியேறுகின்றன. ஒவ்வொருவரும் ஒரு பகுதியைத் தங்களது ஆளுமைக்கு உட்பட்டதாக ஆக்கிக் கொள்கிறார்கள். இது ஒரு நிரந்தர ஏற்பாடு.

இந்த தேசத்தில் இவர்களைக் கட்டுப்படுத்த மன்னர்கள் இல்லை. இவர்களே அரசர்களைப்போலத் தங்கள் பகுதியை ஆட்சி செய்தார்கள் என்றே கூறவேண்டும்.

இப்போது பொ.யு.மு. 3400-ல் இருக்கிறோம். தமிழக (தில்முன்) வாணிபத்தைப் பற்றி அறியாதவர்கள் சுமேரியாவில் இல்லை. இன்றைய சாஃப்ட்வேர் எழுச்சிபோல அப்போது தமிழக வாணிபம். முன்னேறத் துடிக்கும் இளைஞர்கள், எதற்கும் துணிந்த வீரர்கள் என்று இளைஞர் பட்டாளம் தமிழக வாணி பத்தில் தங்களையும் தொடர்புடையவர்கள் ஆக்கிக்கொள் கிறார்கள். இரண்டு மாதக் கடற்பயணம். எதுவும் நடக்கலாம் என்ற அபாயம். இதனால் முதியவர்கள் மிகவும் குறைவாகவே வந்திருக்க வேண்டும். பயணம் நல்லபடியாக முடிந்தால் தங்களது கடவுளுக்கு நன்றி செலுத்தும் விதமாகக் கோவில் களைக் கட்டினார்கள். சுமேரியாவைப்போல இங்கு செயற்கை யாகச் சிகரங்களைக் கட்டவேண்டிய அவசியம் ஏற்படவில்லை. இயற்கையான குன்றுகள் இருந்தமையால் அதன் உச்சியில் கோவிலை எழுப்பி, குன்றிருக்கும் இடமெல்லாம் குமரன் இருக்கும் இடம் என்று புகழ்ந்து பேசினார்கள்.

இப்போது பொ.யு.மு. 3200-ல் இருக்கிறோம். மேலும் பல சுமேரிய வணிகர்கள் தமிழகம் முழுவதும் பரவி தங்கள் வணிக

ஆதிக்கத்தைச் செழுமையாகச் செலுத்தி வருகிறார்கள். சுமேரிய ஏடுகளும் இலக்கியங்களும் தமிழகத்தைப் பற்றி சிலாகித்து எழுதுகின்றன. தமிழகத்திலேயே பிறந்து, வளர்ந்த சுமேரியத் தலைமுறை இங்கு பெருகி வருகிறது. இப்படிப்பட்ட சூழ்நிலையில் சுமேரியாவில் ஒரு பேரழிவு ஏற்பட்டதாகவும், (தென்) மதுரை அழிந்ததாகவும் செய்தி வருகிறது. தமிழகத்தில் வாழ்பவர்கள், தங்களது உறவையும் நட்பையும் இங்கு வரும்படி விரும்பி அழைக்கிறார்கள்.

பெருமளவில் புதியவர்கள் வந்து சேர்கிறார்கள். இதற்குமுன் இத்தனை பெரிய அளவில் ஒரே சமயத்தில் மக்கள் வந்ததில்லை. இவர்களுக்கு உணவு, உடை, உறையுள் வழங்க அனைவரும் ஒருமித்த மனத்துடன் உதவி செய்கிறார்கள். ஏழு பெரும் தலைவணிகக் குடும்பத்தினர் அதிற் சிறந்து விளங்குகிறார்கள். அவர்களின் கொடைத்திறனைப் பாராட்டி சமுதாயம் அவர்களை வள்ளல்கள் என்று போற்றுகிறது. பின் வருங்காலங்களில் இதுபோல் மேலும் இரண்டு முறை நிகழ்கிறது. அப்போதும் கொடையாளிகளுக்குக் குறைவில்லை. சமுதாயம் இவர்கள் அனைவரையும், முதல், இடை, கடை ஏழு வள்ளல்கள் என்று பாராட்டுகிறது. தமிழகத்தில் வாழும் சுமேரியர்கள், தங்களது நாடான கபாடபுரத்தை பற்றியும், மதுரை மாநகரத்தைப் பற்றியும் மறக்க முடியாமல் கதைகளிலும் காப்பியங்களிலும் வடித்து வைக்கிறார்கள்.

காலம் கடந்து செல்கிறது. சிந்துவெளிப் பகுதியிலும் நில நடுக்கம் தாக்கியதாகச் செய்தி வருகிறது. அங்கு குடியேற்றம் முழுவதுமாக நின்றுபோகிறது. சுமேரியாவில் நில நடுக்கம் திரும்பத் திரும்ப நிகழ்கிறது. வருடாவருடம் செத்துப் பிழைப் பதற்குப் பதிலாக சொர்க்கபூமியான தமிழகத்துக்குச் சென்று குடியேறலாம் என்று இளைஞர்களும் யுவதிகளும் முடிவு செய் கிறார்கள்.

சுமேரியாவிலிருந்து உயிர் பிழைத்துத் தமிழகம் வந்தவர்களில் புலவர்களும் உண்டு. மற்றவர்கள் வாழ்வதற்குத் தேவையான பொருள்களோடு தமிழகம் வருகின்றனர். புலவர்கள் மட்டும் தான் வாழ்க்கையின் பொருளைத் தெரிவிக்கும் அறிவுச் செல்வத்தோடு இங்கு வருகிறார்கள். எனவே புலவர்களுக்குப் பலரும் ஆதரவு அளிக்கின்றனர். ஒரு சில கவிதைகளை மனத் திலோ, கையிலோ, தாங்கி வந்த இவர்களை தெய்வத்துக்கு

நிகராக மக்கள் மதிக்கிறார்கள். அலை அலையாக வந்த புலவர்களை, முன்னால் வந்தவர்கள் தக்க இடங்களில் குடியமர்த்துகிறார்கள். அங்கொன்றும் இங்கொன்றுமாக விரவிக்கிடந்த செய்யுள்களைத் தொகுக்கும் முயற்சியில் ஒரு சிலர் ஈடுபடுகிறார்கள்.

சுமேரியாவில் செல்வந்தர்களுக்கும் அரசர்களுக்கும் குழப்பம் நீடிக்கிறது. தலைமுறை தலைமுறையாகச் சேர்த்து வைத்த வீடு, வாசல், நிலம், நீட்சி, ஆட்சி இவற்றை விட்டுவிட மனம் இடங்கொடுக்கவில்லை. இருப்பதை விட்டுவிட்டு பறப்பதைப் பிடிப்பானேன் என்று மன்னன் நெடுந்தேர்ச் செழியன் தலைமையில் குமரி ஆற்றின் கரையில் புதிய தலைநகரம் அமைத்துக் குடியேறுகிறார்கள். அறிஞர்களை அழைத்து செழியன் இரண்டாம் தமிழ்ச் சங்கத்தை அமைக்கிறான்.

கூட வரும் குறிஞ்சி, நெஞ்சை உலுக்கும் நெய்தல்

காலம் பறக்கிறது. குமரி ஆற்றில் கடல் நீர் புகுந்தமையால் மீன்கள் பெருமளவு அழிந்ததைக் கண்ட அறிஞர் பெருமக்கள் மன்னன் திருமாறனிடம், 'இதுவரை உலகம் காணாத மாபெரும் அழிவு, கூடிய சீக்கிரம் நிகழப் போகிறது' என்று கூறுகிறார்கள். தமிழ்க்குடியின் ஆணிவேர் போன்ற மன்னன், மாகீர்த்தியைப் போலத் தானும் குடிபெயர முடிவு செய்கிறான். மாகீர்த்தி எங்கிருந்தோ சுமேரியாவுக்கு வந்தார். திருமாறன் சுமேரியாவிலிருந்து தமிழகத்துக்குச் செல்ல முடிவு செய்கிறான்.

தங்களைக் காத்த மீனைச் சின்னமாகப் பொறித்த கொடியுடன் கப்பல்கள் கிளம்புகின்றன. அந்தணரின் நூலுக்கும் அறத்துக்கும் ஆதியாக நின்றது மன்னனின் கோல் அல்லவா? அவனை இழந்த மக்கள் கொழுகொம்பற்ற கொடியினைப்போல் வருந்துகிறார்கள். வலிமையான அரசு இல்லாததால் அசீரியர்கள் என்ற புதிய கூட்டம் படை எடுத்து வருகிறது. சுமேரியாவுக்குள் முதன் முதலில் குதிரையில் வந்தவர்கள் அசீரியர்கள்தாம். மக்களின் துயரங்களுக்கு எல்லையே இல்லை. தாங்கள் வாழும் சுமேரியத்தை இறந்தோரின் பூமி என்று சபித்தும் தமிழகத்தை மரணமில்லாத மக்களின் பூமி என்று போற்றியும் இலக்கியம் படைக்கிறார்கள்.

மன்னன் திருமாறனை வரவேற்கத் தமிழகம் தயாராகிறது. இதுவரை வணிகர்கள் மட்டுமே வந்து போன தமிழகத்துக்குக்

கொற்றவன் ஒருவன் வருவது இதுவே முதல் முறை. இவனது குடிப்பிறப்பு சாதாரணமானதா? (சுமேரியாவின்) முதல் மன்னன் காய்ச்சின வழுதியின் வழித்தோன்றல் அல்லவா இவன்? பண்டைய காலம் தொட்டு இவனது குடிச் சிறப்பு விளங்கியதால் இவன் பாண்டியன் என்று போற்றப்பட்டவன் அல்லவா?

தமிழகத்தில் மன்னர்களைப்போல் ஆட்சி புரிந்த வணிக குடும்பங்களில் பெரும்பாலோர் பாண்டியனின் ஆட்சிக்கு உட்பட்டு நடக்கச் சம்மதிக்கிறார்கள். ஒரு சிலர் மறுக்கிறார்கள். இந்த மன்னன் வருவதற்கு வெகு காலம் முன்பே நாங்கள் இங்கு ஆட்சி நடத்தி வருகிறோம்; இவன் இப்போது தப்பிப் பிழைத்து வந்தவன்; நாங்கள் ஏன் பணிய வேண்டும் என அடிபணிய மறுக்கிறார்கள். முடி மன்னர்களுக்கும் முடி சூடா மன்னர் களாகிய வள்ளல்களுக்கும் போர் மூண்டதன் பின்னனி இதுதான்.

மன்னன் இல்லாத சுமேரியத்தை எதிரிகள் கைப்பற்றிக் கொள் கிறார்கள். எனவே தமிழகத்திலிருந்து கப்பல்கள் வருவது தடைபடுகிறது. காலப்போக்கில், சுமேரியாவுக்கும் தமிழகத் துக்கும் உள்ள தொடர்பு அற்றுப் போகிறது.

சாதாரண மக்களுக்குக் கடலைக் கண்டால் இன்னும் பயம் போகவில்லை. அதனால் மலைகளில் தஞ்சமடைகிறார்கள். குளிரும் பாதுகாப்பும் அவர்களைக் கிறங்கடிக்கிறது. குறிஞ்சித் திணையைக் கொண்டாடுகிறார்கள். ஆனாலும் தாய் மண்ணை மறக்க முடியவில்லை. அங்கு விட்டுவிட்டு வந்த வீடு, வாசல், நண்பர்கள், காதலர்கள், உறவினர்கள் என நினைத்து நினைத்து, அழுது அழுது, கண்ணீர் வடிந்து வடிந்து, உடம்பு நனைந்து போனதுதான் மிச்சம். இத்தனைக்கும் காரணமான கடலை வெறுக்கிறார்கள். அதனால் கடலும் கடல் சார்ந்த நெய்தல் திணையும் பிரிவாற்றாமைக்கும் வருத்தத்துக்கும் உரிய திணை யாகச் சபிக்கப்படுகிறது. இலக்கணத்தில்கூட அதற்கென ஒரு பெரும்பொருள் வகுக்க மறுக்கிறார்கள்.

பாண்டியன் திருமாறன் முதலில் கொற்கையில் தனது தலை நகரை நிறுவுகிறான். குஜராத்திலிருந்து கேரளம் வரை நீண்ட நெடிய கடற்கரை இருக்கும்போது, மேற்குக் கரை முழுவதையும் விட்டுவிட்டு, கிழக்குக் கரையில் உள்ள கொற்கையைத் தேர்ந்தெடுக்க காரணம் என்ன? இரண்டு காரணங்கள். ஒன்று பாதுகாப்பு. மற்றொன்று விவசாயம்.

இந்தியப் புவித் தகடு அரேபியத் தகட்டோடு சேருமிடத்தில்தான் அதிக அளவில் நில நடுக்கம் ஏற்படுகிறது என்று பார்த்தோம். இதன் தாக்கம் இந்தியாவின் மேற்குக் கரையில் அதிகமாக இருக்கும். எனவே கிழக்குக் கரை அதைவிடப் பாதுகாப்பானது. இது முதல் காரணம். விவசாயம் என்பதைக் கண்டுபிடித்ததே சுமேரியர்கள்தான் என்று கண்டோம். எனவே சாகுபடிக்கு ஏற்ற நிலம் என்பது அவர்களது கலாசாரத்தின் அடிநாதமாக விளங்கியது. நதி கடலோடு கலக்கும் கழிமுகப் பகுதிதான் வளம் நிறைந்ததாக இருக்கும்.

இந்தியாவின் மேற்குக் கரையில் சிந்து நதியின் டெல்டா பகுதியும் நர்மதையாற்றின் டெல்டா பகுதியும் உள்ளன. இவை இரண்டும் சேர்ந்த பகுதிதான் சுமேரியர்கள் முதன் முதலில் குடியேறி, சிந்துவெளி நாகரிகம் என்று அழைக்கப்பட்ட நாகரிகத்தை உருவாக்கிய நிலப்பகுதி. எந்த நில நடுக்கம் திருமாறனைச் சுமேரியாவிலிருந்து வெளியேற்றக் காரணமாக அமைந்ததோ, அதே நில நடுக்கம் இந்த சிந்து-நர்மதை டெல்டா பகுதியையும் நிர்மூலமாக்கியது. இதை விட்டால் மேற்குக் கரையில் வேறு டெல்டா பகுதிகளே இல்லை.

எனவே மேற்குக் கரையைத் தாண்டி, கிழக்குக் கரையைத் தொட்டவுடன், சுமேரியர்கள் சந்தித்த முதல் டெல்டா (கழிமுகம்) தாமிரபரணி நதி கடலில் கலக்கும் இடமான கொற்கைதான். இங்கிருந்து ஆட்சி புரிந்த பாண்டியர்களுக்கு கொற்கைப் பாண்டியர்கள் என்ற சிறப்புப் பெயரும் உண்டு. கிழக்குக் கரை ஓரமாக அமைந்திருந்ததால், இப்புதிய நாட்டை 'சூரியன் உதிக்கும் நாடு' என்று சுமேரியாவில் உள்ள மக்கள் புகழ்ந்து பேசினார்கள்.

கொற்கையில் குடியேறிய பாண்டியர்கள், கூடல் என்ற நகரைக் கைப்பற்றி அதற்குத் தங்களது முதல் தலைநகரமான மதுரையின் பெயரைச் சூட்டினார்கள். இலக்கியமும், அறிவியலும், அறமும் போதிக்கும் நூல்கள் சிதறிக் கிடந்ததால் மூன்றாம் சங்கத்தை நிறுவி, தமிழையும் தமிழ்ப் பண்பாட்டையும், தமிழ் சமுதாயத்தையும் பேணினார்கள்.

மேலே கூறிய கற்பனையான சித்திரத்துக்கு ஓரளவு வலு சேர்க்கும் விதமாக நம்முடைய இலக்கியங்களில் ஓர் அகச் சான்று உள்ளது. அது பரஞ்சோதி முனிவரால் எழுதப்பட்ட திருவிளையாடற்

புராணம். இது திருமலை நாயக்கர் காலத்தில் எழுதப்பட்ட நூல் என்று கருதப்படுகிறது. இதில் கூறப்பட்டுள்ள மீனாட்சி திருமண வரலாறு நமது ஆராய்ச்சிக்கு உரியதாகும்.

மலையத்துவஜ பாண்டியனுக்கும் காஞ்சனமாலை என்ற அரசிக்கும் மகளாக உமையவள் தோன்றுகிறாள். பேரழகு வாய்ந்த இப்பெண் குழந்தை மூன்று முலைகளை உடையவள் என்ற குறைபாடோடு பிறக்கிறது. மன்னன் வருந்துகிறான். அசரீரி ஆறுதல் கூறுகிறது. இவளுக்கு உரிய தலைவனைக் கண்டதும் குறைபாடு நீங்கும் என்கிறது அசரீரி. காலம் கடக்கிறது. மலையத்துவஜன் காலமாகிறான். தடாதகைப் பிராட்டி, அரசியாகப் பட்டம் சூட்டிக்கொள்கிறாள். படை நடத்தி இமயம் சென்றபோது சிவபெருமானாகிய சோம சுந்தரரைக் காண்கிறாள். குறைபாடு நீங்குகிறது. உரிய காலத்தில் நான் மதுரைக்கு வந்து உன்னைத் திருமணம் செய்வேன்; நீ திரும்பிச் செல் என்று சோமசுந்தரக் கடவுள் கூறுகிறார். அவ்வாறே மதுரைக்கு வந்த ஈசன், தடாதகைப் பிராட்டியைத் திருமணம் புரிகிறார்.

இவர்களுக்கு முருகப் பெருமானே, உக்கிர குமாரன் என்ற பெயரில் மகனாக அவதாரம் செய்கிறார். இவர் காளைப் பருவம் எய்தியதும், சோழ மன்னனின் மகளான காந்திமதியைத் திருமணம் செய்து வைக்கிறார்கள். பின்னர் மன்னன் சோம சுந்தரப் பாண்டியன் மந்திரி பிரதானிகளை அழைத்து, 'எனது காலம் முடியப் போகிறது; இனி என் மகன் உக்கிர குமாரனுக்கு நீங்கள் உதவி செய்ய வேண்டும்' என்று கேட்டுக்கொண்டு, உமையவளோடு மீண்டும் தேவருலகம் செல்கிறார்.

இந்தக் கதையில் நுட்பமாக அறியவேண்டிய பல செய்திகள் உள்ளன. பாட்டுடைத் தலைவனை உயர்வு நவிற்சியாக, எல்லாச் சிறப்புகளையும் உடையவனாகச் சித்திரிப்பது இலக்கிய மரபு. இங்கே, தலைவன், தன் மனைவியின் நாட்டில் குடியேறினான் என்று குறிப்பிடப்படுவது, தமிழ்ப் பண்பாட்டுக்கும், அரச நெறிகளுக்கும், இலக்கிய மரபுக்கும் மாறான செயல். முழுக்க முழுக்கக் கற்பனைக் கதையாக இருந்தால், தலைவனை இவ்வாறு சித்திரிக்கவேண்டிய அவசியம் இல்லை. எனவே தனது மக்களையும் பண்பாட்டையும் காப்பாற்றும் பொருட்டுப் புலம் பெயர்ந்துவந்த பாண்டியன் திருமாறனை, தமிழகத்தில்

ஏற்கெனவே வேரூன்றி இருந்த பெரு வணிகச் சிற்றரசர்களில் சிலர் வரவேற்று அவனது தலைமையை ஏற்றுக்கொண்டார்கள் என்பதன் உருவகம்தான் இக்கதை.

பேரழகு உடையவளாகவும் அதேசமயம் மும்முலைகள் என்ற குறையை உடையளாகவும் சித்திரிக்கப்படுவது தமிழகம்தான். அனைத்து இயற்கை வளங்களும் அளப்பறிய இருந்தாலும், முடிமன்னனின் ஆட்சி இல்லை என்ற குறையை உடைய தமிழகம்தான் தடாதகைப் பிராட்டி. அரசியல் காரணங்களுக் காகச் சிற்றரசர்களோடு திருமண உறவு கொண்டதன் குறி யீடாகவும் கொள்ளலாம். சுமேரியத்தில் ஜியாசுதர் என்று குறிப் பிடுவதை தமிழில் சோமசுந்தரன் என்பதாகவும் சுமேரியத்தில் உத்தனபிஷ்டன் என்பதை தமிழில் உக்கிர குமாரன் என்பதாகவும் எடுத்துக்கொள்ளலாம்.

திருமணத்துக்காக சோமசுந்தரக் கடவுளை அலங்காரம் செய் கிறார்கள். அது பின்வருமாறு விவரிக்கப்படுகிறது. சோமசுந்தரர் தனது ரிஷபக் கொடியை விடுத்து மீன் கொடியைத் தனதாக்கிக் கொண்டார். தனது சின்னமான கடுக்காய் மாலையை நீக்கி, பாண்டியனின் சின்னமான வேப்பம்பூ மாலையை அணிந்து கொண்டார். சூலம் செங்கோலானது. புலித்தோல் பட்டாடை யானது. மொத்தத்தில் ‘பண்டைய கோலம் நீக்கிப் பாண்டிய னானான்’ என்று பரஞ்சோதி முனிவர் பாடுகிறார் (திருவிளை யாடற்புராணம், பாடல் 793).

இதில் கொடியும், அடையாள மாலையும், ஆயுதமும் குறிப் பிடப்படுவது, பழைய அரச சின்னங்களைத் துறந்து புதிய அரச சின்னங்களை ஏற்றுக்கொண்டான் என்ற வரலாற்றுப் பதிவாகக் கொள்ளலாம்.

மேலும், முருகப் பெருமானின் அவதாரம், கந்த புராணத்தில் வருவதுபோல் நெற்றிக்கனல், கார்த்திகைப் பெண்கள் என்று வருவதில்லை. தடாதகைப் பிராட்டி கருவுற்றுப் பெற்றெடுத் தாள் என்றும் அதற்குரிய சடங்குகளும் விரிவாகக் கூறப் பட்டுள்ளது. வள்ளி, தெய்வானைக்கு பதிலாக காந்திமதி என்ற மனைவியின் பெயர் குறிப்பிடப்படுகிறது.

தனது இறுதிக் காலத்தில் சோமசுந்தரப் பாண்டியன், சாதாரண மனிதர்களைப் போலவே மந்திரி பிரதானிகளை அழைத்து மகனுக்கு ஆதரவாக இருக்க வேண்டுகிறான்.

இவற்றிலிருந்து நாம் தெரிந்துகொள்வது என்ன? செயற்கரிய செயல் புரிந்தோரைத் தெய்வமாகப் போற்றுவது பண்டைய மரபு. மனித குலமே அறிந்திராத ஒரு மாபெரும் பயணத்தை வெற்றிகரமாகப் புரிந்து, சங்கம் அமைத்து, மக்களைக் காத்த ஒரு மன்னனை எல்லாத் தெய்வங்களுக்கும் மேலான கடவுள் அம்சமாகவே தமிழர்கள் போற்றினார்கள் என்ற வரலாறு திருவிளையாடற்புராணத்தில் பதிவு செய்யப்பட்டுள்ளது.

முத்தமிழ்ச் சங்கங்கள்

இந்த இடத்தின் தமிழ்ச் சங்கங்களைப் பற்றிச் சில விஷயங் களைக் கூற விரும்புகிறேன். வெறும் இலக்கியத்தையும் இலக் கணத்தையும் ஆராய்ச்சி செய்வதற்காகவா நூற்றுக்கணக்கான புலவர்கள் ஆயிரக்கணக்கான வருடங்கள் கூடி விவாதிப்பார்கள்?

வரலாற்றில் முதல் முறையாக ஓர் இனமே குடிபெயர்ந்து புதியதோர் இடத்துக்குச் செல்லும்போது, ஒருங்கிணைக்க ஒரு குடை இல்லை என்றால், பண்பாடும் சட்ட ஒழுங்கும் குலைந்து மக்கள் மிகவும் பின்தங்கிய நிலைக்குத் தள்ளப்படுவார்கள். புதிய நிலப்பகுதியில் என்னென்ன இயற்கை வளங்கள் உள்ளன, அவற்றை வசப்படுத்துவது எப்படி, யார் யார் எங்கெங்கு குடியேற வேண்டும், அங்கு செய்யக் கூடியது என்ன, செய்யக் கூடாதது என்ன என்பவற்றையெல்லாம், தனிப்பட்ட மக்கள் நலனையும், சமுதாயத்தின் மொத்த நலனையும் கருத்தில் கொண்டு, வழிகாட்டும் ஒரு மாபெரும் பண்பாட்டு அறக் கட்டளையாகத்தான் சங்கம் என்ற அமைப்பு இருந்திருக்க வேண்டும்.

தமிழ்ச் சங்கத்தின் பணி என்ன என்பது பற்றி திருவிளையாடல் புராணத்திலிருந்து ஒருவாறு ஊகிக்க முடிகிறது. ‘பெண்களின் கூந்தலுக்கு இயற்கையிலேயே மணம் உண்டா?’ என்ற சந்தேகம் மன்னன் செண்பகப் பாண்டியனுக்கு வருகிறது. சந்தேகத்தைத் தீர்த்து வைக்கத் தமிழ்ச் சங்கத்தை நாடுகிறான். சிந்தித்துப் பாருங்கள். பெண்களின் கூந்தலுக்கு மனம் உண்டா, இல்லையா என்பது விலங்கியல் நிபுணர்களிடம் கேட்கவேண்டிய கேள்வி. இலக்கிய, இலக்கணம் சம்பந்தப்பட்ட கேள்விகளைத்தானே புலர்களிடம் கேட்கவேண்டும்? மன்னனுக்கு இது கூடவா தெரியாமல் இருந்திருக்கும்? எனவே தமிழ்ச் சங்கம் என்பது ஓர் அறிவுக் களஞ்சியமாகத்தான் செயல்பட்டிருக்கவேண்டும்.

இதற்கு வலு சேர்க்கும் வகையில் சுமேரியாவில் ஒரு சான்று உள்ளது. 'விவசாயக் கையேடு' என்ற களிமண் ஏடுகள். தற்சமயம் இந்த ஏடுகள் பென்சில்வேனியா அருங்காட்சியகத்தில் உள்ளன. வழக்கம்போல், இதனை ஒரு விவசாயி தனது மகனுக்கு எழுதிய கடிதம் என்று மேலை நாட்டு அறிஞர்கள் சொல்கிறார்கள். ஆனால், சற்றுக் கவனமாக ஆராய்ந்தால் இவை, ஒரு தலைமுறை தன் வருங்காலச் சந்ததியினருக்குச் சொல்லிய அறிவுரை என்பது புலனாகும்.

'வாழையடி வாழையாக, ஒவ்வொரு தந்தையும், தனது மகனுக்கு உணர்த்திய அறிவுரையை நானும் உனக்கு அளிக்கிறேன். இது என் வார்த்தைகள் அல்ல. புயற்கடவுளான என்விவிலிவின் மைந்தனும், முதல் விவசாயியுமான நின்னுரதனின் வார்த்தைகளையே நான் உனக்குக் கூறுகிறேன்' என்று இந்தக் கையேடு தொடங்குகிறது.

நிலத்தை எப்படி உழவேண்டும், எப்படி நீர் பாய்ச்ச வேண்டும், உழவு மாடுகளை எப்படிப் பராமரிக்கவேண்டும், பார்லி விதைகளை எப்படித் தேர்ந்தெடுக்கவேண்டும், நிலத்தடி நீர் அதிகமாக இருக்கிறதா, குறைவாக இருக்கிறதா என்பதை எப்படி அறியவேண்டும் என எத்தனையோ விஷயங்கள் இந்தக் கையேட்டில் குறிப்பிடப்பட்டுள்ளன. இந்தக் கையேட்டின் காலம் பொ.யு.மு. 3300 என்று வரையறுக்கப்பட்டுள்ளது.

இதில் ஒரு தெய்வத்திடமிருந்து இந்த அறிவுரையைப் பெற்றதாகக் குறிப்பிடப்பட்டுள்ளது. சுமேரியாவில் அரசாணையை தெய்வங்களின் வாய்மொழி என்று குறிப்பிடும் வழக்கம் இருந்தது. எனவே இது அரசாங்கம் மக்களுக்கு வழங்கிய வழிகாட்டுதல் என்றும் கொள்ளலாம். அப்படியானால், இத்தகைய வழிகாட்டுதலை வழங்க ஓர் அமைப்பு இருந்திருக்க வேண்டும். அதுதான் சங்கம்.

தமிழ்ச் சங்கங்கள் தங்களது சமூகக் கடமையைச் சரியாகச் செய்தமையால்தான், எத்தனையோ இலக்கியங்களை இழந்த பின்னரும், வரலாற்றுச் சின்னங்களைத் தொலைத்தபின்னரும், பண்பாட்டையும் மொழியையும் எவ்விதக் குறையும் இன்றி நம்மால் அனுபவிக்க முடிகிறது.

இந்தக் கருத்தை உள்வாங்கிக்கொண்டு தொல்காப்பியத்தின் 'மரபியலை' மற்றொரு முறை படித்துப் பாருங்கள். உண்மை

விளங்கும். நிலங்களின் பாகுபாடு, அங்குள்ள மக்களின் பெயர்கள், அவர்களது தொழில்கள், விலங்குகளின் பெயர்கள், எதை 'குட்டி' என்று அழைக்கவேண்டும், எதை 'குஞ்சு' என்று அழைக்கவேண்டும் என்பதில் தொடங்கி அடுத்தடுத்து வரும் செய்திகள் அனைத்தும், புலம் பெயர்ந்துவரும் மக்களுக்கு ஒரு வழிகாட்டும் கையேடு (Instruction Manual) போல அமைந் திருப்பதை நாம் அறியலாம்.

தமிழ்ச் சங்கம் நிர்வாகரீதியாகச் செய்த பணியை, புலவர் ஆற்றுப் படை வாயிலாகச் செய்தார்கள். ஆற்றுப்படை என்பது பரிசு பெற்ற ஒரு புலவன் அல்லது கலைஞன், மற்றொரு புலவ னுக்கோ அல்லது கலைஞனுக்கோ, தனக்குப் பரிசளித்த புரவலனின் சிறப்பைக் கூறி அவனையும் அங்கு அனுப்பி வைப்பதாக அமையும். சற்றே சிந்தித்துப் பாருங்கள். எல்லாப் புலவர்களும் ஒரே வள்ளலிடம் வந்தால், அந்த வள்ளல் ஆண்டியாகி விட மாட்டானா? ஆற்றுப் படையின் நோக்கம் அதுவல்ல.

கதியற்று நிற்கும் மக்களைப் பரவலாகக் குடியமர்த்த, மன்னன் ஒரு சில சான்றோர்களைத் தேர்ந்தெடுத்து, அவர்களுக்கு எனக் குறிப்பிட்ட நிலப் பகுதிகளை ஒதுக்கி, இங்கு மக்களைக் குடியமர்த்தும் பொறுப்பை ஒப்படைக்கிறான். அல்லது ஊருணி போல் செல்வம் படைத்த பேரறிவாளர்கள் தாங்களாக முன் வந்து எங்களுக்கு உட்பட்ட பகுதிகளில் இத்தனை புதிய குடும்பங் களைக் குடியமர்த்திக் கொள்கிறோம் என்று வாய்ப்பு அளித்த தாகவும் இருக்கலாம். இத்தகைய தன்னலமற்ற சான்றோரையும் போற்றவேண்டும்; அதே சமயம் இந்தச் செய்தி மக்களிடமும் பரவவேண்டும் என்பதற்கு நமது முன்னோர்கள் கண்டுபிடித்த இலக்கிய உத்திதான் ஆற்றுப்படை. திருமுருகாற்றுப்படையைப் படிக்கும்போது, அது பக்தி இலக்கியமாகத் தோன்றவில்லை. 'இறைவன் நம்மோடு இருக்கிறான். அஞ்சாதே! தமிழ்ச் சமுதாயம் தணிகை முதல் செந்தூர்வரை பரவியுள்ளது. இதில் நீ எங்கு வேண்டுமானாலும் குடியேறலாம்' என்ற நம்பிக்கை ஊட்டும் கருத்தை புலம் பெயர்ந்துவந்த ஒருவனுக்குச் சொல்லாமல் சொல்வதாகவே எனக்குத் தோன்றுகிறது.

இப்படி நான் இதுவரை சொன்னதை ஒரு கருத்தகழ்வாராய்ச்சி (Reconstructive virtual archeology) என்று எடுத்துக் கொள்ளுங்கள்.

சுமேரியத்தில் தமிழ்ச் சங்கம்

இதுவரை சங்கம் என்ற அமைப்பைப் பற்றி தமிழில் மட்டுமே சான்றுகள் இருந்தன. ஆனால், 'எள்கி உலகத்தை ஒழுங்கு படுத்துதல்' (ETCSL 1.1.3) என்ற நூலில் சுமேரியத்திலும் சங்கம் என்ற அமைப்பு இருந்தது பற்றிய விரிவான செய்திகள் கிடைக்கின்றன. சங்கம் என்ற சொல்லும் இந்த நூலில் கையாளப்பட்டுள்ளது. இது ஓர் அற்புதமான படைப்பு. 472 வரிகளைக் கொண்டது. சுமேரிய இலக்கிய மரபின் படி இது ஒரு நெடுங்காவியம். இதில் எவ்விதக் கற்பனைக் கதையும் புனைந் துரைக்கப்படவில்லை. ஒரு சமுதாயம் புதியதோர் இடத்துக்குப் புலம் பெயர்ந்தால் உழவையும், தொழிலையும், மண்ணையும், மனிதர்களையும் எப்படிப் பண்படுத்திப் பயன்படுத்தவேண்டும் என்பதை மிக விவரமாகக் கூறும் ஒரு நூல் இது. இந்தக் காவியம் படைக்கப்பட்ட காலத்தில் எள்கி, கடவுள் நிலைக்கு உயர்ந்துவிட்டார். அதனால் அனைத்தும் அவரது அருளாலும் ஆசியாலும் நடைபெற்றதாக இவ்விலக்கியம் பேசுகிறது. மன்னனும் மக்களும் முயன்று செய்ததை எள்கி செய்ததாகக் கூறி அந்த தெய்வத்தை வழிபடுகிறார்கள். ஊர் கூடித் தேர் இழுத்தாலும், தேரில் உள்ள தெய்வம் தானாகவே பவனி வந்து இன்றும் பக்தர்களுக்குக் காட்சி தரவில்லையா?

முதல் 16 வரிகளில் எள்கியைப் போற்றும் வகையில் அமைந்த போற்றிப் பதிகம்:

விண்ணும் மண்ணும் தலைகுனிய
ஒப்பற்றவனே பூரணமானவனே
எள்கியாகிய எங்கள் தந்தையே
காளையினால் அருளப்பட்டவனே
என்லில்லின் மனத்திற்கினியவனே
அன்னின் விருப்பத்திற்குரியவனே
வாக்ஷுலியில் நடப்பட்ட வேங்கை மரம்
உலகமெங்கும் நிறைந்தது போல ஓங்கியவனே
விண்ணையும் மண்ணையும் மறைத்து நிற்கும்
எரிதுவில் உறையும் அரவமே
நிலமெல்லாம் மண்டியதுபோல செழித்து நிற்கும் சே லையே
எள்கி, வளமையின் வடிவமே

அனன தெய்வங்களுள் ஒருவனே
ஆலயத்தின் ஆற்றலே
விண்ணுக்கும் மண்ணுக்கும் வலிமை சேர்ப்பவனே
வாவியினுள் அமைந்த உனது உறைவிடமே
விண்ணுலகத்துக்கும் மண்ணுலகத்துக்கும்
வாசலாய் அமைந்திருக்கிறது
எள்கியே உனது ஒரு பார்வை மலைகளின்
மனத்தைக் கூட கலங்கச் செய்கிறது
எருதுகள் தோன்றும் இடம் எதுவோ
கலைமான்கள் தோன்றுமிடம் எதுவோ
வெள்ளாடுகள் தோன்றும் இடம் எதுவோ
மிலார்கள் தோன்றும் இடம் எதுவோ
அங்கெல்லாம்
அனைத்துப் புல்வெளிகளிலும்
அனைத்துக் குன்றுகளிலும் இதயத்தினுள்ளும்
மனித நடமாட்டமில்லாத அனைத்து இடங்களிலும்
உனது அருள் பார்வை
நாணல் புதரை விலக்குவது போல எளிதில்
அருள் பாலிக்கிறது.

இதிலுள்ள அழகியல் கோர்வையும், கருத்துச் செறிவும், நடையின் தெளிவும், எளிமையும் நம்மை வியக்க வைக்கின்றன. இந்தக் கவிதையில் எள்கி என்ற சொல்லுக்குப் பதிலாக அக்னி என்று போட்டால் இதுதான் ரிக் வேதத்தின் முதற் பாடல். வாயு என்று மாற்றினால் இரண்டாவது பாடல். ரிக் வேதத்தின் சாயல் துல்லியமாகத் தென்படுகிறது. ஒரே ஒரு வித்தியாசம். ரிக் வேதத்தில் ஒவ்வொரு பாடல் முடியும்போதும் இப்படிப்பட்ட தெய்வமே, எங்களைக் காப்பாற்று அல்லது எங்களுக்கு நன்மை செய் என்று இருக்கும். இங்கு அது இல்லை. இது மட்டுமல்ல. சுமேரிய இலக்கியங்களில் பொதுவாக இந்த இறைஞ்சுதலும் இலை. ஈசனோடு ஆயினும் ஏற்பது இகழ்ச்சி என்ற கொள்கை போலும்.

தமிழில் உள்ள பக்தி இலக்கியங்களான போற்றிப் பனுவல், துதி, திருப்பள்ளி எழுச்சி முதலியவற்றின் சாயலும் நன்றாகத் தெரி கிறது. 4000 வருடங்களையும் இரண்டு மொழி மாற்றத்தையும்

கடந்தும் இது சுவைக்கிறது என்றால், நேரடியாக அனுபவித்தால் இதுதான் அமிழ்தோ? இனி இந்நூலின் சாராம்சத்தைக் காண்போம். பிறைக்குள் தரப்பட்டுள்ள எண்கள் கவிதை வரியின் எண்கள்.

'நீ நாட்களைக் கணக்கிட்டு, மாதங்களாக மாற்றினாய்; பின்னர் மாதங்களை அவற்றுக்கு உரிய வீடுகளில் (ராசி) அமைத்து இதனை ஓர் ஆண்டாக உருவாக்கினாய். உருவாக்கிய ஆண்டை சங்கத்தின் முடிவுக்காகச் சமர்ப்பித்தாய். நாட்களை நிர்ணயம் செய்வதற்காகவே இச்சங்கத்தை அமைத்த தந்தை எள்கியே! நீயே சங்கத்தில் உள்ள அனைவருக்கும் அரசன் (17-19).'

நாம் கிரிகோரியன் காலண்டர், ஜூலியன் காலண்டர், சாலிவாகன சகாப்தம் என்று சுலபமாகக் கையாளும் காலண்டரை முதன்முறையாகத் தொகுப்பது என்பது சாதாரணமான விஷயமா?

சுமேரியத்தில் இருந்த பஞ்சாங்கத்தைத் தமிழகத்தில் அப்படியே பயன்படுத்த முடியாதா? முடியாது. ஏனென்றால், தமிழகம் பூமத்திய ரேகைக்கு அருகில் உள்ளது. சுமேரியம் கடக ரேகையையும் தாண்டி அமைந்துள்ளது. தமிழகத்தில் சித்திரை மாதம் வேனிற் காலம் என்றால், சுமேரியத்தில் ஆடி மாதம்தான் வெயில் உரைக்கும். வேளாண்மைக்கும், கடல் போக்குவரத்திற்கும், திருவிழாக்களை முடிவு செய்வதற்கும் பருவங்களைத் துல்லியமாகக் கணக்கிடவேண்டியது அவசியம். வேளாண்மையைக் கண்டுபிடித்ததே சுமேரியர்கள்தானே. எனவே, பஞ்சாங்கத்தின் முக்கியத்துவத்தை அவர்கள் உணர்ந்திருந்தார்கள்.

அது மட்டுமல்லாது ஒரு மாபெரும் மாற்றம் சத்தமில்லாமல் நடந்தது. நாம் நிலையானது என்று நினைக்கும் துருவ நட்சத்திரமும் மாறக்கூடியது. பொ.யு.மு. 2500 வாக்கில் கூட உபான் என்ற நட்சத்திரம் துருவ நட்சத்திரமாக இருந்தது. நமது புராணங்களில் இவனது பெயர் நகுஷன். அகத்தியரை உதைத்துச் சாபம் பெற்றவன். இக்காலகட்டத்தில் உபான் விலகி, போலாரிஸ் என்ற நட்சத்திரம், துருவ நட்சத்திரமாக முடிசூட்டிக் கொண்டது. உண்மையைச் சொல்லப்போனால் விண்மீன்கள் வம்பு பண்ணுவதில்லை. வட துருவம்தான் சண்டித்தனம் பண்ணுகிறது.

துருவ நட்சத்திரங்களின் மாற்றத்தால் சாதாரண மக்களுக்குப் பிரச்னை இல்லை. ஆனால், கடல் மாலுமிகளுக்குப் பெருங் குழப்பம் உண்டாகிவிடும். எனவே இவை அனைத்தையும் ஒழுங்குபடுத்துவதே தங்களுடைய முதல் வேலை என்று புலம் பெயர்ந்த தமிழர்கள் கருதினார்கள்.

நமது இலக்கியங்களில் இதற்கு அநேக அகச் சான்றுகள் உள்ள. கோள்களின் போக்கையும் விண்மீன்களின் நிலையையும் கணக் கிடுவதற்கு வல்லுநர்கள் இருந்தனர். இவர்களுக்குக் காணிகன் என்று பெயர். மீகான் (மீன் காணன்), கோள்காண் (கோள் காணன்) என உட்பிரிவுகளும் இருந்தன. இவர்களுள் ஒருவர்தான் கணியன் பூங்குன்றனார்.

விண்மீன்களைப் பற்றி இவர்கள் அளந்து குறிப்புகளை எழுது வதற்குத்தான் கணித்தல் என்று பெயர். இதிலிருந்து தோன்றியது தான் கணிதம் என்னும் விஞ்ஞானம்.

நமது இலக்கியத்தில் 'வெள்ளி' என்று குறிப்பிடப்படும் சுக்கிரன், சூரியனின் ஒளி வட்டத்துக்கு முன்பாகப் பயணிப்பதை புறநானூறு மூன்று இடங்களில் பதிவு செய்கிறது. சுக்கிர ஏடுகள் (Venus Tablets) என்ற தலைப்பில் சுமேரியத்தில் களிமண் ஏடுகள் கிடைத்துள்ளன. காணிகன் என்போர் மிகப் பழங்காலத்தில் இருந்தவர்கள் என்று நினைக்கவேண்டாம். சரபோஜி மன்னன் காலத்தில் வாழ்ந்த அபிராம பட்டர் ஒரு கோள் காணி. இவரது வேலை, திருக்கடையூர் கோவிலுக்குத் தினமும் திதியை நிர்ணயித்துக் கொடுப்பது. காலத்தால் மிகவும் பிற்பட்ட இலக்கியமான வெற்றி வேற்கையில் ஒவ்வொரு மரக் கலத் திலும் ஒரு மீன்காணி இருந்ததாகச் செய்தி பதிவு செய்யப் பட்டுள்ளது.

அடுத்ததாக மிகவும் நுட்பமான ஒரு செய்தி இங்கே பதிவு செய்யப்பட்டுள்ளது. மின்சார கிரைண்டர் வருவதற்கு முன்னால் நாம் பயன்படுத்திய ஆட்டுக்கல் நினைவிருக்கிறதா? அதன் குழவி எப்படி அசைகிறது? அதன் அடிப் பாகம் உரலில் மாட்டிக்கொள்கிறது. அதன் மேற் பாகத்தைக் கையால் சுற்றும் போது அது ஒரு வட்டமான போக்கில் அசைகிறது. அதைப் போலவே நமது தென் துருவம், ஊன்றி இருப்பதைப் போலவும், வட துருவத்தை ஒரு மாயக் கை சுழற்றுவது போலவும் ஓர் இயக்கம் நடக்கிறது. இதற்கு அயனாம்சம் என்று பெயர். வட

துருவம் வட்டப் பாதையில் சுழல்வதால் ராசி மண்டலம் எதிர்த் திசையில் சுழல்வதுபோல ஒரு போலித் தோற்றம் ஏற்படுகிறது.

ஒரு முழு வட்டம் அடிக்க 26,000 ஆண்டுகள் ஆகும். ஒவ்வொரு 73 வருடங்களுக்கும் ஒரு டிகிரி என்ற கணக்கில் இது நடக்கிறது. இதனால் பஞ்சாங்கம் கணிப்பதில் குழப்பம் ஏற்படுகிறது. உதாரணமாக, சூரியன் கடகத்தின் முதல் டிகிரியில் நுழைந்ததும் ஆடி மாதம் பிறக்கிறது. ஆனால், 73 வருடம் கழித்து ஆடி மாதம் முதல் தேதியின் அவன் ஒரு டிகிரி பின்னோக்கி நகர்ந்து மிதுனத்தில் 30-வது டிகிரியில் இருப்பான். ஆயிரம் வருடங்கள் கழித்து ஒரு ராசியின் ஒரு மத்தியில்தான் மாதங்கள் ஆரம்பமாகும் நிலை உருவாகும். ஒவ்வொரு கால கட்டத்திலும் பஞ்சாங் கத்தைத் திருத்தி புதிதாக வெளியிடவேண்டும். அதைத்தான் தமிழகம் வந்தவுடன் சுமேரியர்கள் செய்தார்கள் என்பதை 'மாதங்களை அவற்றுக்கு உரிய வீடுகளில் அமைத்தான்' என்று சுமேரிய ஏடுகள் பேசுகின்றன.

அடுத்ததாக நாம் கவனத்தில் கொள்ளவேண்டியது, இவ்வாறு திருத்தி அமைத்த காலண்டரை சங்கத்தில் சமர்ப்பித்தான் என்னும் செய்தியை. முத்தமிழ்ச் சங்கங்கள் ஓர் இலக்கிய மன்றம் அல்ல. அது புலம் பெயர்ந்து இங்கு வந்து புதிதாக வாழ்வைத் தொடங்கும் மக்களுக்கு வழிகாட்டும் வல்லுநர் குழுக்களைக் கொண்ட ஒரு குடை அமைப்பு என்பதற்கு இந்தச் சுமேரிய இலக் கியம் கட்டியம் கூறுகிறது. முதல் இரண்டு சங்கங்கள் சுமேரியா வில்தான் ஏற்படுத்தப்பட்டிருக்கவேண்டும் என்பதற்கும் இது ஆதாரமாக விளங்குகிறது. இதுவரை தமிழ் இலக்கியங்களின் வாயிலாக மட்டுமே அறியப்பட்ட சங்கம் என்ற கருத்து, முதன் முறையாக சுமேரியத்திலும் கிடைத்துள்ளது.

புதிய இடத்தில் வாழ்வைத் தொடங்க எள்கி செய்த காரியங் களைப் பின்வருமாறு பட்டியலிடுகிறது இந்நூல்.

- நிலங்களைப் பண்படுத்தினான்.
- களஞ்சியத்தில் தானியங்களைச் சேகரித்தான்.
- கூலங்களை உயரமாக அடுக்கினான்.
- எண்ணெய், பால் உற்பத்தி செய்ய ஏற்பாடு செய்தான்.
- மக்களுக்கு அவர்களது உறைவிடங்களை வகுத்துக் கொடுத்தான்.

- சிலரை மந்தை வழியில் தங்கச் செய்தான்.
- வீடுகளில் இருந்த கொலைக் கருவிகளை அகற்றி அமைதி காத்தான்.
- நல்ல விதைகளைக் கொடுத்தான்.
- அவனது கை பட்டதால் வறண்ட பால் மாடு கன்றினை ஈன்றது. செம்மறியும் ஆடுகளும் குட்டிகளை ஈன்றன.
- கலப்பையையும் நுகத்தடியையும் செய்தான்.
- செங்கல் சூளைகளை ஏற்படுத்தினான்.
- நூலால் அளந்து அஸ்திவாரம் போட்டான்.
- சங்கத்தின் உறுதுணையோடு புது வீடு கட்டி, அதற்குப் புதுமனை புகுவிழா நடத்தினான்.
- நூற்பதையும் நெசவையும் கண்டுபிடித்தான்.

இவ்வாறு மிக அடிப்படையான தேவைகளைப் பற்றி மிக விரிவாகக் கூறப்பட்டுள்ளது. இங்கு மீண்டும் சங்கத்தைப் பற்றிக் குறிப்பிடுவதைக் காண்க.

மலேசியப் பேராசிரியர் லோகநாதன், சங்கம், குமரி போன்ற சொற்கள் சுமேரிய இலக்கியங்களில் கையாளப்பட்டுள்ளதாகச் சொல்கிறார். உதுக்-ஹல்லின் முன்னோடிகள் (Forerunners to Udug-hal) என்ற நூலிலிருந்து இதற்கு மேற்கோள் காட்டுகிறார். இந்நூலில் ஒரு சுமேரிய வழிபாட்டுப் பாடல் இடம் பெற்றுள்ளது. அது பின்வருமாறு: 'ga e gudu sag gam mah ju me en. இதன் பொருள், 'நானே அபிஷேகம் செய்யத் தகுதி பெற்றவன். சங்கமத்தின் ஞானாசிரியன்' என்பது ஆகும். 'sag gam' என்பது சங்கம் என்ற சொல்தான் என்று லோகநாதன் குறிப்பிடுகிறார்.

எனவே சங்கம் என்ற அமைப்பு சுமேரியத்திலும் பின்னர் தமிழகத்திலும் நடைபெற்றது என்பது தெளிவாகிறது.

தமிழகத்தில் குடியேற்றம் நடைபெற்ற காலம்

தில்முன் பற்றிய நமது விவாதத்தின்போது என்மெம்பரேக்கர் என்ற மன்னன் சூளுரைத்த செய்தியைக் கண்டோம். அதில் அவர், 'தில்முன்னில் குடியேற்றம் நடைபெறுவதற்கு முன்னால் நான் இந்தச் சிகரத்தைக் கட்டினேன்' என்று கூறுகிறார். இந்தக்

களிமண் ஓட்டின் காலம் பொ.யு.மு. 3300 என்று கணக்கிடப்பட்டுள்ளது. இதன் அடிப்படையில் பார்த்தால் பொ.யு.மு. 3500 முதல் பொ.யு.மு. 3300 வரை உள்ள காலகட்டத்தில் குடியேற்றம் தொடங்கியிருக்கவேண்டும். அது எப்போது முடிவுக்கு வந்திருக்கும் என்பதற்கு கில்காமேஷ் காவியம் விடை கூறுகிறது. கில்காமேஷ் காலத்தில் தில்முன் எங்கு இருக்கிறது, அதற்குச் செல்லும் வழி எது என்ற விவரம் யாருக்கும் தெரியவில்லை. அரும்பாடு பட்டு அங்கு செல்லும் வழியை அறிந்த உர்ஷனபி என்ற படகோட்டியை கில்காமேஷ் சந்திக்கிறான்.

எனவே இக்காலகட்டத்தில் தில்முன் (தமிழகம்) குடியேற்றம் நின்றுபோனது மட்டுமல்ல. அது எட்டாக் கனியாகவும் மாறிவிட்டது என்பதை அனுமானிக்கலாம். இந்தக் காவியத்தின் காலம் பொ.யு.மு. 2500 என்று கணக்கிடப்பட்டுள்ளது. கில்காமேஷ் தமிழகம் வந்து சென்றான் என்ற செய்தி நாட்டுப் புறக் கதையாகி, மக்களிடம் பரவி, பின்னர் காவியமாக வழங்கப்பட்டிருக்கும் என்று கருதினால், காவியம் வழங்கப்படுவதற்குக் குறைந்தபட்சம் 200 வருடங்களுக்கு முன்பாக அவன் சென்று வந்திருப்பான் என்று ஊகிக்கலாம். இதன் அடிப்படையில் பார்த்தால் பொ.யு.மு. 2700-ல் குடியேற்றம் முழுமை அடைந்திருக்கும் என்று கருதலாம். எனவே, பொ.யு.மு. 3500 முதல் பொ.யு.மு. 2700 வரையான காலகட்டத்தில் தமிழகத்தில் குடியேற்றம் நடைபெற்றதாகக் கருதலாம்.

7. ஆரிய திராவிடக் கோட்பாடு

திராவிடர் என்ற சொல்

ஸ்ரீமத் பாகவதத்தில் 15 இடங்களில் திராவிட என்ற குறிப்பு வருகிறது. மச்ச அவதாரம் எடுத்து மானுட குலத்தைக் காத்தது; கஜேந்திர மோட்சம்; வாமனனாக வந்து மாபலியிடம் மூன்றடி மண் கேட்டது; பரசுராமனாகக் கோடரியை வீசி, கேரளத்தை உண்டுபண்ணியது; இராமனாக வந்து இலங்கைக்குப் பாலம் கட்டியது - இவை போன்ற போன்ற வரலாறுகளைக் குறிப்பிடும் போதெல்லாம் திராவிடம் என்ற சொல்லைப் பயன்படுத்தி தமிழ் நாட்டை மிகவும் சிலாகித்துக் கூறுகிறது பாகவதம். இதிகாசங்களும் தென்னிந்தியாவை திராவிட தேசம் என்றே குறிப் பிடுகின்றன.

திராவிட என்ற சொல் தமிழர் என்று சொல்லின் திரிபு என்று, தமிழர் >> த்ரமிள >> த்ரமிட >> த்ராவிட என்று சான்று கூறப் பட்டுள்ளது. வேறு சிலர், தக்ஷிண என்ற சமஸ்கிருதச் சொல்லின் திரிபுதான் திராவிடம் என்று கூறுகிறார்கள்.

வெவ்வேறு தேசங்களிலிருந்து இந்தியாவுக்குக் குடி பெயர்ந்த மக்களுள், சுமேரியர்கள் மட்டும்தான் கடல் மார்க்கமாக வந்து சேர்ந்தார்கள். திரவ என்ற சமஸ்கிருதச் சொல்லுக்கு நீர் என்று பொருள். நீர் வழியாக வந்தமையால் திராவிட புத்திரர் என்று தமிழர்களை அழைத்திருக்கலாம். இந்த விளக்கம் ஆராய்ச்சிக்கு ஏற்புடையதாகவும் தமிழரின் பரவல் பற்றிய நமது விவாதங் களுக்கு ஒத்துவருவதாகவும் அமைந்துள்ளது.

கடல் என்பதைக் குறிக்கக்கூடிய சமுத்திரம் என்ற சொல்லை ஏன் பயன்படுத்தவில்லை என்று உங்களில் சிலருக்குச் சந்தேகம் வரலாம். ரிக்வேத காலத்திலும், அதற்கு முற்பட்ட காலத்திலும் ஆரியர்களுக்குக் கடல் என்றால் என்னவென்று தெரியாது. நிலத்தின்மீது தேங்கிய நீருக்குத்தான் சமுத்திரம் என்ற சொல் பயன்படுத்தப்பட்டது. ஏரி, குளம், குட்டை அனைத்துக்கும், சமுத்திரம் என்பது ஒரு பொதுச் சொல்லாக அப்போது பயன் படுத்தப்பட்டது.[1] எனவே, கடலைக் குறிப்பதற்கு இச்சொல் பயன்படுத்தப்படவில்லை.

தமிழர் என்ற சொல்

தமிழ் ஏன்றால் அமிழ்தம் என்றும் இனிமை என்றும் கூறுவது அதனைச் சிறப்பிக்கவேண்டிக் கூறப்படும் பொருள்களாகும். ‘தமி’ என்ற வேர்ச் சொல்லிலிருந்து தோன்றிய ‘தமியர்’ என்பதன் திரிபுதான் தமிழர் என்று கருதுகிறேன்.

சுமேரியாவில் சுமேரிய மக்களைச் சுற்றி அக்கேடியர்கள், அசீரியர்கள், பொனீசியர்கள், ஹீரியன்கள் எனப் பல இன மக்கள் சூழ்ந்திருந்தனர். புதிதாகக் குடியேறிய இன்றைய தமிழகத்தில் வேறு பண்பாட்டை உடைய மக்கள் இல்லை என்பதால், தாங்கள் தனித்திருந்த காரணத்தால் தங்களை ‘தமியர்’ என்று அவர்கள் அழைத்திருக்கலாம். பொ.யு.மு. 2500-க்குப் பின்னர் சுமேரியத் தொடர்பு முற்றிலும் விடுபட்டுப் போனதால், தனித்து விடப்பட்டவர்களாக அவர்கள் தங்களைக் கருதி யிருக்கலாம்.

பிற மொழிகளின் துணையின்றித் தனித்தே இயங்க வல்லமை உடைய மொழி என்ற வகையிலும், ‘தமி’ என்பதை வேராகக் கொண்டு தமிழ் என்று மொழிக்குப் பெயர் கொடுத்து, அதனைப் பேசும் மக்களை தமிழர் என்று அழைத்திருக்கலாம்.

தமிழர்கள் ஏன் அதிகம் எழுதவில்லை?

சுமேரியர்கள் களிமண்ணில் அச்சு பதித்து, அதைக் காயவைத்து, பின்னர் நெருப்பில் சுட்டு ஓடுகள் ஆக்கிப் பாதுகாத்தனர். இது காலத்தை வென்று இன்றும் அருங்காட்சியங்களில் இருக் கின்றன. உலகெங்கும் உள்ள அருங்காட்சியகங்களில் மொத்தம் ஐந்து லட்சம் ஓடுகள் இருப்பதாகக் கூறுகிறார்கள்.

ஆக எழுதியதில் குறைவில்லை. எடுத்து வந்ததில்தான் குறைச்சல். நான்கு வெண்பாக்கள் எழுதப்பட்ட ஒரு ஓட்டின் எடை ஒரு கிலோ. பேரழிவுக்குத் தப்பித்து வரும் வேளையில், அதுவும் கடல் வழியாக வரும் வேளையில், கனத்த இலக்கியத்துக்கு இட மில்லை. ஆனால் சமஸ்கிருதம் பேசிய மக்கள், தரைவழியாக வந்தமையால் அதிகமாகச் சுமந்து வர முடிந்தது. மேலும் தரை வழியாக வரும்போது சுமைதாங்க மிருகங்களைப் பயன்படுத்தும் வசதி இருந்தது.

சிலருக்கு ஒரு சந்தேகம் எழலாம். வேதங்கள் எல்லாம் ஸ்ருதி, அதாவது எழுதப்படாத நூல்கள். காலங்காலமாக மனத்தில் மனப்பாடம் செய்யப்பட்டு, தலைமுறை தலைமுறையாகப் பாதுகாக்கப்பட்டதல்லவா? இது இந்நூலுக்கு அப்பாற்பட்ட விஷயம் என்பதால் சுருக்கமாக ஒரு சில கருத்துகளைக் கூறு கிறேன். ஸ்ருதி என்ற சொல்லுக்குக் காதால் கேட்கப்படுவது என்பது பொருள். எழுதப்படாதது என்ற பொருள் இல்லை.

க1, க2, க3, ஹ என்பன போன்றவற்றின் உச்சரிப்பை எழுத்தில் முழுமையாக வடிக்க இயலாது. எனவே எழுத்தில் இருந்தாலும் காதால் கேட்டு உச்சரிப்பைக் கற்றுக்கொள்ள வேண்டும் என்பதே அதன் பொருள். வேதங்கள் எழுதப்பட்டன என்பதற்கு மச்ச புராணமே சான்று. ஹயக்கிரீவன் திருடி கடலுக்குள் ஒளித்துவைத்த வேதத்தை, மஹா விஷ்ணு மீன் வடிவில் கவ்விக்கொண்டு மேலே வந்தார் என்று எழுதப்பட்டுள்ளது. எழுதாத வேதத்தை எப்படிக் கவ்விக் கொண்டுவர முடியும்?

வேதங்கள் எழுதப்பட்டன என்பதற்குச் சங்க இலக்கியத்தில் ஆதாரங்கள் உள்ளன.

விரிநூல் அந்தணர் விழவு தொடங்க என்பது பரிபாடல் (11-78). இதில் அந்தணரின் மறை எழுதப்பட்டது என்னும் கருத்து பதிவு செய்யப்பட்டுள்ளது.

எழுதாமல் மனப்பாடமாக ஓதப்படும் மறையில் உள்ள சொற் களிலே என்று பொருள்படும் 'எழுதாக் கற்பினின் சொல் உள்ளும்' என்கிறது குறுந்தொகை. அதை எழுதி வைத்திருந்தாலும் வாய்மொழியாகவே பயிற்றுவித்ததனால் அதற்கு எழுதாக் கிளவி என்று பெயர் ஏற்பட்டது.[2]

மேலும் சிலப்பதிகாரத்தில் கோவலன் கண்ணகியின் திருமணம் நடைபெறும் காட்சியில், இன்று நடைபெறுவதைப் போலவே, அந்தணர் ஒருவர் மந்திரங்களைச் சொல்ல, மணமக்கள் அதனைத் திரும்பச் சொல்கிறார்கள்.[3]

> மாமுது பார்ப்பான் மறைவழி காட்டிட
> தீவலம் செய்வது காண்பார்கள் நோன்பென

சற்றே யோசித்துப் பாருங்கள். கையில் மந்திரப் புத்தகத்தையோ ஓலைச் சுவடிகளையோ வைத்துக்கொண்டு சடங்கை நடத்தினால் நன்றாகவா இருக்கும். எனவேதான் எழுத்தில் இருந்தாலும், மனப்பாடம் செய்து ஓத வேண்டும் என்பது மரபு.

ஆரியர்கள் யார்?

எப்படி திராவிடர் என்ற சொல் தமிழிலில் இல்லையோ, அதே போல ஆரியர் என்ற சொல், ஓர் இனம் என்ற பொருளில் சமஸ்கிருதத்தில் இல்லை. தங்களை ஆரியர் என்ற இனமாகக் கூறிக்கொண்டவர்கள் இரானியர்கள்தாம். இரான் என்ற பாரசீகச் சொல்லுக்கு, ஆரியரின் தேசம் என்று பொருள். இங்கிருந்தோ அல்லது இதனைச் சுற்றியுள்ள மத்திய ஆசியப் பகுதியிலிருந்தோ ஒரு மக்கள் கூட்டம் இமயத்தைக் கடந்து, இந்தியாவுக்குள் குடியேறியது. அவர்களுக்கு இந்திய ஆரியர்கள் (Indo Aryans) என்று பெயர் என ஐரோப்பிய வரலாற்று அறிஞர்கள் கூறுகிறார்கள்.

வட இந்தியாவுக்கும் தென்னிந்தியாவுக்கும் அநேக கலாசார வேறுபாடுகள் உள்ளன. தென் இந்தியாவின் முக்கிய உணவு அரிசி. வட இந்தியாவில் கோதுமை. தென்னிந்தியத் திருமணங்கள் காலையில் நடைபெறும். வட இந்தியாவில் இரவில் நடைபெறும். வெள்ளை நிற உடை தென்னிந்தியாவில் அமங்கலப் பொருள். வட இந்தியாவில் திருமணத்தில்கூட வெள்ளை உடுத்துவார்கள். தென்னிந்தியாவில் அமாவாசை என்பது நிறைந்த நாள். வட இந்தியாவில் ஆகாத நாள்.

ஆனால், இவற்றைத் தாண்டி, குடும்ப அமைப்பு, சமூக அமைப்பு, மத நம்பிக்கைகள் என்ற அளவில் ஒற்றுமை இருப்பது தெரிகிறது. வட இந்தியாவில் முக்கிய உணவுப் பொருள் கோதுமை என்றாலும், சடங்குகளில் மங்கலப் பொருளாகப் பயன்படுத்துவது அரிசியைத்தான். ஓம் என்பதை இருவருமே

புனிதமாக மதிக்கிறார்கள். தென்னாட்டுச் சிவன், வடநாடு முழுவதும் வியாபித்திருக்கிறான்.

திருமணச் சடங்கில் வேறுபாடுகள் இருந்தாலும் ஈமச் சடங்கில் வேறுபாடுகள் இல்லை. வட இந்திய ரிஷிகளுள் மிகச் சிறந்தவ ரான அகத்தியரைத்தான் தமிழர்களும் தங்கள் குல குருவாக ஏற்றுக்கொள்கிறார்கள். ஆரியர்களின் தெய்வங்களான இராம னும் கிருஷ்ணனும் கருமை நிறத்தவர்கள். வட இந்தியப் புராணங்களில் பல புனிதத் தலங்ளைப் பற்றி குறிப்பிடப் பட்டுள்ளன. இதில் 60 சதவீதம், தமிழ் நாட்டில்தான் உள்ளன. முதல் அவதாரமான மச்சாவதாரம் நிகழ்ந்தது தமிழ் நாட்டில் தான். கடைசி அவதாரமான கல்கி அவதாரம் நடக்கப்போவதும் தமிழ் நாட்டில்தான். எனவே ஆரியம், திராவிடம் என்பது எண்ணெயும் தண்ணீரும் போன்றதா? அல்லது பாலும் நீரும் போன்றதா?

சிக்கல்

ஆரியர்கள் தங்கள் சமூகத்தை பிராமண, க்ஷத்திரிய, வைசிய என மூன்று உயர் குடிகளாகப் பிரித்தனர். சூத்திரர் என்ற தாழ்ந்த குடியோடு சேர்த்தால், நான்கு வர்ணங்கள். இந்த நான்கிலும் சேராத தீண்டத்தகாதவரைப் பஞ்சமர் என்று அழைத்தார்கள். ஆனால் இன்று ஆரியர்கள் யார் என்று அடையாளம் காட்ட பிராமணர்களை மட்டும்தான் சுட்டிக்காட்ட முடிகிறது. ஆரிய க்ஷத்திரியர்களும் வைசியர்களும், எங்கே போய் விட்டார்கள்? ஒரு சில சாதிகளைச் சேர்ந்தவர்கள் தங்களை க்ஷத்திரியர்கள் என்றும் வைசியர்கள் என்றும் கூறிக்கொண்டாலும், ஆரியர்கள் என்று கூறிக்கொள்வதில்லை. ஏன்?

ஆரியர்களது தாய் மொழி சமஸ்கிருதம் என்றால் க்ஷத்திரியர் களுக்கும், வைசியர்களுக்கும், சூத்திரர்களுக்கும் சமஸ்கிருதம் தான் தாய் மொழியாக இருந்திருக்க வேண்டும்? பெயரளவுக் காவது இவர்களில் யாரும் சமஸ்கிருதம் பேசியதாகப் படித் திருக்கிறீர்களா? இல்லையே? என்ன காரணம்? இதுதான் போகட்டும், சமஸ்கிருதம் பேச்சு வழக்கில் இருந்து அழிந்து போனதும் ஆச்சரியமாகத்தான் இருக்கிறது. இதனை விளக்கு வதற்கு பிராஹூயி (Brahui) என்ற திராவிட மொழியை உதாரணம் காட்டலாம்.

பாகிஸ்தானில் உள்ள பலுச்சிஸ்தான் மாகாணத்தில் பிராஹுயி என்ற இந்த மொழி பேசப்படுகிறது. இது திராவிடக் குடும்பத்தைச் சேர்ந்த ஒரு மொழி. இந்தியாவைச் சேர்ந்த ஒரு மொழி. இந்தியாவுக்கு வெளியே பேசப்படும் ஒரே திராவிட மொழி. வரலாற்றில் இதனை திராவிட மொழித் தீவு என்றே அழைக்கிறார்கள். 1871 ஆண்டு அரசாங்க அறிக்கையின்படி இந்த மொழியைப் பேசிய மக்களின் எண்ணிக்கை, 1,25,000 மட்டும் தான். இன்று இம்மொழியை 22 லட்சம் மக்கள் பேசுகிறார்கள்.[4] இதில் நாம் முக்கியமாக கவனிக்கவேண்டிய விஷயம் என்னவென்றால் இம்மொழியைப் பேசும் மக்கள் அனைவரும் பள்ளிகளிலும் கல்லூரிகளிலும் பலுச்சி மொழியையும் உருது மொழியையும்தான் பாட மொழியாகக் கொண்டு படிக்கிறார்கள். வீட்டில் மட்டும் பிராஹுயியைப் பேசுகிறார்கள். ஆனாலும் அந்த மொழி தேயவில்லை. மத நம்பிக்கை, கலாசாரம், பிற மக்களோடு தொடர்பு என எத்தனையோ காரணங்கள் இருந்தாலும் ஜீவனுள்ள ஒரு மொழி மறையாது என்பதற்கு பிராஹுயி ஒரு சான்று. சமீபத்தில் பிராஹுயி மொழியில் டப்பிங் செய்யப்பட்ட அமிதாப் பச்சனின் 'டான்' என்ற திரைப்படத்தைப் பார்த்தேன். என்னுடைய தற்போதைய செல்போன் ரிங்டோன் கூட ஒரு பிராஹுயி மொழி நாட்டுப்புறப் பாடல்தான்.

எனவே சமஸ்கிருதம் எல்லாக் காலகட்டங்களிலும் வேள்விகளுக்கும், சிறப்புச் சடங்குகளுக்கும், மந்திர உச்சாடனங்களுக்கும் மட்டுமே பயன்படுத்தப்பட்ட ஒரு விசேஷ மொழியாக இருந்திருக்கிறோமோ என்று நினைக்கத் தோன்றுகிறது.

ஆரிய திராவிட வரலாற்றில் இத்தனை பெரிய சிக்கல் விழக் காரணம் என்ன? வழக்கம்போல் உள்நோக்கம் கொண்ட வரலாற்று ஆராய்ச்சிகள்தாம்.

ஏறத்தாழ 1,000 வருடங்கள் நீண்ட உறக்கத்திலிருந்து ஐரோப்பா 15-ம் நூற்றாண்டில் விழித்துக்கொண்டது. மறுமலர்ச்சிக் காலம் என்று அழைக்கப்பட்ட இக்காலகட்டத்தில் ஐரோப்பியர்கள் நாடு பிடிக்கத் தொடங்கினர். போர்த்துக்கீசியர்கள். ஸ்பெயின் நாட்டையும் தென் அமெரிக்காவையும், டச்சுக்காரர்கள் ஆப்பிரிக்காவையும், பிரிட்டிஷார் இந்தியாவையும் கைப்பற்றிக் கொண்ட காலகட்டத்தில், ஐரோப்பா சொர்க்க பூமியாகத் திகழ்ந்தது. இந்த நிலை இப்படியே நீடிக்கும் என்ற நம்பிக்கையில், உலகத்தை உய்விக்க வந்த இனம் வெள்ளை இனம் என்ற

ரீதியில் 'வெள்ளை இனத்தின் சுமை' என்ற சித்தாந்தம் பேசப் பட்டது. மற்ற இனமக்கள் பின் தங்கி இருப்பது அவர்களது இயல்பு என்றும் அவர்களைக் காப்பாற்றி, உண்மையை உணரவைப்பது வெள்ளைக்காரர்களின் கடமை என்ற ரீதியிலும் அவர்கள் நடந்துகொள்ளத் தொடங்கினர்.

நாடு பிடிக்கும் விளையாட்டை இத்தாலி, ஜெர்மனி இரண்டும் மிகத் தாமதமாகத் தொடங்கியதால், இங்கிலாந்தைப்போல் அவர்களால் செழிக்க முடியவில்லை. இதனை ஈடுகட்ட இத்தாலியர்கள், தாங்கள் ஒப்பில்லா ரோம நாகரிகத்தின் வழித் தோன்றல்கள்; தாம் பண்பாட்டின் உச்சத்தில் இருந்தபோது, ஆங்கிலேயர்களுக்கு உடை என்றால் என்னவென்றே தெரியாது என்று கூறி ஆறுதல் பட்டுக்கொண்டார்கள். இது உண்மைதான். இங்கிலாந்தின்மீது படையெடுத்த ரோமப் பேரரசர் ஜூலியஸ் சீசர், அந்த இடம் நாகரிகமான மக்கள் வாழத் தகுதியற்ற, காட்டுமிராண்டிகளின் நாடு என்று கூறினார்.

பார்த்தார்கள் ஜெர்மனியர்கள். தங்களது குடிப் பெருமையை உலகுக்கு உணர்த்த விரும்பினார்கள். அதற்குமுன், குடி என்ற ஒன்று வேண்டுமே. தாங்களும் ரோமானியர்களின் வழித் தோன்றல் என்று கூறினால் அது இத்தாலியர்களுக்குப் பக்க வாத்தியம் வாசிப்பதாக அமைந்துவிடும்.

கிரேக்க நாகரிகம் என்று சொல்லலாம். ஆனால் கிரேக்கம், எகிப்தியர்களிடமிருந்து அநேக பண்பாட்டுக் கொடைகளைப் பெற்றுள்ளது. எகிப்து கறுப்பு ஆப்பிரிக்கர்கள் நிறைந்த நாடு. தங்களது மூதாதையர்கள் கறுப்பர்கள் என்று ஜெர்மானியர்களால் கூற முடியாது. சீன நாகரிகம் என்றும் கூற முடியாது. சீன நாகரிகம் தலை சிறந்ததுதான். ஆனால் உருவ ஒற்றுமை இடம் கொடுக் காது. மிஞ்சியிருப்பது பாரசீகமும் இந்திய கலாசாரமும்தான்.

இந்திய ஆன்மிகத் தத்துவம் ஜெர்மானிய அறிஞர்களை மயக்கி யது. இதோடு உருவ ஒற்றுமை கருதி, பாரசீகத்தையும் சேர்த்து உருவாக்கியதுதான் ஆரிய மக்களின் வரலாறு. மொழியின் அடிப் படையில் இருந்த சில ஒற்றுமைகளை அதற்கு உதாரணமாகக் காட்டி தங்களை ஆரிய இனம் என்று ஜெர்மானியர்கள் கூறிக் கொண்டார்கள். இந்தியர்கள் சிலரும், ஆனானப்பட்ட துரை மார்களே மெச்சுவதால், இதனை உடனே உவகையோடு ஏற்றுக்கொண்டார்கள். இந்தியாவில் ஆரியர்கள், தஸ்யூக்கள்

என்று இரு பிரிவினர் இருப்பதாகப் பிரிவினை பேசினார்கள். ஆரியர்கள் உயர்ந்த கலாசாரத்துக்குச் சொந்தக்காரர்களாகவும், தஸ்யூக்கள் அல்லது திராவிடர்கள் நாகரிகமற்ற காட்டு மிராண்டிகளாகவும் சித்திரிக்கப்பட்டனர்.

இந்நிலையில் சர் ஜான் மார்ஷல் என்ற தொல்லியலாளர் 1921-ல் ஒரு குண்டைத் தூக்கிப் போட்டார். குண்டின் பெயர் ஹரப்பா. அடுத்ததாக மொகஞ்சதாரோ. அகழ்வாராய்ச்சிகளின்போது மிக உயர்ந்த நிலையில் இருந்த இந்த இரு நகரங்களும் வட மேற்கு இந்தியாவில் (இன்றைய பாகிஸ்தான்) கண்டுபிடிக்கப்பட்டன. சிந்து சமவெளி நாகரிகம் என்று பெயர் சூட்டப்பட்ட இந்த நாகரிகம், ஒரு திராவிட நாகரிகம் என்றார் மார்ஷல். அதுநாள் வரை நாகரிகமற்ற அடிமைகளாகக் கருதப்பட்ட திராவிட மக்கள் ஒப்பிலாப் பண்பாட்டின் வாரிசுதாரர்கள் என்று ஆனது. சிந்துவெளியில் வசித்துவந்த திராவிடர்களை வெளியிலிருந்து குதிரைகளில் வந்த ஆரியர்கள் தென்னிந்தியா நோக்கித் துரத்திவிட்டு வட இந்தியாவை முழுவதுமாகக் கைப்பற்றி விட்டனர் என்ற அடுத்து வந்த சில கோட்பாடுகள் பேசின.

வேறு சிலர், ஆரியர்கள் இந்தியாவின் பூர்வகுடிகள்; இங்கிருந்து வேண்டுமானால் வெளியே சென்றிருக்க முடியுமே தவிர வெளியிலிருந்து வந்தவர்கள் அல்ல என்று வாதாடுகிறார்கள். ஆனால், வேதங்களில் குறிப்பிடப்படும் இடங்களை ஆராய்ந்து பார்த்தால் ஆரம்பத்தில் ஆரியர்களுக்கு சிந்து நதியை ஒட்டிய நிலப்பகுதி மட்டும்தான் தெரிந்திருந்தது. பின்னர் கொஞ்சம் கொஞ்சமாகக் கிழக்கு நோக்கி நகர்ந்து பிரம்மபுத்திரா நதியின் கழிமுகப் பகுதி வரை பிற்காலத்தில்தான் குறிப்பிடப்படுகிறது. இதிலிருந்து ஆரியர்கள் மேற்கிலிருந்து கிழக்கு நோக்கிக் குடிபெயர்ந்துள்ளது தெரியவருகிறது.

இந்தியாவிலிருந்து ஆரியர்கள் வெளியே (மேற்கே) சென்றதற்கு ஆதாரங்கள் ஏதும் கிட்டவில்லை. மேலும் தமிழர்களைப் போலவே ஆரியர்களது நூல்களும் தொகை நூல்களே. தங்களிடம் எஞ்சிய நூல்களை மூன்றாம் சங்கம் அமைத்துத் தமிழர்கள் தொகுத்ததுபோல், வேதங்களை வியாசர் தொகுத்த தாக ஆரியர்கள் கூறுகிறார்கள்.

ஒரு காலகட்டத்தில் வேதங்கள் அழிந்து போனதாகவும், அவற்றை இறைவன் மீண்டும் அருளியதாகவும் கூறுவதன்

பொருள் என்ன? ஒரு பேரழிவுக்குப்பின் அம்மக்கள் கூட்டம் தங்களது பண்பாட்டையும் நெறியையும் நிலைக்கச் செய்ய மேற்கொண்ட முயற்சி என்றுதானே பொருள் கொள்ள முடியும். தமிழர்கள் தமிழில் சங்கம் என்ற அமைப்பைக் குறிப்பிடுவதைப் போல ஆரியர்கள் வியாசர் என்ற தனி மனிதனைச் சுட்டிக் காட்டுகிறார்கள்.

வியாசர் என்ற சொல்லுக்கு தொகுப்பவர் அல்லது கட்டுரை யாளர் என்று பொருள். எழுத்தாளர் என்ற பொருள் கிடையாது. எனவே வியாசர் என்பது ஓர் உருவகம். சிதறுண்டால்தானே தொகுக்கவேண்டிய அவசியம் ஏற்படும்? ஆரியர்கள் இந்தியா வின் பூர்வ குடியாக இருந்தால் அவர்களது பண்பாடு குலைந்து, நூல்கள் சிதறுண்டு போனதற்குக் காரணம் என்ன என்று இது வரை யாரும் விளக்கம் அளிக்கவில்லை.

எனவே ஆரியர்களும் தமிழர்களைப் போலவே ஒரு பேரழி விலிருந்து, தங்களைக் காத்துக்கொள்ளப் புலம் பெயர்ந்து வந்தவர்கள் என்ற புள்ளியிலிருந்து ஆரம்பித்தால் ஒரு புதிய பரிமாணம் கிடைக்கிறது.

ஆரியர்கள் நில வழியாக வந்த சுமேரியர்களே

ஆரியர்கள் யார்? கடல் வழியாகத் தமிழகம் (தில்முன்) வந்து சேர வழியில்லாத சுமேரியர்களாக ஏன் இருக்கக்கூடாது? எந்த ஆதாரத்தின் அடிப்படையில் இவ்வாறு கூறுகிறேன்? புதை பொருள் ஆராய்ச்சியினால் கிடைக்கும் சான்றுகளைவிடச் சித்தாந்தத்தினால் உருவாகும் சான்றுகள் நிலையானவை. சிறப்பானவை. ஓர் உதாரணம் தருகிறேன். முன்னொரு காலத் தில் எவனோ ஒரு வீணன், சாதி என்ற ஒன்றைக் கண்டுபிடித்தான். 'பிறப்பொக்கும் எல்லா உயிர்க்கும்' என்று வள்ளுவர் முதல் வள்ளலார் வரை வந்த ஞானிகளும், வீர சிவாஜி முதல் தந்தை பெரியார் வரை வந்த அரசியல் தலைவர்களும், எவ்வளவோ எடுத்துக் கூறியும் இன்னும் நம்மை அது பேயாக ஆட்டி வைக்கிறதே. சித்தாந்தங்களின் வலிமை அத்தகையது.

ஆரியர்கள் என்பவர்கள் தரைவழியாக வந்த சுமேரியர்கள் தான் என்பதற்கு என்ன ஆதாரமுள்ளது?

முதல் ஆதாரம். அவர்கள் சுமேரியர்களாக இல்லாத பட்சத்தில் இந்தியாவைத் தேர்ந்தெடுத்து வரவேண்டிய அவசியமில்லை.

சுமேரியர்களுக்குத்தான் தமிழகமும் (தில்முன்) சிந்து சமவெளியும் (மெலுஹா?) ஏற்கெனவே தெரிந்திருந்தது.

எனவே தங்களது இனத்தின் ஒரு பிரிவினர் சென்ற இடத்துக்கே தாங்களும் செல்லவேண்டும் என்ற காரணத்துக்காக அவர்கள் இந்தியாவுக்கு வந்தனர். இல்லை என்றால் இரானிலேயே தங்கி இருக்கலாம். இரான் இந்தியாவைவிடச் செழிப்பான பகுதி. அல்லது ஊரல் (Ural) மலைகளைத் தாண்டி மத்திய ஆசியாவுக்குச் சென்றிருக்கலாம். இமயத்தைவிட ஊரல் மலை எளிதில் கடக்கக் கூடியது. இலக்கு என்பது இல்லாமல், இமயத்தின் சாரலில் அல்லல்பட்டு, கணவாய்களைக் கண்டுபிடித்து, தற்செயலாக இந்தியாவுக்குள் வந்தனர் என்பதை நம்புவது கடினமானது.

அடுத்த காரணம், ஆன்மிக நம்பிக்கை. உலகில் உள்ள மக்களில் இரண்டு மதத்தவர் மட்டும்தான் மறு பிறவி என்ற ஒரு சித்தாந்தத்தை ஏற்றுக்கொள்கிறார்கள். அவர்கள் இந்துக்களும் பௌத்தர்களும். இந்து மதம் என்பது ஒரு மதமா, ஆறு மதங்களின் தொகுப்பா அல்லது ஒரு வாழ்க்கை முறையா என்ற கேள்விக்குள் போகாமல், மறு பிறவி என்ற நம்பிக்கையை மட்டும் ஆராய்ந்தால் அது நமது ஆன்மிகக் கோட்பாடுகளுக்கு அடிநாதமாக அமைந்துள்ளது என்பது தெரியவரும்.

காலப்போக்கில் ஒருவரிடமிருந்து மற்றவர் இதைப் பெற்றிருக்கக்கூடும் என்று சிலர் வாதிடலாம். பௌத்தத்துக்கு இணையாக சமண மதம் இந்தியாவில் இருந்தாலும், சமணர்கள் மறுபிறவியை ஏற்றுக் கொள்வதில்லை. எனவே மறுபிறவி நம்பிக்கை என்பது ஆரியர்களுக்கும் திராவிடர்களுக்கும் இடையே நடந்த பரிமாற்றத்தினால் முகிழ்ந்த ஒரு பொதுச் சித்தாந்தம் அல்ல. நெடுங்காலமாகப் பிரிந்தாலும், மறக்காத சித்தாந்தத்தின் ஒருமைப்பாடு.

மூன்றாவதாகக் கூறுவது இரு சமூகத்திலும் ஒன்றாகக் காணப்படும் திருமண உறவு விதிகள். ஆரியர்களின் சமூகக் கட்டுப்பாடுகளின் படி, அவர்கள் தங்களை 12 கோத்திரங்களாகப் பிரித்தனர். ஒரே கோத்திரத்தைச் சேர்ந்தவர்கள் சகோதரன் அல்லது சகோதரி. இவர்களுக்குள் திருமணம் செய்யக்கூடாது. அதே போலவே திராவிட மக்களும் ஒரே குலதெய்வத்தை வணங்கும் இருவர் சகோதர, சகோதரி என்பதால் திருமணம் செய்துகொள்ளக் கூடாது என்பதைப் பின்பற்றி வருகின்றனர்.

ஓம் என்ற மந்திரத்தை இருவருமே பிரணவம் என்று கொண் டாடுகிறார்கள். வேதங்களையும், புராணங்களையும் ஏற்றுக் கொள்ள மறுக்கும் மெய்ஞானிகளும் சித்தாந்திகளும்கூடப் பிரணவத்தை மறுப்பதில்லை. தமிழில் ஓம் என்பதற்குத் தமிழர்கள் வழங்கியுள்ள வரிவடிவம், ஓங்கார மூர்த்தியான விநாயகப் பெருமானின் திருமுகத்தைப் பிரதிபலிப்பதாக உள்ளது.

அடுத்தபடியாக நாம் காணும் ஒற்றுமை, 12 உயிர் எழுத்துகளும் 18 மெய் எழுத்துகளும் அடங்கிய எழுத்து முறை. இதிலிருந்து தமிழும் சமஸ்கிருதமும் ஒரே குடும்பத்தைச் சேர்ந்தவை என்பது விளங்கும். சமஸ்கிருதத்தில் வல்லின எழுத்துகள் பல்வேறு உச்சரிப்புகளைத் தரக்கூடியவை என்றாலும் அவை ஒரே வர்கத்தைச் சேர்ந்தவை என்றே குறிக்கப்படுகின்றன.

அடுத்தபடியாக நாம் காணவேண்டியது வாக்கியங்களில் சொற்கள் அமையும் வரிசை (word order). ஐரோப்பிய மொழிகளுக்கும் தென் இந்திய மொழிகளுக்கும் இடையே வாக்கியங்களில் சொற்கள் அமையும் முறையில் பெரிய வேறு பாடு உண்டு. உதாரணமாக 'What is your name?' என்ற வாக்கி யத்தில் உள்ள ஒவ்வொரு சொல்லையும் நேரிடையாகத் தமிழ்ப் படுத்தி அதே வரிசையில் அமைத்தால், 'என்ன உன் பெயர்?' என்றுதான் வரும். 'Hundred is bigger than fifty' என்ற வாக் கியத்தின் வார்த்தைகளைத் தமிழ்ப்படுத்தி அதே அமைப்பில் அமைத்தால் 'நூறு பெரியது விட ஐம்பது' என்று வரும். இந்த வித்தியாசத்தை நம்மால் ஒப்புக்கொள்ள முடிகிறது. ஆங்கில மும் தமிழும் வேறு வேறு மொழிக் குடும்பத்தை சேர்ந்தவை. அதனால் இத்தகைய வித்தியாசங்கள் இருப்பது இயல்பு.

அப்படியானால் சமஸ்கிருதமும் தமிழும் சொற்கட்டில் ஒத்துப் போவதன் ரகசியம் என்ன? சமஸ்கிருதத்தின் வாக்கிய அமைப்பு ஏன் லத்தீனை அடிப்படையாகக் கொண்ட மற்ற இந்தோ ஐரோப்பிய மொழிகளின் சொற்கட்டைப் போல் அமையாமல் தென் இந்திய மொழிகளில், குறிப்பாகத் தமிழில் உள்ள சொற் கட்டின்படி உள்ளது? இதில் ரகசியம் ஒன்றும் இருப்பதாகத் தெரியவில்லை. சமஸ்கிருதத்தைத் தவறான மொழிக் குடும்பத்தோடு சேர்த்துப் பார்த்ததனால் ஏற்பட்ட குழப்பம் என்றுதான் நான் நினைக்கிறேன்.

ஆரியர்கள் தரை வழியாக இந்தியாவுக்கு வந்த சுமேரியர்கள் என்பதற்கு சமஸ்கிருத மொழியே ஒரு பெரிய சான்றாக அமைந்துள்ளது. ஓர் உதாரணம் சொல்கிறேன். ‘ஸ்டேஷனுக்கு போய் டிக்கெட் புக் செய்தேன்’ என்ற வாக்கியத்தில் உள்ள ஐந்து சொற்களில் மூன்று சொற்கள் ஆங்கிலம், இரண்டு சொற்கள் மட்டும் தான் தமிழ் .இருந்தாலும் இதைப் புரிந்துகொள்பவரும் சரி, இவர் தமிழில்தான் பேசுகிறார் என்ற அடிப்படையில்தான் இதைப் புரிந்துகொள்கிறார்கள். வார்த்தைகளை எப்படி மாற்றிக் கொண்டாலும் அதன் சொற்கட்டு மாறாமல் இருப்பதுதான் நாம் எந்த மொழியை அடிப்படையாகக் கொண்டு பேசுகிறோம் என்பதற்கு ஆதாரமாக அமைந்துள்ளது. வார்த்தைகளின் எண்ணிக்கை வேண்டுமானால் அதிகமாக இருக்கலாம் ஆனால், அடிப்படையான மொழி எது என்பதைத் தீர்மானிப்பதில் சொற் கட்டு வரிசை (word order) ஒரு முக்கிய அம்சம் பெறுகிறது. இந்த அடிப்படையில் பார்த்தால் தமிழும் சமஸ்கிருதமும் ஒரே மொழிக்குடும்பத்தைச் சேர்ந்தவை என்பது எளிதில் விளங்கும் .இதையே சற்று மாற்றிச்சொன்னால் தமிழும் சமஸ்கிருதமும் ஒரே இடத்தில் தோன்றிய மொழிகள் என்பது விளங்கும்.

மேலும் ஒரு விஷயம். சமஸ்கிருதத்தில் ஓ (நெடில்) என்ற உயிரெழுத்து கிடையாது. ஓ என்பதை ஒ என்ற குறிலாகத்தான் உச்சரிக்கிறார்கள். (இதே எழுத்தை ஹிந்தியில் நெடிலாக உச்சரிக்கிறார்கள். ஹிந்தியில் குறில் கிடையாது.) ஓ என்ற நெடில் இல்லாதபோது ஓம் என்ற பிரணவம் எப்படி வந்தது? ஏதோ சமாதானம் சொல்வதுபோல, ஔம் (aum) என்று எழுதுகிறார்கள் அல்லது வம்பே வேண்டாம் என்று முற்றிலும் தனித்த எழுத்தாக எழுதுகிறார்கள்.

சமஸ்கிருதம் என்றாலே வேத மொழி. வேதங்களுக்கு முற் பட்டதாகப் போற்றப்படும் பிரணவத்தை சமஸ்கிருதத்தில் எழுத வார்த்தை இல்லை என்றால்கூடப் பரவாயில்லை. எழுத்தே இல்லை என்பது வியப்புக்கு உரியதல்லவா? அதனைப் பரி பூரணமாக எழுதத் தமிழில்தான் முடிகிறது என்றால் என்ன பொருள்?

தமிழ் - சமஸ்கிருதம் தொடர்பு

தமிழுக்கும் ஏனைய தென்னிந்திய மொழிகளுக்கும் உள்ள நெருக்கத்தை நம்மால் உணர முடிகிறது. சமஸ்கிருதத்துக்கும்

வட இந்திய மொழிகளுக்கும் உள்ள தொடர்பை நம்மால் புரிந்துகொள்ள முடிகிறது. ஆனால் தமிழும் சமஸ்கிருதமும் மிகவும் விலகி நிற்பதற்குக் காரணம் என்ன?

இதற்கு முக்கியக் காரணம் நில வழிப் பயணமும் அதனால் வந்து சேரும் பிறழ்ச்சியும். அடுத்த காரணம், பண்பாட்டையும் மொழியையும் காக்க, சங்கம் போன்ற குடை அமைப்பு இல்லமை. நிலம் வழியாக வந்த மக்களின் மூல மொழியில் பெரும் மாற்றம் ஏற்பட்டது. நீர் வழியாக வந்த மக்களின் மொழியில் மூல மொழியிலிருந்து குறைவான மாற்றமே ஏற்பட்டது.

நமது நாட்டில் நரிக் குறவர்கள் என்றும் குருவிக்காரர்கள் என்றும் அழைக்கப்படும் நாடோடி மக்களைப்போல், ஐரோப்பாவிலும் ஒரு மக்கள் கூட்டம் உள்ளது. அவர்களை ஜிப்ஸிகள் என்று ஐரோப்பியர்கள் அழைக்கிறார்கள். இந்த நவீன ஐரோப்பாவிலும் அவர்கள் நாடோடி வாழ்க்கையைத்தான் வாழ்கிறார்கள். ஆதிகாலத்தில் கால்நடையாகச் சென்று கூடாரங்களில் தங்கினார்கள். இன்று இவர்கள் ட்ரெய்லர் வண்டிகளில் வசிக்கிறார்கள். ஒரு ட்ரெய்லர் வண்டிதான் இவர்களது வீடு. 30 அல்லது 40 ட்ரெய்லர்கள் கொண்ட குழுவாக ஓரிடத்திலிருந்து மற்றோர் இடத்துக்குச் செல்கிறார்கள்.

இவர்கள் பேசும் மொழி வேறு யாருக்கும் புரியாது. இவர்கள் தங்களை ரோமானீஸ் (Romanies) என்று அழைக்கிறார்கள். இவர்கள் தோற்றத்தில் 75% வெள்ளை இன மக்களைப் போலும் 25% இந்தியர்களைப் போலும் காணப்படுகிறார்கள். தங்களது பூர்வீகம் இந்தியா என்று இவர்கள் நம்புகிறார்கள். அது உண்மைதான் என்று இன்றைய ஆராய்ச்சியாளர்கள் உறுதி செய்துள்ளார்கள். இஸ்லாமியப் படையெடுப்பின்போது தோற்றுப்போன ஜாட் ராஜபுத்திர வீரர்களின் வாரிசுகள் இவர்கள் என்று ஒரு கருத்து நிலவுகிறது. பொ.யு. 1100 முதல் 1300 வரையிலான காலகட்டங்களில் இவர்கள் இந்தியாவை விட்டு வெளியேறினார்களாம். ஆனால், இன்றுள்ள ஜாட் மற்றும் ராஜபுத்திர மக்களுக்கும் இவர்களுக்கும் எவ்வித ஒற்றுமையும் காண முடியாது.

ராஜபுத்திரர்கள் திரிந்து ஜிப்ஸிகள் ஆனதற்கு முக்கியக் காரணம் நில வழிப் பயணமும் அதனால் வந்து சேரும் பிறழ்ச்சியும். அடுத்த காரணம், பண்பாட்டையும் மொழியையும் காக்க, சங்கம்

போன்ற குடை அமைப்பு இல்லமை. இவ்விரு காரணங்களால் ராஜபுத்திரர்கள் திரிந்து ஜிப்ஸிகள் ஆகும்போது, அதே காரணங்களின்படி சுமேரியர் திரிந்து ஆரியர் ஆவது மிகவும் சாத்தியமானதாகவே தோன்றுகிறது. ஆனால் அவ்வளவு திரிபு இல்லாமல், குறைவான திரிபுடன் சுமேரியம் தமிழாக ஆகியிருக்கும்.

கடல் வழியாக வருவதற்கும் நிலம் வழியாக வருவதற்கும் நிறைய வேறுபாடுகள் உள்ளன. கடல் வழியாக வரும்போது 60 நாட்களில் 2000 மைல்களைக் கடந்துவிடலாம். ஒரு பாய்மரக் கப்பல் மணிக்கு 3 மைல் கடக்கும் என்றால் 60 நாட்களுக்கு எவ்வளவு என்று கணக்கு போட்டுக்கொள்ளுங்கள். இதில் ஆபத்து அதிகம். உயிர் பிழைத்தால், எந்தவிதப் பண்பாட்டுத் திரிபும் இன்றி புதிய இடத்தில் தங்களது கலாசாரத்தையும், மொழியையும், சமூக நெறிமுறைகளையும் குடியேற்றி விடலாம். ஆனால், கேடில் விழுச் செல்வம் கல்வியைத் தவிர மற்ற செல்வங்களை அதிகம் சுமந்து வரமுடியாது.

நிலம் வழியாக வரும் கதை வேறு விதம். பயணம் போவது போல் பகலெல்லாம் நடந்து, இரவில் ஓய்வெடுத்துச் செல்லும் சமாசாரம் இல்லை இது.

முதலில் பெருங்கூட்டமாகத்தான் புறப்படவேண்டும். அதுதான் பாதுகாப்பு. எதிரிகளாலும் இயற்கையாலும் நிகழும் ஆபத்துக்கு ஒரே உத்தரவாதமான பாதுகாப்பு எண்ணிக்கை. ஆடு, மாடு, குதிரை, கோழி என விலங்குகளையும், அத்தியவசியமான பொருள்களையும் சுமந்தபடிச் செல்லும்போது மிகவும் மெதுவாகத்தான் பயணிக்க முடியும். பிறப்பு, இறப்பு, புயல், மழை எனத் தடை செய்யக் காரணம் பலப்பல. ஓரிடத்தில் தங்கும்போது அது உணவுக்கு ஏற்ற இடமாகவும் ஆட்சேபிக்க எதிரிகள் இல்லாத இடமாகவும் இருக்கவேண்டும். சில இடங்களில் வருடக் கணக்கிலும் வேறு சில இடங்களில் வாரக் கணக்கிலும் தங்க வேண்டிய அவசியம் ஏற்படலாம். இதை எல்லாம் கருத்தில்கொண்டு கணக்கிட்டால் ஒரு வருடத்துக்கு 10 கிலோமீட்டர் என்ற அளவில் புலம் பெயர்தல் நிகழ்ந்திருக்கும் எனக் கருதலாம்.

இப்படி மெதுவாக வரும்போது, பல தரப்பட்ட புதிய மக்களோடு உறவாடக்கூடிய சூழல் உருவாகும். புதிய பண்பாட்டுக்

கூறுகளை உள்வாங்கிக் கொள்ளும் நிர்பந்தம் உருவாகும். மொழி உருமாறும். புதிய சொற்கள் களஞ்சியத்தில் சேர்க்கப் படும். சில சொற்கள் மறக்கப்படும். குடும்ப, சமுதாய உறவுகள் புதிய பரிமாணம் அடையும். இந்தியா சென்றடையவேண்டும் என்ற இலக்கு ஒன்று இருந்திருந்தால் புறப்பட்ட 500 வருடங்கள் கழித்து வந்து சேர்ந்திருப்பார்கள். அப்படி இல்லை என்றால் 1,000 வருடங்களும் ஆகலாம்.

இத்தகைய, வரலாறு கண்டிராத ஓர் அற்புதப் பயணத்தின் முதல் அடியை எடுத்து வைத்த ஒருவனையும் இறுதி அடியை முடித்துவைத்த ஒருவனையும் இன்றைய அளவுகோலின்படி ஒப்பிட்டுப் பார்த்தால் இருவருக்கும் வேற்றுமைகள் அதிகமாகத் தென்படும். அவர்களுக்கிடையே உள்ள ஒற்றுமையைக் காண்பது கடினம்.

ஆரியர் என்ற சொல்

கடல் வழியாக வந்தமையால் தமிழர்களுக்கு திராவிடர் எனக் காரணப் பெயர் ஏற்பட்டிருக்கலாம் என்று கண்டோம். அப்படியானால் நான் ஏற்றுக்கொண்ட இந்தக் கோட்பாட்டுக்கு உட்பட்டு ஆரியர் என்ற சொல்லுக்கும் பொருள் காணவேண்டும் அல்லவா?

ஆரியர் என்ற சொல்லுக்கு மேலான குணங்களை உடையவன் அல்லது சிறந்தவன், நற்பண்புகளை உடையவன் என்று பொருள் கூறுவது மரபு. இந்த குணங்கள் இல்லாதவனை அநாரியன் என்று புராணங்களிலும் வேதங்களிலும் பல இடங்களில் குறிப்பிடப்பட்டுள்ளது. இது ஒரு பொதுவான கருத்து. ஆனால், மிகப் பிற்பட்ட காலத்தில் எழுந்த ஒரு கருத்து. ரிக் வேதத்தில் ஆரியர் என்ற சொல் ஆரியா என்ற அடை மொழியாக ஓர் ஆணையோ பெண்ணையோ குறிப்பிடும்போது பயன்படுத்தப்படுகின்றது.[5] இவ்வாறு இல்லாமல் ஒரு மொழியைப் பேசக்கூடிய மக்களையோ அல்லது ஓர் இனத்தைச் சேர்ந்த மக்களையோ குறிப்பிடுவதற்கு ஆரியர் என்ற சொல் ரிக் வேதத்தில் பயன்படுத்தப்படவில்லை. ஒரு சிறு மக்கள் கூட்டத்தைக் குறிப்பிடுவதற்கு இச்சொல் மூன்று இடங்களில் ரிக் வேதத்தில் பயன்படுத்தப்பட்டுள்ளது. ரிக் வேதத்தில் ஆரியர் என்ற சொல் அல்லது ஆரியா என்ற சொல் பயன்படுத்தப் படும்போதெல்லாம் நமது குடும்பத்தைச் சேர்ந்தவர், நமது

கூட்டத்தைச் சேர்ந்தவர், நம்மில் ஒருவர் என்ற பொருள் தொனிக்கும்படியாகத்தான் பயன்படுத்தப்பட்டுள்ளது.[6] ஏனைய இந்தோ ஐரோப்பிய மொழிகளான பாரசீகம், லைசீயம் போன்றவற்றிலும் இச்சொல் குடிமகன் என்ற பொருளில் கையாளப்பட்டுள்ளது.[7]

ரிக் வேதத்தில் பல குலங்களும், குடிகளும், வம்சங்களும் குறிப்பிடப்பட்டுள்ளன. இவற்றில் புரு வம்சமும் ஒன்று. இதனை பௌரவ வம்சம் என்றும் கூறுவார்கள். ரிக் வேத காலத்தில் இந்த வம்சத்தினர் தங்களுக்குள் ஒருவரைக் குறிப்பிடும் போது மட்டும் ஆரிய என்ற சொல்லைப் பயன்படுத்துகிறார்கள். தங்கள் குலத்தைச் சேர்ந்த ஓர் எதிரியாக இருந்தாலும் அவனைச் சபிக்கும்போதுகூட ஆரிய என்ற அடைமொழியோடுதான் அவனை அழைத்துச் சபிக்கிறார்கள். அதே சமயம் தங்களுக்கு உதவி செய்த நண்பர்கள் வேறு குடிகளைச் சேர்ந்தவர்களாக இருந்தால் அவர்களைப் புகழும்போதுகூட அநாரியன் என்று அடைமொழி கொடுத்துத்தான் பேசுகிறார்கள்.[8]

இதிலிருந்து ஆரியன், அநாரியன் என்பது மேலானவன், கீழானவன் என்ற பொருள் தருவதில்லை என்பது விளங்குகிறது. தங்கள் கூட்டத்தைச் சேர்ந்தவன், வேறு கூட்டத்தைச் சேர்ந்தவன் என்பதுதான் இந்தச் சொல்லின் உண்மையான பொருள் என்பது ஒரு சில அறிஞர்களின் வாதம். உதாரணமாக புரு வம்ச மன்னன் சுதாஸ் என்பவன் தனக்கு உதவி செய்த யாதவர்களையும், இக்ஷ்வாகு குலத்தவர்களையும் அநாரியன் என்றுதான் ரிக் வேதத்தில் குறிப்பிடுகிறான். இக்ஷ்வாகு குலம் என்பது ஸ்ரீராமன் பிறந்த குலம். இதை அநாரியன் என்று புரு வம்சத்தினர் குறிப்பிடும்போது இழிவுச் சொல்லாகப் பயன்படுத்தவில்லை என்பது விளங்குகிறது.

சாம, அதர்வண வேதங்களிலும், பௌத்த மத நூல்களிலும் இச்சொல் இடம் பெறும்போது மேலானவன், சிறந்தவன் என்ற பொருளில் கையாளப்படுகிறது. எனவே இச்சொல்லின் பொருள் பிற்காலத்தில் திரிந்துபோயுள்ளது என்பது விளங்குகிறது.

ஆரிய என்ற இந்தோ இரானியச் சொல், ஆரியோ என்ற 'புரோட்டோ இந்தோ ஐரோப்பிய' வேர்ச்சொல்லிலிருந்து வந்ததாகும்.[9] இதில் 'யோ' என்பது ஒரு சிறப்பு அடைமொழி. 'அர்' அல்லது 'ஆர்' என்பதுதான் வேர்ச்சொல். 'ஆர்' என்ற

சொல்லுக்கு சாதுர்யமாக ஒன்றுசேரக் கூடியவர்கள் அல்லது மிகத் திறமையாக ஒன்றுகூடக் கூடியவர்கள் என்று பொருள்.[10] கிரேக்கத்திலும் லத்தீன் மொழியிலும் ஆர் என்ற சொல் இடப் பெயர்ச்சியைத்தான் குறிக்கிறது.[11]

சமஸ்கிருதத்தில் செல்வத்தை அர்த்த என்று குறிப்பிடுகிறாகள். உதாரணம் அர்த்த சாஸ்திரம். இந்தச் சொல்லிலும் அர் என்பது சிதறிக் கிடப்பதை ஒன்று திரட்டுவது அல்லது குவிப்பது என்ற பொருளில்தான் அமைந்துள்ளது. ரிக் வேதத்தில் பல இடங்களில் 'ஆரியன்' என்ற சொல் செல்பவன், செல், திரிபவன், அலை பவன் என்ற பொருளில் பயன்படுத்தப்பட்டுள்ளது.[12]

1862-ல் மேக்ஸ்முல்லர் அர் என்ற சொல் உழுவதைக் குறிப்பதாக இருக்கும் என்கிறார். எனவே இது, ஒரு விவசாயியைக் குறிக்கும் சொல் என்று அவர் குறிப்பிடுகிறார். ஆனால், இது ஏற்றுக் கொள்ளக் கூடியதல்ல. ஏனெனின், ஆரியர்கள் ஆநிரைப் பண் பாட்டை உடையவர்கள் (Pastoral People). அவர்கள் வேளாண் பண்பைப் பெற்றவர்கள் அல்லர். ஆரிய என்ற சொல் இடப் பெயர்ச்சியோடு தொடர்புடைய சொல். இதன் அடிப்படையில் நான் எனது கோட்பாட்டை உங்களிடம் பதிவு செய்கிறேன்.

சுமேரியத்திலிருந்து கடல் வழியாக வந்த கூட்டத்தை திராவிடர் கள் என்று அழைப்பதைக் கண்டோம். சுமேரியத்தில் வேறு ஒரு பிரிவு தரை வழியாக இந்தியாவை வந்தடைந்தது. அவர்கள் தான் ஆரியர்கள் என்று கண்டோம். பண்பாட்டையும், இனத்தையும், மொழியையும் காப்பதற்காகக் கடல் கடந்து செல்லத் துணிந்த ஒரு மன்னன், தரை வழியாகப் புறப்பட்ட தனது மக்களை நிர்கதி யாக விட்டுவிட்டு, தான் மட்டும் பிழைத்தால் போதும் என்று வந்திருப்பான் என்று நம்புவதற்கு இடமில்லை. ஏற்கெனவே நடந்த ஒரு புலப்பெயர்ச்சியின் போது அதாவது தென் மதுரையிலிருந்து கபாடபுரத்துக்குத் தலைநகரை மாற்றியபோது (யூப்ரடீஸ் நதிக்கரையிலிருந்து டைக்ரீஸ் நதிக்கரைக்கு அரசு களை மாற்றியபின்) சங்கத்தின் மூலம் புதிய இடத்தில் மக்கள் தமது வாழ்க்கையைத் தொடங்குவதற்கு வேண்டிய வழிமுறை களைச் செய்து கொடுத்தான் மன்னன் என்றும் கண்டோம்.

இப்படிப்பட்ட ஓர் அறிவார்ந்த அரசன் கண்டிப்பாக நிலம் வழியாகப் புறப்பட்ட மக்களுக்கு உதவி செய்திருப்பான். அது எத்தகைய உதவி என்பது பற்றி இன்று நமக்குத் தெரியவில்லை.

ஆனால் அவர்களைப் பாதுக்காப்பாக வழிநடத்திச் செல்வதற்கு முடிந்தவரையில் உதவிசெய்திருப்பான் என்பதை மட்டும் ஊகிக்கலாம். இவ்வாறு வழிநடத்திச் செல்லப்பட்ட மக்களை ஆற்றுப்படுத்தப்பட்ட மக்கள் என்று கருதலாம். ஆற்றுப்படுத்தப் பட்டவர் என்பதனை ஆற்றியர் என்று அழைத்து, பின் அது மருவி ஆரியராக மாறியிருக்கலாம் என்பது எனது கருத்து.

சமஸ்கிருதத்திலும் ஏனைய இந்தோ ஐரோப்பிய மொழிகளிலும் ஆர் என்ற வேர்ச்சொல் இடப்பெயர்ச்சியோடு தொடர்பு கொண்டிருப்பது, இந்தக் கோட்பாட்டை வலுப்படுத்துவ தாகவே நான் கருதுகிறேன்.

எனவே, ஆரியர் என்பதன் பொருள் ஆற்றுப்படுத்தப்பட்ட மக்கள் என்பதாகும்.

திசைகள் அறியுமோ கிழக்கும் மேற்கும்

நாம் இங்கிருந்து வேண்டுமானால் சுமேரியா சென்றிருக்க முடியுமே தவிர, வெளியே இருந்து வந்திருக்க முடியாது என்று சிலர் வாதம் செய்கிறார்கள். எந்தத் திசையில் நமது மூதாதையர் பயணம் செய்தார்கள் என்பது பற்றித் திசைகள் அறியுமோ, அறியாதோ எனக்குத் தெரியாது. ஆனால், மரபணுக்களுக்குத் தெரியும் என்கிறது இன்றைய விஞ்ஞானம்.

மனிதனுடைய ஒவ்வொரு செல்லிலும் பொதிந்து கிடக்கும் படைப்பின் ரகசியக் குறியீடுதான் மரபணுத் தொகுப்பு (genome). தனிப்பட்ட ஒரு தகவலை உள்ளடக்கியது ஒரு மரபணு அல்லது ஜீன் (gene). மொத்த ஜீன்களின் தொகுப்புதான் ஜீனோம். ஒரு மனிதனின் ஜீன்கள் அனைத்தும் அவனது (அவளது) டி.என்.ஏவில் இருக்கும்.

ஒரு மனிதனுக்கு உயரம், பருமன், தலை முடியின் அமைப்பு, தோலின் நிறம், கண்களின் நிறம் எனப் பற்பல அம்சங்கள் உண்டு. ஒவ்வொன்றையும் ஜீன்கள்தாம் தீர்மானிக்கின்றன. கூடவே பரம்பரை நோய்கள், உடற்குறை என அனைத்தையும் இவற்றை ஆராய்ந்தால் கூறிவிட முடியும்.

சரி. இந்த ஜீன்கள் எப்படி இருக்கும்? இவை எதனால் உருவாக்கப் பட்டவை?

இவை நியூக்ளியோபேஸ் எனப்படும் வேதிச் சேர்மங்களால் உரு வாக்கப்பட்டவை. அடிப்படையாக நான்கு வகை நியூக்ளியோ பேஸ்கல் உள்ளன. அவற்றுக்கு A, T, C, G என்று பெயர் தரு வோம். இந்த நான்கு எழுத்துகளை விதவிதமான சேர்க்கைகளில் கோடி முறை எழுதினால் என்ன கிடைக்குமோ அதுதான் மனிதனின் ஜீனோம். சென்ற நூற்றாண்டின் இறுதியில் முழு மனித ஜீனோமும் கண்டுபிடிக்கப்பட்டு பதிவு செய்யப்பட்டது. இது உயிரியல் வரலாற்றில் ஒரு மைல் கல்.

சரி. ஒரு பெற்றோருக்கு ஆறு குழந்தைகள். மூன்று ஆண், மூன்று பெண்கள். நெட்டை, குட்டை, உயரம், பருமன், கருப்பு, சிவப்பு, சிங்கப் பல், தெற்றுப் பல் என்ற வேறுபாடுகளையும் ஜீனோமின் மூலம் தெரிந்துகொள்ளலாம். அதே சமயம் இவர்கள் அனை வருக்கும் பெற்றோர் ஒருவரே என்பதையும் உறுதியாகக் கூறலாம். வெறும் ஜீனோம் தகவலை மட்டும் வைத்துக்கொண்டு, தாயின் ஜீன்கள் எவை, குழந்தைகளின் ஜீன்கள் எவை என்பதையும் கூறி விடலாம். இதைச் சற்றே நீட்டிக்கொண்டே போனால், மகன், தாய், பாட்டி, கொள்ளுப் பாட்டி, எள்ளுப் பாட்டி என்று போகும் அளவுக்கு இன்று மரபியல் துறை வளர்ச்சி அடைந்துள்ளது.

அது மட்டுமல்லாமல் மரபியல் மாற்றங்களையும் (Genetic Mutation) அது நிகழ்ந்த காலத்தையும் காட்டும் முறையை இப் போது விஞ்ஞானிகள் கண்டுபிடித்துள்ளனர். ஜீனோம் என்பது நியூக்ளியோபேஸ் எழுத்துகளால் எழுதப்பட்ட ஒரு வார்த்தை என்று கண்டோம். இதில் அவ்வப்போது எழுத்துப் பிழைகள் நிகழ்வதுண்டு. உதாரணமாக, ஆறாவது விரல், வெள்ளைத் தேமல், அளவுக்கு அதிகமான வளர்ச்சி, நீல நிறக் கண்கள் என்பன போல. சில மாற்றங்கள் அந்தத் தலைமுறையோடு மறைந்துபோகின்றன. வேறு சில மாற்றங்கள் நிரந்தரமாகத் தங்கிவிடுகின்றன. உதாரணமாக நீக்ரோக்களின் ஸ்பிரிங் போன்ற தலை முடி, மங்கோலிய இனத்தவரின் இடுங்கிய கண்கள், ஐரோப்பியரின் வெண்ணிறம் போன்றவை. இன்றைய மரபியல் உத்திகளின்படி இந்த மாற்றங்கள் எப்போது நிகழ்ந்தன என்பதை நம்மால் கூற முடியும். சுருக்கமாகச் சொல்வதென்றால் தொன்மையையும், மாற்றங்களையும், காலத்தையும் மரபியலால் துல்லியமாகக் கணக்கிட முடியும்.

அமெரிக்காவின் அட்லாண்டா மாகாணத்தில் உள்ள எமரி பல்கலைக் கழகப் பேராசிரியர் டக்ளஸ் வாலஸ் (Duglas Wallace)

பெண்களின் டி.என்.ஏ.க்களின் அடிப்படையில் ஓர் ஆராய்ச்சியை எடுத்துக்கொண்டார். உலகில் உள்ள அனைத்து நாடுகள், அனைத்து இனங்களைச் சேர்ந்த பெண்களிடமிருந்து டி.என்.ஏ. சாம்பிள்கள் பெறப்பட்டன. இனத்தின் அளவைப் பொருத்து மூன்று முதல் ஐந்து பெண்களிடம் சோதனை சாம்பிள் பெறப்பட்டது. மைட்டோ காண்ட்ரியாவில் (Mitochondria) உள்ள டி.என்.ஏ.வை ஆராய்ந்து பார்த்ததில் உலகில் உள்ள அனைத்துப் பெண்களும் 18 ஆதி தாய்களிடமிருந்துதான் தோன்றியுள்ளனர் என்று வாலஸ் கண்டறிந்தார்.

ஒன்றரை லட்சம் வருடங்களுக்குமுன் கிழக்கு ஆப்பிரிக்காவில் (இன்றைய எத்தியோப்பியா பகுதி) வாழ்ந்த 18 பெண்கள்தான் மனித குலத்தின் ஒட்டுமொத்தத் தாய்மார்கள்.

ஆப்பிரிக்காவில மூன்று ஜீனோம் பிரிவுகள் இருந்தன. அதில் மூன்றாவது பிரிவைச் சேர்ந்தவர்கள்தான் இந்த 18 பெண்களும். மற்ற பிரிவுகள் மறைந்துபோயின. இந்த மூன்றுக்கும் மூலவேர் என்று சொல்லக்கூடிய மக்கள், ஆப்பிரிக்காவின் தென் பகுதியில் உள்ள கலஹாரி பாலைவனப் பகுதியைச் சேர்ந்தவர்கள் என்று கண்டுபிடிக்கப்பட்டுள்ளது.[13]

ஸ்டான்ஃபோர்ட் பல்கலைக்கழகப் பேராசிரியர்கள் பீட்டர் அண்டர்ஹில் (Peter Underhill), பீட்டர் ஒஃபைனர் (Peter Oefiner) ஆகியோர், ஒய் குரோமோசோம் அடிப்படையில் உலகம் முழுவதிலும் உள்ள ஆண்களின் மரபணுக்களைச் சோதனை செய்தார்கள். இதின் முடிவு 'மரபணு, மக்கள், மொழிகள்' (Genes, People and Languages) என்ற புத்தகமாக வெளியானது. புத்தகததை எழுதியவர் அவர்களுடைய நண்பர் லூக்கா காவல்லி ஸ்போர்சா (Luca Cavalli Sforza). இந்தப் புத்தகம் 2000-ம் ஆண்டு வெளியானது. இவர்களது கண்டுபிடிப்பின்படி உலகில் உள்ள அனைத்து ஆண்களும் 10 தந்தையர் மூலமாகத் தோன்றியவர்கள். முதலில் ஆப்பிரிக்காவில் மூன்று ஆண்கள் இருந்தனர். மூன்றாவது ஆணின் வாரிசுகள்தான் மற்ற எழுவரும். அந்த ஏழு பேர்தான் ஆப்பிரிக்காவை விட்டு வெளியேறி உலகம் முழுவதும் பரவி இருக்கிறார்கள்.

இவர்களை விஞ்ஞானிகள் ஆதாமின் 10 புதல்வர்கள் என்றும் பெண்களை ஏவாளின் 18 புதல்விகள் என்றும் அழைக்கிறார்கள். பத்து ஆண்கள் என்றால் பத்து வகை ஜீனோம் என்று

எடுத்துக்கொள்ள வேண்டுமே தவிர, 10 தனி மனிதர்கள் என்று கொள்ளக்கூடாது. 18 பெண்களிடமிருந்து இத்தனை கோடி மக்கள் உருவாக முடியுமா என்று கேட்பவர்கள் ஒரு சிறிய கணக்கு போட்டுப் பார்த்துக்கொள்ளவும்.

25 வயதில் ஒரு பெண் 5 குழந்தைகளைப் பெற்றெடுக்கிறாள் என்று வைத்துக்கொள்ளுங்கள். ஒன்றரை லட்சம் வருடத்தில் 6,000 தலைமுறைகள் உருவாகியிருக்கும். பதினெட்டை ஆறாயிரம் முறை ஐந்தால் பெருக்கிப் பாருங்கள். மலைத்து விடுவீர்கள்.

சரி. இந்த ஆராய்ச்சி நமக்கு எவ்வாறு உதவுகிறது? மனிதனின் இடப் பெயர்ச்சியின் திசையை அறிய இந்த ஆராய்ச்சி உதவு கிறது. ஆப்பிரிக்காவிலிருந்து ஐரோப்பாவுக்கும், மேற்காசியா வுக்கும், மேற்காசியாவிலிருந்து இந்தியா, மங்கோலியாவுக்கும் பின்னர் ஆசியாவின் பிற பகுதிகளுக்கும், அதன் பின்னர் சைபீரியாவின் வட கோடியில் உள்ள பேரிங் ஜலசந்தி (Bearing Strait) வழியாக வட அமெரிக்கா, பின்னர் தென் அமெரிக்கா வுக்கும் மனிதன் இடம் பெயர்ந்தான் என்கிறார்கள் இந்த ஆராய்ச்சியாளர்கள்.

எனவே, மக்கள் வெளியே இருந்து இந்தியாவுக்குள் வந்தனர் என்பதுதான் விஞ்ஞானம் காட்டும் உண்மை. இங்கிருந்து வெளியேறினோம் என்று கூறுவது அறிவுடமை ஆகாது.

இந்தியாவில் நடந்த ஆராய்ச்சி

ஐதராபாத்தில் Centre for Cellular and Molecular Biology என்ற மத்திய அரசு நிறுவனம் உள்ளது. இந்நிறுவனமும் அமெரிக்கா வில் புகழ் பெற்ற நிறுவனங்களான, Harvard Medical School, Harvard School of Public Health, Board Institute of Harvard, Massachusetts Institute of Technology ஆகியவையும் இணைந்து இந்தியாவில் ஒரு சோதனையை நடத்தினார்கள். இந்த ஆராய்ச்சிக்குத் தலைமை வகித்தவர் லால்ஜி சிங். தமிழ் நாட்டைச் சேர்ந்த குமாரசாமி தியாகராஜன் என்ற ஆராய்ச்சி யாளர் இதனை வழி நடத்தினார்.

இவர்களது ஆராய்ச்சி முடிவின்படி இந்தியாவில் இரண்டு தனித் தன்மையுடைய ஜீனோம் வகைகள் காணப்படுகின்றன. ஆதி வட இந்தியா (Ancestral North India), ஆதி தென்னிந்தியா (Ancestral

South India) என்பவை. இதில் ஆதி தென்னிந்தியா, காலத்தால் முற்பட்டது.

இன்றைய இந்தியர்கள் அனைவரும் இந்த இரண்டு கூறுகளையும் உடையவர்களே. கலப்படமற்ற ஆதி தென்னிந்தியா அல்லது ஆதி வட இந்தியா என்பது இப்போது காணப்படவில்லை. ஆனால், தென்னிந்தியாவில் உள்ள மக்களிடம் 'ஆதி தென்னிந்தியா' கூறு அதிகமாகவும், 'ஆதி வட இந்தியா' கூறு குறைவாகவும், வட இந்திய மக்களிடம் 'ஆதி வட இந்தியா' கூறு அதிகமாகவும், 'ஆதி தென்னிந்தியா' கூறு குறைவாகவும் காணப்படுகிறது.

இறுதியாக, அவர்கள் கூறிய ஒரு கண்டுபிடிப்புதான் இந் நூலுக்கே புத்துயிர் ஊட்டுவதாக அமைந்துள்ளது.

ஆதி வட இந்தியக் கூறு, மேற்காசியா மற்றும் ஐரோப்பிய மக்களிடமும் காணப்படுகிறது. ஆனால், ஆதி தென்னிந்தியக் கூறு, உலகில் வேறு எங்கும் காணப்படாமல் தனித் தன்மை யோடு காணப்படுகிறது.

உலக அளவில் நடந்த ஆராய்ச்சியின்படியும் இந்தியாவில் நடந்த ஆராய்ச்சியின்படியும் இரண்டு கோட்பாடுகள் உறுதியாகின்றன.

1. மனிதனின் இடப் பெயர்ச்சி ஆப்பிரிக்காவில் தொடங்கி, ஆசியா வந்து பின்னர் அமெரிக்காவில் முடிந்தது.

2. இந்தியாவில் இரண்டு இன மக்கள் இருந்தனர். அதில் வட இந்திய மக்களின் மரபியல் கூறுகள் ஐரோப்பிய-ஆசிய மக்களிடமும் காணப்படுகிறது. ஆனால், தென்னிந்திய இனம் காலத்தால் முற்பட்டது, கலப்படமற்றது.

இதற்கான காரணம் உள்ளங்கை நெல்லிக் கனி போன்றது. சுமேரியாவிலிருந்து ஒரே மக்கள் கூட்டம் இரண்டு பிரிவுகளாக வெளியேறியது. அதில் ஒன்று கடல் வழியாகத் தென்னிந்தியாவை அடைந்தது. மற்றொரு பிரிவு நிலம் வழியாக வெகுகாலம் கழித்து, பல கலப்புகளோடு வட இந்தியாவை வந்தடைந்தது. நமது இந்தக் கூற்றுக்கு மரபணு ஆய்வின் முடிவு வலு சேர்க்கிறது.

8. முடிவுரை:
எனது பூஜை அறையில் சுமேரியா

சுமேரிய வரலாற்றைப் பற்றிய ஆராய்ச்சியின்போது பல வறண்ட தருணங்களுக்கு இடையே சில யுரேகா தருணங்களும் உண்டு. ஒரு சமயம் வழிபாட்டு முறைகள் பற்றிய ஆராய்ச்சியில் ஈடுபட்டிருந்தபோது சுமேரிய வழிபாட்டுக்கு உரிய பொருள்கள் பற்றிய தகவல்கள் அனைத்தையும் சேகரித்து அவற்றின் படங்களை அச்சிட்டு ஒப்பிட்டுப் பார்த்துக்கொண்டிருந்தேன். அதில் ஒரு படம் எனது கவனத்தைக் கவர்ந்தது. 'ஊர்' என்ற சுமேரிய நகரத்தில் பேரரசி புவாபிஹியின் கல்லறையில் கண்டெடுக்கப்பட்ட ஒரு பாத்திரம்தான் அது.

புவாபிஹியின் கல்லறையில்
கண்டெடுக்கப்பட்ட பாத்திரம்

இது எலக்டம் என்ற பொருளால் ஆனது. எலக்டம் என்பது தங்கமும் வெள்ளியும் இயற்கையாகக் கலந்த ஒரு கலப்பு உலோகமாகும். இந்தப் பாத்திரத்தின் உயரம் 4 செ.மீ., விட்டம் 3.7 செ.மீ.

இதே போன்ற ஓர் அச்சு அசல் பாத்திரம் எனது பூஜை அறையில் இருப்பதைக் கண்டேன். இது எனது பாட்டி காலத்துத் திருநீறு மறை. அளந்து பார்த்தேன். மெய் சிலிர்த்துவிட்டேன். அதே அளவுகள்.

என் வீட்டுப் பூஜை அறையில் இருக்கும் திருநீர் மறையை ஏந்தியபடி எனது மகன்

எனது பூஜை அறையில் உள்ள பாத்திரம் 70 ஆண்டுப் பழைமை வாய்ந்ததாக இருக்கலாம். புவாபிஹியின் கல்லறையில் கண்டெடுக்கப்பட்ட பாத்திரம் குறைந்தபட்சம் 3500 வருடங்கள் பழைமை வாய்ந்ததாக இருக்கலாம். பண்பாட்டின் தொடர்ச்சியையும், காலம் காலமாக இருந்துவரும் மத நம்பிக்கையின் ஒற்றுமையையும் இந்தப் பாத்திரம் உறுதி செய்கிறதா என்பது பற்றி எனக்குத் தெரியாது.

ஆனால் எனக்கும் சுமேரியத்துக்கும் உள்ள தொடர்பை இந்தப் பாத்திரம் ஞாபகப்படுத்துவதாக நினைக்கிறேன்.

குறிப்புகள்

1. தமிழர்கள் யார்?

1. An Epigraphic perspective on the antiquity of Tamil, Iravatham Mahadevan, The Hindu, dated 24.09.2010.
2. Encyclopedia Brittanica
3. Research and Management of Paleolithic Vesunea in Tamil Nadu, Shanthi Pappu & Others, Sharma Centre for Heritage Educators
4. Excavations at Arikamedu, Vimala Begley, University of Pennsylvania
5. Porunthal excavations prove existence of Indian scripts in 5th century BC: expert, Kavita Kishore, The Hindu, dated 15.10.2011
6. Majeed A Abdul, A note on Korkai Excavations, Tamil University, Thanjavur
7. Sangam Literature, Encyclopedia Britanica 2002
8. Kavya in South India – Old Tamil Cankam Poetry, Herman Ticken
9. History of Pandya Country, Sak Hussain
10. Ancient India, R.C. Majumdar
11. இறையனார் அகப்பொருள் உரை, வசந்தா பதிப்பகம்
12. மேலே. .

13. மேலே.
14. Published writings of P.L. Schlatter, Smithsonian Institute Government Printing Office
15. Stanzas of Dzyan: From The Secret Doctrine, H.P. Blavatsky
16. Origin of Continents and Oceans, Alfred Wegener, 1915
17. தமிழர் வரலாறு, பாவாணர்
18. "Chapter 12: Coconut", Perera, Lalith, Suriya A.C.N. Perera, Champa K. Bandaranayake and Hugh C. Harries, in Oil Crops, Johann Vollmann and Istvan Rajcan (Eds.), Springer, 2009.
19. தமிழர் வரலாறு, பாவாணர்

2. சுமேரியா

1. Archeology of Cuneiform Inscription, A.H. Sayce
2. The Sumerians: Their History, Culture, and Character, S.N. Kramer
3. Cuneiform Digital Library Initiative, http://cdli.ucla.edu/
4. On the Euphrates, C. Woods
5. Mesopotamia: The Invention of the City, G. Leick
6. A Sumerian Reading-Book, C.J. Gadd
7. Mesopotamia: The Invention of the City, G. Leick
8. A Sumerian Reading-Book, C.J. Gadd

3. தில்முன்

1. The Sumerians: Their History, Culture, and Character, S.N. Kramer
2. ibid.
3. The Electronic Text Corpus of Sumerian Literature, http://etcsl.orinst.ox.ac.uk/ (hereafter ETCSL)
4. Dilmun and its Gulf Neighbours, H.E.W. Crawford
5. ibid.
6. ETCSL

7. ETCSL

8. Dilmun and its Gulf Neighbours, H.E.W. Crawford

9. Tilmun Language and Telugu, Samyuktha Koonaiah, mentioned in "Telugu words found in Hebrew literature", W. Chandrakanth, The Hindu, dated 04-06-2007 and elsewhere as well.

10. ETCSL

11. The Sumerians: Their History, Culture, and Character, S.N. Kramer

12. தமிழர் வரலாறு, பாவாணர்

13. 1,001 African names: First and last names from the African continent, J. Stewart

14. Genome-wide SNP and haplotype analyses reveal a rich history underlying dog domestication, B.M. vonHoldt et al., Nature 464

15. ETCSL

16. தொல்காப்பியத்தின் காலம், குணா.

4. மினோயன் நாகரிகம்

1. The Life of Greece, The Story of a Civilization, Vol 2, W. Durant

2. Zeus: A Study in Ancient Religion, A.B. Cook

3. கலித்தொகை பாடல் 82, 85, 86

4. Minoans: Life in Bronze Age Crete, R. Castleden

5. ibid.

6. ibid.

7. Knossos fieldnotes, C.M. Hogan, Modern Antiquarian (2007), http://www.themodernantiquarian.com/site/10854/knossos.html#fieldnotes

8. அகநாநூறு பாடல் 22

5. சிந்துவெளி நாகரிகம்

1. Aryan Invasion Theory (A Reappraisal), S.G. Talageri

2. ibid.

7. ஆரிய திராவிடக் கோட்பாடு

1. An Analytical Study of 'Samudra' in the Rigveda, G.V. Davane, 1982
2. *தொல்காப்பியத்தின் காலம், குணா*
3. *தமிழர் திருமணங்கள், சசிவல்லி*
4. http://www.joshuaproject.net/
5. In Search of the Indo-Europeans: Language, Archaeology and Myth, J.P. Mallory
6. ibid.
7. ibid.
8. The Rigveda: A Historical Analysis, S.G. Talageri
9. "Analytical Comparison of the Sanskrit, Greek, Latin and Teutonic Languages", F. Bopp, published in The Annals of Oriental Literature (London, 1820)
10. ibid.
11. ibid.
12. In Search of the Indo-Europeans: Language, Archaeology and Myth, J.P. Mallory
13. *இது சம்பந்தமாக டக்லஸ் வாலஸ் எழுதிய கட்டுரை* American Journal of Human Genetics *என்ற பத்திரிகையின் மார்ச் 2000 இதழில் வெளியாகியுள்ளது.*